जोहड

रॅमन मॅगसेसे पुरस्काराने सन्मानित जलयोद्ध्याची प्रेरणादायी कहाणी

सुरेखा शहा

मेहता पब्लिशिंग हाउस

Please contact us at **Mehta Publishing House,** Pune 411030.

✆ +91 020-24476924 / 24460313 / Mob. No. 9545000513

Email : production@mehtapublishinghouse.com

Website : www.mehtapublishinghouse.com

- *या पुस्तकातील लेखकाची मते, घटना, वर्णने ही त्या लेखकाची असून त्याच्याशी प्रकाशक सहमत असतीलच असे नाही.*

JOHAD by SUREKHA SHAH

जोहड : सुरेखा शहा / व्यक्तिचरित्र

author@mehtapublishinghouse.com

संस्थापक : सुनील अनिल मेहता

प्रकाशक : अखिल सुनील मेहता, मेहता पब्लिशिंग हाउस, १९४१, सदाशिव पेठ, माडीवाले कॉलनी, पुणे ४११०३०.

मुद्रक : पार्कसन्स ग्राफिक्स

मुखपृष्ठ : मेहता पब्लिशिंग हाऊस

आतील
छायाचित्रे सौजन्य: श्री. चंद्रमोहन शहा

प्रकाशनकाल : पहिली आवृत्ती : जानेवारी, २००२ /
मेहता पब्लिशिंग हाऊसची नववी आवृत्ती : मार्च, २०२२

किंमत : ₹ ३५०

P Book ISBN 9789392482571
E Book ISBN 9789392482182
E Books available on : amazonkindle Apple Books Google Play Books

---

आपल्या राजेंद्रभैयाच्या मदतीने, प्रेरणेने ज्यांनी विनाशापासून नव्या जीवनाकडे, अंधारातून प्रकाशाकडे वाटचाल केली त्या किशोरी, गोपालपुरा, थानागाजी, भिकमपुरा, मांडलवास, हमीरपूर, भावना कोल्याला, कालाखेत, पीलापानी, काकवाडी, भवानी, निंबी, समरा, गोवर्धनपुरा, मल्लाणा, बलदेवगढ, लिलुडा, अजबगढ, दुहारमाला, तिलवाड, भूरीवास, बानवास, बढमोरा, क्रास्का, पालमपुरा, पथरोडा, लावा का बास, नटनीका बास, गुजरबहुल नांगलहेडी इत्यादी गावातून राहणाऱ्या...

मांगू पटेल, नानगराम, भुहेखाँ, मिश्रीलाल बेरवा, राधू पटेल, डाकू नादानसिंह व त्याचे साथीदार कन्हैयालाल, श्रवण, झुरू, पाचूराम मीणा, जगदीश गुर्जर, वेदन वैद्य, राकेश, अंबुजकिशोर, प्रभातीराम, छोटेलाल, भोला मीणा, रामदयाळ गुर्जर, रामखिलाडी, हिरालाल गुर्जर, फतूरवान, जयराम मीणा, रामपाल मीणा, बरदू मीणा, रुपनारायण, छोटेलाल, गोपी, कुम्हार, सुलेमान खाँ, गोवर्धन, शमसुद्दीन, सुबुद्धीराम...

कजौडी, जंबुरी, जाखडी, दडकीमाई, उगंती, दिघी, मांगी, नंदकुँवर लक्ष्मीदेवी, छोटीदेवी, संपत्तीदेवी, गुलदेवी, रूपा, चंद्री, नकरा, बदामी, ग्यारसी फूला, बबरी, हरफुल मुन्नी देवी, कस्तुरी देवी, अख्तरी, फजरी या व अशा माझ्या अनेक राजस्थानी भावाबहिणींना 'या जोहडवाल्याची चरित कादंबरी अर्पण'.

– सुरेखा शहा

जोहड

मृत नद्या, बंजर भूमी, विरळ होत चाललेले पशुधन
विनाशाकडे चाललेली वने तसेच वन्यजीवन
अशा परिस्थितीत मृतप्राय मनांना
श्रम-संजीवन देऊन सामूहिक-सहयोगाचा मंत्र रुजविणारे
राजस्थान व देशाचे जलनायक राजेंद्रसिंह
यांच्या जीवनावरील चरित-कादंबरी

जल सूक्त

जल जीवित जल पूजित
जल संचित जल सुकृत
जल संगीत संजीवक
जल विद्युत जल मौलिक

जल दैवत विश्वात्मक
जल तृप्ति आत्यंतिक
जल वांछित जल इच्छित
जल इप्सित जल रक्षित

वरुणसुत इंद्रहस्त
जल वर्षित मन हर्षित
जल यात्रा अति पुनित
जगताचा जल उत्सव

जल गाते मल्हार सूक्त
जलविन मृतसा भूमिपुत्र
करुणाधन जल देवदूत
जल जीवन जल जीवन

– सुरेखा शहा

'जोहड'ला लाभलेले पुरस्कार

* महाराष्ट्र साहित्य परिषद, पुणे पुरस्कार	२००२
* कवी रा. ना. पवार पुरस्कार सोलापूर	२००२
* दमाणी साहित्य पुरस्कार	२००२
* अक्षर तपस्वी पुरस्कार	२००२
* पुणे नगर वाचन मंदिराचा श्री. ना. बनहट्टी पुरस्कार	२००३
* महाराष्ट्र साहित्य मंडळ गुलबर्गा (कलबुर्गी, कर्नाटक)चा पंडीत आवळीकर पुरस्कार	२००४
* मृत्युंजयकार शिवाजी सावंत पुरस्कार (आजरा)	२००४
* मेहता पब्लिशिंग हाऊस फाऊंडेशनचा 'कमलाबाई ओगले साहित्य पुरस्कार, पुणे	२००५
* सोलापूर महापालिका सावित्रीबाई फुले पुरस्कार	२००६
* पुणे मराठी ग्रंथालय पुरस्कार	२००७

प्रस्तावना

'जोहड'... निर्मितीची आनंदकथा...

जीवनात काही योग असे येतात, की त्यामागे काही संकेत निश्चितपणे असतो. नाहीतर पुण्याला झालेल्या माझी मैत्रीण सौ. प्रतिला राऊत हिच्या मुलाच्या विवाह समारंभात माझा आणि श्रीमती अमला रुईयांचा परिचय झालाच नसता. समारंभ अमलाजींच्या पुण्याच्या बंगल्यात होता. त्या लग्नघाईत जास्तीत जास्त वीस-पंचवीस मिनिटांचा आमचा संवाद घडला होता. त्यावेळी त्यांनी राजस्थानात पाणी प्रश्नावर असामान्य कार्य करणाऱ्या राजेंद्रसिंह यांच्याबद्दल जे सांगितले त्यामुळे मी भारावून गेले.

जमीनदाराचा मुलगा व डॉक्टर झालेला एक तरुण, घरदार, भौतिक सुख सोडून दुष्काळाने शापित झालेल्या राजस्थानातील ओसाड गावात आपले सामाजिक ऋण फेडण्यासाठी येतो. तिथे जीवन-मरणाचा प्रश्न झालेल्या पाण्यासाठी त्याला काही करावेसे वाटते, पाचसहाशे वर्षांपासून प्रचलित असलेल्या जोहडबांधाच्या परंपरेचे महत्त्व गावकऱ्यांकडून समजावून घेऊन पावसाचे पाणी साठविण्यासाठी पुन्हा एकदा जोहडतलाव बांधून प्रयत्न करण्यासाठी सर्वांना आवाहन करतो; परंतु त्याच्यावर कोणाचाही विश्वास बसत नाही, हा तरुण अतिरेकी आहे का? मुले पळविणाऱ्या टोळीतला आहे का? असे नाना प्रकारचे संशय, त्यातून हा शहरातला, हा काय करणार, असा समज.

म्हणून त्याच्या मदतीला कुणीदेखील येत नाही. तेव्हा हा कर्मयोगी हाती कुदळ घेऊन उन्हातान्हात, थंडीवाऱ्यात, कधी उपाशी, अर्धपोटी राहूनही एकटाच जोहड तलाव खणू लागतो. वर्ष दीड वर्ष त्याची ही तपश्चर्या अथक, अखंडपणे सुरू असते. अखेर गावकऱ्यांच्या मनातील संशय नाहीसा होतो आणि त्यानंतर सुरू होते विकासाची, सुबत्तेची, आत्मसन्मानाची, ज्ञानाची व श्रमप्रतिष्ठेची खळाळती, पवित्र,

जीवनदायी परंपरा.

एवढेच बोलणे झाले आणि अमलाजींनी मला विचारले,

"तुम्ही राजेंद्रसिंहांच्या जीवनावर कादंबरी लिहाल का?"

तो प्रश्न ऐकला त्या क्षणी हृदयातून होकार निघून ओठांवर आला. मी म्हणून गेले.

"हो, जरूर लिहीन."

त्यानंतर काही घटना वेगाने घडल्या. राजेंद्रसिंहांनी पाणीटंचाईपासून मुक्त केलेली गावेच्या गावे, त्यांच्या तरुण भारत संस्थेने व गावकऱ्यांनी मिळून बांधलेल्या 'लावा का बास' या जोहड तलावाचा बांध फोडून टाकण्यासाठी पाटबंधारे खात्याने केलेली कारवाई, त्याविरुद्ध गावकरी व राजेंद्रसिंह यांनी केलेली निदर्शने व कडवा प्रतिकार याबद्दल त्या महिन्याभरात वेळोवेळी वृत्तपत्रे, दूरदर्शन व इतर चॅनेल्सवरून माहिती प्रसारित होत गेली.

त्यानंतर राजेंद्रसिंहांना जागतिक कीर्तीचा रॅमन मॅगसेसे पुरस्कार जाहीर झाला. एका महिन्यातल्या त्यांच्या संदर्भातल्या या घडामोडी. तेव्हापासून या पाच-सहा महिन्यांत रोजच्या राजकीय घडामोडी व राष्ट्रीय नेते वगळले तर राजेंद्रसिंह यांच्याबद्दलचे लेख, मुलाखती, बातम्या, माहिती, पुरस्काराच्या बातम्या वगैरे एवढ्या सातत्याने व महत्त्व देऊन प्रसारित झाल्या आहेत, की दुसऱ्या कुणाला हा मान मिळाला नसेल. तोपर्यंत कादंबरी लिहिण्यासाठी त्यांच्या कार्याचा अभ्यास मी करीत होते. तेव्हा मला वाटले हा तर महासागर आहे, माझ्या ओंजळीत किती येईल कोण जाणे? परंतु, एखाद्या विस्तीर्ण जलाशयात एखादे प्रतिबिंब पडते, तेच प्रतिबिंब पाण्याच्या एखाद्या थेंबात पडते तेव्हा ते लहानसे असले, तरीदेखील अस्सल असते. तसेच राजेंद्रसिंह यांचे संघर्षमय, ध्येयनिष्ठेने भारलेले जे जीवन आहे त्याची खरीखुरी झलक, दर्शन माझ्या या चरितकादंबरीतून घडेल असा विश्वासही वाटला. मराठी वाचकांना यातून निश्चित प्रेरणा मिळेल असे वाटते.

हा अभ्यास करताना मी मंत्रमुग्ध झाले. आश्चर्यचकित आणि आनंदितही झाले.

राजस्थानातील या मृतप्राय भूमीला, तेथील माणसांच्या मेलेल्या मनाला राजेंद्रसिंहांनी संजीवन दिले. नरकयातना, उपासमार, दुष्काळाचा शाप यातून त्यांची सुटका केली. त्या साध्यासुध्या, भाबड्या, खेडवळ लोकांच्या मनात निसर्गाबद्दल आत्मीयता जागवून त्यांचे पुन्हा एकदा निसर्गाशी नाते जोडून राजेंद्रसिंहांनी जल, जमीन, जंगल, जंगली जनावरे यांचे संरक्षण करण्यासाठी उद्युक्त केले. राजस्थानच्या सतरा-अठरा जिल्ह्यांतील काही हजाराहून अधिक गावांतून त्यांनी असे परिवर्तन घडवून आणले आहे, की त्यामुळे तेथील अंधकारमय जीवन उजळून निघाले आहे. जगात इतरत्र असे उदाहरण दुर्मिळ आहे.

राजेंद्रसिंह हे पूज्य महात्मा गांधी व जयप्रकाशजी नारायण यांचे परात्पर शिष्य. गांधीजींचा मृत्यू झाला तेव्हा त्यांचा जन्मही झाला नव्हता आणि जयप्रकाशजी गेले तेव्हा ते शाळकरी वयातच होते; परंतु या दोन्ही लोकनेत्यांच्या तत्त्वांचा, विचारांचा प्रभाव या एकलव्यावर होता. गांधीजींची ग्रामस्वराज्याची कल्पना राजेंद्रना प्रत्यक्षात आणायची होती. गाव, गावाभोवतालची गायराने, तलाव, वने, पाणवठे, जोहडबांध, दोन गावांमध्ये जंगल यांचा मालकी हक्क त्या त्या गावच्या गावकऱ्यांच्या हाती असावा अशी त्यांची धारणा आहे. त्यामुळे गावकऱ्यांना त्याबद्दल आत्मीयता वाटेल, त्यांचे संरक्षण करण्याची जबाबदारी त्यांच्यावर येईल आणि ते काम आस्थेने होईल असा विश्वास राजेंद्रसिंहांना आहे. त्यांचा संघर्ष यासाठीदेखील सुरू आहे.

दोन ऑक्टोबर एकोणीसशे पंच्याऐंशी या दिवशी गांधी जयंतीच्या मुहूर्तावर राजस्थानातल्या किशोरी या कुग्रामात हा तरुण येतो. तिथली दाहक परिस्थिती, कोपलेला निसर्ग पाहतो आणि ठरवतो, की इथल्या लोकांचा जीवन-मरणाशी निगडित प्रश्न हा पाण्याचा आहे. तेव्हा आधी हेच काम हाती घेतले पाहिजे.

अनेक अडचणींशी झुंज देत, संघर्ष करीत, अपप्रवृत्तींशी लढा देत, दुष्काळावर, अज्ञानावर कायमची मात करण्याचे, ग्रामविकासाचे जे महान परिवर्तन या सोळा-सतरा वर्षांच्या कालावधीत त्याने केलेय त्याला इतिहासात तोड नाही.

राजेंद्रसिंह यांच्या प्रत्यक्ष भेटीआधी अमलाजी रुईयांनी मला काही अहवाल, माहिती पुस्तिका पाठविल्या होत्या, ज्यात त्यांनी आपल्या तरुण भारत संघ या संस्थेच्या माध्यमातून केलेल्या सर्वांगीण, सर्वंकष कार्याचे मूल्यमापन होते. त्या हिंदी, इंग्रजी पुस्तिका, संस्थेचे अहवाल मी वाचले होते.

शिवाय, राजेंद्रसिंह यांची त्या विविध कार्याबद्दलची दृष्टी आणि भूमिका व्यक्त करणारे अनेक संपादकीय लेख, व्याख्याने व त्यांनी स्वत: लिहिलेली 'लोक परंपराओसे मिला रास्ता', 'भारतीय आस्था एवं पर्यावरण रक्षा' ही पुस्तके मी केवळ वाचलीच नाहीत तर त्यांची पारायणे केली आहेत.

राजस्थानात त्यांनी केलेल्या प्रचंड कार्याचा आवाका एवढा असीम होता, की त्याची नोंद घेऊन ते शब्दबद्ध करणे हे अतिशय अवघड काम आहे, याची मला जाणीव आहे.

औद्योगिक क्षेत्रातल्या एका नामवंत घराण्यातील, ऐहिक ऐश्वर्याची परिसीमा असूनही कर्तव्यकर्म म्हणून पाणी प्रश्नावर काम करणाऱ्यावर व आपल्या या कार्याची फारशी वाच्यता न करणाऱ्या प्रसिद्धिविन्मुख अशा अमला रुईयानं मला ही कादंबरी लिहिण्यास सुचविले. माझ्यावर विश्वास टाकला. वेळोवेळी पत्रांतून, फोनवरून अत्यंत महत्त्वाची माहिती कळवली आणि प्रेमाच्या अधिकाराने मला बजावले.

"देखो सुरेखाजी, मन लगाके लिखो।"

खरंच, राजेंद्रसिंहजींच्या या विलक्षण, अफाट, मती गुंग करून टाकणाऱ्या, वादळीसारख्या वेगवान गतीने चालणाऱ्या आणि मानवतेने परिपूर्ण असणाऱ्या कार्याबद्दल व असामान्य जीवनाबद्दल मी जेव्हा लिहायला सुरुवात केली, तेव्हापासून मी केवळ बुद्धीने नाही तर हृदयापासून लिहिले.

या चरित-कादंबरीच्या लेखनासाठी मी त्यांची प्रदीर्घ मुलाखत घेतली, तेव्हा नेहमी प्रसन्नचित्त असणारा, सुती कुर्ता, पायजमा, अंगावर शाल नाहीतर गळ्याशी उपरण्यासारखे वस्त्र लपेटलेला, माथ्यावरच्या केसांचे लाड न करता तसेच अस्ताव्यस्त राहू देणारा हा युवा-ऋषीसदृश तरुण अंतरंगी जेवढा हळवा आहे तेवढाच कणखर आहे, जेवढा विनम्र आहे तेवढाच निश्चयी आहे, याचा प्रत्यय मला आला.

राजेंद्रसिंह मला प्रथम भेटले त्यावेळी शेतकऱ्यांना मार्गदर्शन करताना त्यांनी माळीनगर येथील साखर कारखान्यात केलेले भाषण मनाचा ठाव घेणारे तर होतेच; परंतु पाण्याबद्दलच्या आपल्या कर्तव्याची जाणीव करून देणारे होते. हजारो शेतकरी सभासदांपुढे बोलत असताना ते म्हणाले,

"तुम्ही देवाचे लाडके आहात म्हणून तुमचा महाराष्ट्र पाण्याच्या बाबतीत सुदैवी आहे; पण त्याची उधळमाधळ करू नका; कारण अजून काही वर्षांनी पाण्याच्या तीव्र टंचाईला तुम्हालाही तोंड द्यावे लागेल. तसे होऊ नये म्हणून आतापासूनच उपाययोजना करा. खबरदारी घ्या. माझ्या राजस्थानातला शेतकरी थेंब थेंब पाण्याचे मोल जाणून आहे. अत्यंत गरीब माणूस तुपाचा वापर जेवढ्या काटकसरीने करेल तसा तो पाण्याचा वापर करतो.

महात्मा गांधी म्हणाले होते, की ही भूमी तुमच्या गरजा सहज पूर्ण करू शकते; परंतु तुमची लालसा पूर्ण करू शकत नाही. म्हणूनच निसर्गाला ओरबाडू नका. आपणही त्यांच्या म्हणण्याप्रमाणे वागले पाहिजे."

राजेंद्रसिंहांशी झालेल्या भेटीतून त्यांच्या उमद्या व्यक्तिमत्त्वाचे दर्शन होत होते. मी त्यांना भेटले त्याआधी ते आठ दिवसांचा दूरचा दौरा करून आले होते. आल्या क्षणापासून शेतकऱ्यांना मार्गदर्शन, साइटवर जाऊन पाहणी करणे चाललेले. दुपारी जेवणानंतर ते मला म्हणाले,

"आपण आता विचारले तरी चालेल."

संध्याकाळी सातच्या पुढे मला मुलाखत घेण्यासाठी वेळ दिला होता आणि त्यांनी काही वेळ विश्रांती घ्यावी म्हणून मी सांगितले,

"आपण थोडीशी विश्रांती घ्या. मी संध्याकाळी मुलाखत घेईन."

"विश्रांतीची गरज नाही. आपण आताही बसू शकतो." राजेंद्रजी म्हणाले.

बोलण्यात, वागण्यात अत्यंत विनय, समोरच्याशी बोलताना जाणवणारा आदर हे त्यांच्या सतेज व्यक्तिमत्त्वाचे पैलू खूप काही सांगून जातात. याच गुणाने त्यांनी हजारो खेडुतांना जिंकलंय.

सध्या आपण निसर्गाचा नाश, ऱ्हास सर्व मार्गांने करीत आहोत हे कटू सत्य आहे. मात्र, राजेंद्रसिंहांच्या सजग, संवेदनाशील मनाला ते डाचत राहिले. 'उघड्या डोळा देखवेना' अशी त्यांची स्थिती झाली आणि मग अरवली पर्वतमालिकेचा सर्वनाश करणाऱ्या हजारो खाणी, सरिस्का जंगलात बेकायदा चाललेली वृक्षतोड व त्या अभयारण्यातील वाघांच्या क्रूर शिकारी, अरवरी नदीच्या पुनर्जन्मानंतर ठेकेदारांनी चालविलेली मच्छिमारी यासारख्या अनेक अन्यायांविरुद्ध त्यांना उग्र संघर्ष करावा लागला, जनआंदोलन उभे करावे लागले. झुंज द्यावी लागली. त्यांच्यावर दोनदा प्राणघातक हल्ला झाला. खाणमालकांच्या भाडोत्री गुंडांनी गोळीबार केला. राजेंद्रसिंहांवर आकसाने शेकडो केसेस झाल्या, ज्यातील एकही सिद्ध होऊ शकली नाही. त्यांचे जीवनच संघर्षमय आहे. निष्ठा आणि निर्भयता ही त्यांची शस्त्रे आहेत. त्यांच्या कार्याबद्दलचा अभ्यास करताना मला एक गोष्ट समजली. 'धराडी' या कुलवृक्ष परंपरेचे जतन करण्यासाठी राजेंद्रसिंहांनी भिकमपुरा येथे संमेलन घेतले होते, त्यावेळी प्रत्येक शेतकऱ्यानी 'धराडी'बद्दल सांगताना आपले कुल, गोत्र सांगितले. ते वाचताच माझ्या लक्षात आले, की महाराष्ट्राचे दैवत छत्रपती शिवाजी महाराजांचे पूर्वज मूळचे राजस्थानातील सिसोदिया वंशाचेच होते.

त्यांचा हा महासंग्राम अन्यायाविरुद्ध आणि मानवी मनाच्या हतबलतेविरुद्ध देखील होता आणि तो आजही चाललाय.

कादंबरी लिहिताना या विषयांची आणि राजेंद्रजींच्या कार्याची व्याप्ती किती सखोल व विशाल आहे, हे माझ्या ध्यानी आले.

जनमानसाचा कौल घेऊन त्यांच्यातलाच एक होऊन काम करणे, गावगाड्याच्या पूर्वापार चालत आलेल्या परंपरेमधील योग्य पद्धतींना पुनरुज्जीवित करणे हे त्यांनी डोळसपणे व सहृदयतेने केले. 'धराडी' (कुलवृक्ष) परंपरेसारख्या प्रथांचा, खेडुतांच्या मनातील असीम श्रद्धेचा उपयोग त्यांनी वृक्षराजी वाचविण्यासाठी केलाय.

राजेंद्रसिंहांनी स्त्रीच्या सुप्त शक्तीला जाणले आहे. 'नारी के बिना हर बदलाव अधुरा है' हे लोकनायक जयप्रकाश नारायणांचे मत त्यांनाही मान्य आहे. म्हणूनच राजस्थानातल्या खेड्यापाड्यांतून अत्यंत प्रतिकूल, खडतर परिस्थितीला तोंड देत निगराणीशिवाय पाण्याविना रानावनात वाढणाऱ्या काटेरी वेलीसारखे जीवन जगणाऱ्या तेथील कष्टाळू महिलांसाठी विकासाच्या वाटा उपलब्ध करून दिल्या आहेतच. शिवाय, त्यांच्यात चेतना, आत्मविश्वास निर्माण केलाय. पुरुषांच्या बरोबरीने स्त्रियांनाही ग्रामसभेत स्थान, अधिकार दिलाय. शिक्षण, आरोग्य, व्यवसायाचे क्षेत्र त्यांच्यासाठी

खुले करून दिलेय. त्या महिलांच्या आयुष्यात राजेंद्रसिंहांनी घडवून आणलेली सर्वांत गरजेची आणि आनंदाची घटना म्हणजे रोजच पाण्यासाठी तासन्तास करावी लागणारी वणवण थांबली, ही होय.

राजेंद्रसिंहांच्या या कार्याचा मी अभ्यास केला. त्यांच्याशी प्रत्यक्षात चर्चा केली. मी त्यांना अनेक प्रश्न विचारले. ज्याबद्दल माझ्या मनात औत्सुक्य होते अशा काही बाबतीत माहिती विचारली. त्यांचे लेख, संपादकीय, वेळोवेळी त्यांनी दिलेली व्याख्यानेही लिखित स्वरूपात वाचली. प्रत्यक्ष व्याख्यानही ऐकले. त्या पलीकडे जाऊन मला त्यांना काही विशेष व वेगळे विचारायचे होते. ते मी त्या मुलाखतीत विचारीत होते. त्यात माझा एक प्रश्न असादेखील होता की त्यांनी ज्या बत्तीस डाकूंचे पुनर्वसन केले, त्यांना बंदुका टाकायला लावून त्यांच्या हाती शेत करण्यासाठी नांगर दिला; परंतु ते करताना कायदेशीर बाबींची पूर्तता त्यांनी कशी केली?

माझ्या अपेक्षेप्रमाणे माझ्या सर्वच प्रश्नांना त्यांनी मनमोकळेपणाने उत्तरे दिली. मुलाखत घेण्याच्या आधी सुरुवातीलाच मी त्यांना सांगून टाकले, की मी तुमच्या जीवनकार्यावर चरित-कादंबरी लिहितेय खरी; पण तसे पाहिले तर मी एक सामान्य बाईच आहे. तेव्हा ते दिलखुलासपणे हसून म्हणाले,

"मेरा आपपर विश्वास है!"

त्यांच्या त्या एका वाक्याने माझ्या मनातला या महासंग्रामाला आवाक्यात पकडण्यातला न्यूनगंड नाहीसा झाला.

जरी मी त्यांची मुलाखत घेतली असली तरीही त्यांचे कार्य, त्यांचे प्रकल्प, त्यांचे ते जोहडतलाव, ते महामंत्री असलेल्या तरुण भारत संघाचे प्रमुख केंद्र असलेला भिकमपुरा येथील तरुण आश्रम, त्यांनी त्यांचे दारिद्र्य, अज्ञान दूर करून स्वयंप्रेरणेच्या ज्योती ज्यांच्या हृदयात जागविल्या त्या राजस्थानच्या खेड्यापाड्यांतील जिवंत मनाची माणसं, बायका हे सारे पाहायचे होते. त्यांना भेटायचे होते. त्या शेतकऱ्यांच्या भेटीगाठी घ्यायच्या होत्या. राजेंद्रसिंहांनी तिथल्या ज्या नद्यांना पुनर्जन्म दिला होता, त्या नद्यांचे पाणी माझ्या ओंजळीत घ्यायचे होते. त्यातले घोटभर पाणी प्यायचे होते. तिथली ती गावे, तो परिसर पाहायचा होता.

गोपालपुराच्या मांगू पटेलाची भेट घेऊन त्याची ती ऐतिहासिक तीनशे वर्षांपूर्वीची जुनी हवेली पाहायची होती.

सरिस्काच्या जंगलात जाऊन तिथल्या प्रत्येक प्रकारच्या वृक्षांचा गंध माझ्या श्वासात भरून घ्यायचा होता आणि राजेंद्रसिंहांनी ज्यांना अभय दिले, कत्तलीपासून वाचविले त्या तिथल्या वाघांचे प्रत्यक्ष दर्शन जरी झाले नाही, तरी निदान त्यांच्या गर्जना तरी ऐकायच्या होत्या.

तसे मी राजेंद्रसिंहांना पत्रातून कळविले होते आणि या मुलाखतीच्या वेळी प्रत्यक्ष सांगितलेही होते. त्यांनी तिकडे येण्याबद्दल मनापासून आमंत्रण त्याआधी दिले होते आणि कधी आले तर योग्य हवामान असेल, कसे यायचे वगैरे माहिती दिली होती.

त्याप्रमाणे मी, माझे बंधू चंद्रमोहन शहा व भाभी सौ. शोभनासह जयपूरला गेले. त्याआधी राजेंद्रसिंहाशी रात्री मी तिथे पोहोचले. आपल्या अनेक व्यापातून, कामाच्या व्यस्ततेतून त्यांनी एक फेब्रुवारीचा दिवस माझ्यासाठी ठेवला होता. आग्र्याहून फोन केला होता तेव्हा ते नुकतेच जयपूरच्या त्यांच्या घरी आले होते.

जयपूरच्या आपल्या घरी त्यांचे वास्तव्य फारच कमी काळ असते. आपल्या घरीच उतरण्यासाठी त्यांनी मला आग्रह केला; परंतु जयपूर येथील बापूनगरमधील पंडित तोडरमल स्मारक भवनमध्ये आम्ही राहणार होतो.

मानसरोवर या कॉलनीतले त्यांचे घर म्हणजे नव्या-जुन्या भारतीय वास्तुशैलीचा संगम आहे. राजस्थानी दगडी बांधणीची, मध्यभागी छोटेसे अंगण असलेली ती लहानशी बंगली पाहून मला मद्रास (चेन्नई) जवळील 'दक्षिणचित्रा' या संस्थेच्या ऑफिसची, जगप्रसिद्ध वास्तुरचनाकार चार्ल्स कोरिया यांनी बांधलेली इमारत आठवली. राजेंद्रसिंह यांच्या घरात मला साधेपणा व नीटनेटकेपणा यांचा संगम दिसला. कुठेही ऐश्वर्यशाली वस्तू, फर्निचर वगैरे दिसले नाही. खरंच, ते एका सेवाभावी कार्यकर्त्याचे घर होते.

गेल्या गेल्या त्यांनी व त्यांच्या पत्नी मीना यांनी आमचे अत्यंत आदरपूर्वक व जिव्हाळ्याने स्वागत केले. मी त्यांचे घर पाहण्यास उत्सुक होतेच; कारण घरावरूनही व्यक्तीच्या स्वभावाचा, आवडीनिवडीचा अंदाज येतो. घरावरून त्यात वास्तव्य करणाऱ्या व्यक्तीचे व्यक्तिमत्त्वही बरेचसे कळते, असा माझा अनुभव आहे. त्यातून हे घर म्हणजे आंतरराष्ट्रीय कीर्ती मिळविलेल्या, ध्येयवादाने झपाटलेल्या तरुण कार्यकर्त्याचे होते.

हॉलमध्ये मॅगसेसे ॲवॉर्ड फ्रेममध्ये लावलेले. त्यात हे ॲवॉर्ड कशासाठी मिळाले ते लिहिलेले. त्याच्या पलीकडे राजेंद्रसिंहांसह यंदा ज्या सहा आशियायींना हे ॲवॉर्ड मिळाले त्यांचा तेथील वृत्तपत्रांतून आलेला फोटो व त्याखालची बातमीची फ्रेम. ज्यावेळी मॅगसेसे ॲवॉर्ड फिलिपाइन्समध्ये मनिला येथे अध्यक्षा ग्लोरिया यांच्या हस्ते प्रदान करण्यात आले. त्यावेळी पंचेचाळीस मिनिटांच्या आपल्या भाषणात अध्यक्षा तीस मिनिटे राजेंद्रसिंह यांच्या कार्याबद्दलच बोलल्या. बाकीच्या सहा जणांबद्दल पंधरा मिनिटांत सांगितले होते. आपल्या देशातल्या मृत नदीच्या पुनर्जन्मासाठी त्यांनी राजेंद्रसिंहांचे मार्गदर्शन मागितले आहे.

समोरच्या शोकेसमध्ये त्यांना मिळालेले इंदिरा गांधी ॲवॉर्ड, गोधिया ॲवॉर्ड,

नेपाळ, आंध्रप्रदेशची ॲवॉर्ड्स व वर्ल्ड टायगर कान्झर्व्हेशन ॲवॉर्ड ही मांडून ठेवलेली. इतरही काही ॲवॉर्ड्स तिथे होती. दाराजवळच्या कोपऱ्यात काही ॲवॉर्ड्सच्या प्रतिकृती होत्या. उदा. रजत कमल, चारमिनार वगैरे खालीच मांडल्या होत्या. खरं म्हणजे राजेंद्रसिंहांना अनेक ॲवॉर्ड्स मिळालीत; परंतु त्यापैकी मोजकीच या हॉलमध्ये आहेत.

आम्ही सोफ्यावर बसलो. थोडीशी बातचीत झाली.

आधी मुलाखत झाली होती. बरेच काही जाणून, विचारून झाले होते, तरीही माझे प्रश्न संपत नव्हतेच. इथे पुन्हा संधी मिळाली होती. त्यांच्या अंतरंगात डोकावण्याचा, अधिकाधिक माहिती मिळविण्याचा माझा प्रयत्न, त्यांची दिलखुलास उत्तरेही मला मिळत होती. त्यांच्याच घरात त्यांच्याशी संवाद करण्याची ही सुवर्णसंधी वाटत होती. त्याचा पुरेपूर उपयोग मी करून घेत होते. त्यांच्या पत्नी मीना व कन्या रेणूशीही मी बोलले.

हॉलमधल्या शोकेसमधील व खाली कोपऱ्यात मांडलेले ॲवॉर्ड्स मी आता जवळ जाऊन पाहू लागले. त्यावरचा मजकूर वाचू लागले. शोकेसमध्ये असलेल्या नेपाळच्या ॲवॉर्डने लक्ष वेधले. लंबवर्तुळाकार अशा त्या चांदीच्या ॲवॉर्डवर विविध देवदेवतांचे मुखवटे कोरले होते. रजतकमलही सुंदर होते. शोकेसमध्येच मध्यभागी सोनेरी चौकटीत एक मानपत्र होते. मारवाडी भाषेत असलेले ते मानपत्र मी वाचले. जोधपूरच्या महाराजांनी नुकतेच पंधरा दिवसांपूर्वी पंधरा जानेवारीला आपल्या वाढदिवशी खास दरबार भरवून राजेंद्रसिंह यांची हत्तीवरून मिरवणूक काढून दरबारात 'सिरपावा' हे महावस्त्र देऊन त्यांचा सर्वोच्च असा सन्मान केला. त्या प्रसंगी हे मानपत्र अर्पण केले होते.

'माझ्या मारवाडात पाणी आणल्याबद्दल हा बहुमान राजेंद्रसिंहांना अर्पण करीत आहोत,' अशा अर्थाचा मजकूर त्या मानपत्रात होता. त्यामुळे मी याबद्दल उत्सुकतेने विचारले. तेव्हा त्यांनी सांगितले, की तीन वर्षांपूर्वी जोधपूर महाराजांनी त्यांना बोलावून त्यांच्या परिसरात जलसंधारणाचे काम करण्याची विनंती केली. तेव्हा प्रथम लहान गावातल्या खेडुतांचे सहकार्य घेतले पाहिजे हे माझे म्हणणे मी मांडले. महाराजा गजसिंहजी सहमत झाले. त्यावेळी जागृतीसाठी आम्ही खेड्यापाड्यांतून पदयात्रा काढल्या. (त्या पदयात्रेत स्वत: महाराणी, राजकन्या शिवरजनीदेवी व राजपुत्र शिवराजसिंह हे सहभागी झाले होते, असे राकेशने मला सांगितले) आणि नंतर तिथे काम सुरू झाले.

मॅगसेसे पुरस्कारासमवेत रॅमन मॅगसेसे यांचा सोन्याचा मुखवटा असलेले साधारण चार इंची सोन्याचे पदक (निळ्या मखमली डबीतले) त्यांना मृत जमीन व नद्यांना संजीवन देण्याबद्दल बहाल केले होते, ते मी पाहिले.

दुसऱ्या दिवशी सकाळी सहा वाजता कडाक्याच्या थंडीत तोडरमल भवनच्या प्रांगणात येऊन थांबला; कारण आमची रूम दुसऱ्या मजल्यावर होती. राकेशला वरती यायला नको म्हणून आम्ही आधीच खाली आलो. रखवालदारांनी शेकोटी पेटवली होती त्या उबेत बसलो. राकेश कार घेऊन आला. आम्ही भिकमपुऱ्याकडे निघालो. दिल्ली येथील कपार्ट या संस्थेचा प्रतिनिधी अंबुजकिशोर हा सहा महिन्यांसाठी या प्रकल्पांचा अभ्यास करण्यासाठी येथे आला होता. तोही आमच्याबरोबर होता. प्रवासात राकेश व अंबुजकिशोर बरोबर बोलणे चालू होते. त्यांच्याकडूनही महत्त्वाची अशी माहिती मिळत होती. जयपूर-अलवर रोडवर ऐंशी किलोमीटरपर्यंत आला आणि हायवेवरून कार आत आली आणि लहान, कच्च्या रस्त्यावरून धावू लागली. वाटेत माल लादलेल्या, प्रवाशांनी भरलेल्या उंटाच्या गाड्या भेटत होत्या. राजस्थानी लोकांना रंगांचे वेडच आहे. गाडीच्या उंटावरही स्वस्तिक, कमळ, वेलबुट्टी अशी चित्रे रंगवली होती. त्यामुळे ते उंट शानदार दिसत होते. रस्त्याच्या दोन्ही बाजूंनी कुठे वाळवंटी माळराने, तर कुठे पिवळसर फुलांनी बहरून शोभिवंत दिसणारी मोहरीची शेते डुलत होती. गव्हाचे पीकही ठिकठिकाणी होते. प्रतापगड वगैरे गावे ओलांडून आम्ही निंबी या गावाजवळ आलो. रस्त्याच्या बाजूला शेत होते, तिथे कार थांबली. ते पाहताच तिथला शेतकरी पुढे आला व त्याने नमस्कार केला.

"दीदी, हे राधू पटेल."

राकेशने ओळख करून दिली. त्याचे शेत रस्त्याच्या वरच्या बाजूला होते. राधूकडे आम्हाला थांबायचे होते. सत्तरीचा राधू पटेल पन्नाशीचा वाटत होता. उंच, सडपातळ, नाकेला, गोरा; पण शेतात राबून उन्हाने तांबूस झालेला रंग! आम्ही त्याच्या शेतात गेलो. मागच्या बाजूला त्याची पंधरा-वीस एकर जमीन होती. त्यात मोहरी, गहू, बटाटा, घेवड्याची लागवड केली होती. आम्ही तिथून वरती आलो. तिथे पुढच्या बाजूला एक पक्की खोली होती. आत दोन कॉट वगैरे सामान दिसले. पुढे दोन खाटा टाकलेल्या. एका खाटेजवळ राधूचा हुक्का होता.

"इथे बसा, चहा, दूध घ्या." राधू म्हणाला.

"हो, तुम्ही इथे शेतातच राहता का?"मी राधूला विचारले.

राधेश्याम नावाचे राधू झालेले. हेच नाव आता कायम झाले होते.

"आम्ही इथेच राहतो; पण खोली मी भाईसाबसाठी बनवलीय. ते जेव्हा इकडे येतात तेव्हा या खोलीतच मी त्यांची व्यवस्था करतो. आम्ही तिकडे राहतो."

समोरच्या बाजूला दोन झोपड्या होत्या, तिकडे हात करून राधू म्हणाला. अंबुज, राकेश व चंद्रमोहन राधूशी बोलू लागले. मीही काही प्रश्न विचारले. त्याला सात मुले व एक मुलगी होती. सर्वांची लग्नं झाली होती. साती मुले शेती व दुभत्याचे काम करत होती; कारण राधूकडे पन्नास म्हशी होत्या. रोज चार-पाचशे

लिटर दूध व्हायचे. ते दूध तो डेअरीला घालतो. या म्हशींचे चारापाणी, देखभाल, धारा काढणे साराच व्याप मोठा होता. एवढी मुले, सुना हे मनुष्यबळ असल्यानेच ही कामे होत होती. हे खरे होते. ही समृद्धी जोहड झाल्यानेच आलेली.

आम्ही बोलत होतो तेवढ्यात राधूची बायको आली. तिचे नाव मांगी. मी तिच्याशी ओळख करून घेतली. माझा इथे येण्याचा उद्देश सांगितला तशी ती हरखली. आठ मुलांची आई, पण उत्कृष्ट तब्येतीची, उंचीपुरी, देखणी होती. मी तिच्याबरोबर घरात, झोपडीत गेले. ते स्वयंपाकघर होते. तिची सून दिघी चुलीवर गव्हाचे रोट करत होती. हो, रोटच म्हणायला हवे; कारण कणीक चपातीचीच होती; परंतु या रोट्या तळहाताएवढ्या जाड होत्या. चुलीवरच्या तव्यात भाजून पुढच्या निखाऱ्यावर खरपूस फुगवून दिघी रोटी करत होती.

गव्हाच्या एवढ्या जाड रोट्या पाहून मला आश्चर्य वाटले. चुलीच्या मागे एक पिंप होते. त्याच्या झाकणावर नुकतेच केलेले बाजरीचे रोट ठेवले होते. त्या झोपडीत टापटीप व स्वच्छता होती. कुठेच पसारा किंवा जास्तीच्या वस्तू नव्हत्या. होत्या त्या अगदी मोजक्या. चुलीसमोरच्या कोपऱ्यात पाण्याचा माठ, कळशी आणि तिथेच बाजूला अरुंद तोंडाची तीन मडकी ठेवली होती. दाराजवळ डावीकडे एक बाज होती. पलीकडे जाते होते. दाराच्या उजवीकडच्या भिंतीजवळच्या लाकडी फळीवर चार-पाच थाळ्या ठेवल्या होत्या. एवढेच ते काय सामान. त्याखाली पिठाचे डबे. बस्स.

माणसाला, विशेषत: स्त्रियांना गरज नसलेल्या वस्तू साठविण्याचा सोस असतो; परंतु इथे मी पाहत होते, की कमीतकमी वस्तूतही कसा संसार केला जातो.

सुनेच्या रोट्या करून झाल्या होत्या. तिने चुलीवर चहाचे आधण चढवले. मी तिथल्या खाटेवर बसले.

"मला चहा नको बरं का!"

मी मांगीला सांगितले.

"मग दूध तरी घ्या." मांगीचा आग्रह.

"खरंच नको." मी म्हटले.

"आमची बाजरीची रोटी खाऊन बघा." मांगी म्हणाला.

मी लागलीच होकार दिला; कारण त्यांचे ते जेवण मला चाखून पाहायचेच होते. शिवाय राधू पटेल हा गुर्जर जमातीचा असल्याने शुद्ध शाकाहारी. तेव्हा हरकत नव्हती.

मांगीने टिपाच्या झाकणावरची ती रोटी एका थाळीत घातली.

"एवढी नको हो, अगदी थोडी द्या."

मी सांगितले. तरीही तिने अर्धी भाकरी मोडलीच. दोन्ही हातांनी ती बारीक चुरली आणि तिथल्या गाडग्यातले वाटीभर लोणी व थोडी साखर त्यात घालून पुन्हा कुस्करले. ते मिश्रण दुसऱ्या ताटात घालून माझ्या हातात ठेवले. त्या रोटीत एवढे लोणी घातल्याचे पाहून मी हैराणच झाले होते. एवढे कसे खायचे, हा प्रश्न मला पडला. बाजरीच्या रोटीत लोणी-साखर हा खाद्यप्रकार मी यापूर्वी खाल्ला नव्हता. म्हणून मी त्यातले थोडे कमी करायला सांगितले; पण,

"खायलाच पाहिजे, हे जास्ती नाही." तिचा मनापासून आग्रह. ज्या ताटलीत हे दिले होते ती नुसत्याच राखेने पुसलेली दिसत होती. (त्यांच्या पद्धतीप्रमाणे) पाण्याने धुतलेली नव्हती; परंतु मी नकार दिला असता तर ते योग्य झाले नसते. मांगीच्या अगत्याचा तो अपमान झाला असता. म्हणून त्याक्षणी स्वच्छतेच्या आपल्या कल्पना बाजूला ठेवून मी रोटी खाऊ लागले.

एवढे वाटीभर लोणी त्या भाकरीत घातले होते; परंतु अजिबात चिकटपणा नव्हता. सारे लोणी त्यात कुठे आणि कसे जिरून गेले ते समजत नव्हते. पोट मात्र भरले. राधू आणि त्याच्या परिवाराच्या तंदुरुस्तीचे रहस्य मला कळले. मी मात्र जन्मात कधी नव्हते ते वाटीभर लोणी खाल्ले.

"दीदी, राबडी खाणार का?" मांगीचा आग्रह.

"खाऊन पाहते हं, थोडीशीच द्या." मी सांगितले.

चुलीसमोरच्या अरुंद तोंडाच्या तीन गाडग्यातले एक तिने उचलले.

"गोड नाही ना?" मी विचारले.

"नाही, पाहा ना खाऊन."

मी होकार दिला. राबडीची चव मला घ्यायचीच होती. महाराष्ट्रातल्या गरिबाघरी ज्वारीच्या कण्या, कोकणात तांदळाची पेज, तशीच राजस्थानातल्या दुष्काळात यांना जगवणारी राबडी.

मांगीने हातात मडके घेतले. चमचा वगैरे काही न वापरता माझ्या ताटलीत तिने गरमागरम वाफाळलेली राबडी ओतली. आणि मी बोटानीच तिची चव घेतली. आहाहा, ही साध्या बाजरीच्या पिठाची राबडी इतकी लज्जतदार व चविष्ट होती, की मी ते शब्दांत सांगू शकत नाही. हा त्यांचा रोजचा सकाळचा नाश्ता होता. माझे तर सकाळचे जेवणच झाले जणू. त्यानंतर मांगी-दिघीबरोबर पाठीमागच्या शेतात गेलो. तेवढ्यात तिच्या दोन सुना आणि नातवंडेही आली. ते शेतातली कामे करत होते. चंद्रमोहनने राधू पटेल आणि त्यांच्यासमवेत आमची छायाचित्रे काढली. त्यावेळी तिच्या सुनांनी आपले मुखडे लाल घुंघटात पूर्णपणे झाकून घेतले होते. इथून पुढे राधू आमच्याबरोबर आला.

निंबी गाव ओलांडल्यावर एक लहानसा जोहड होता. तिथे गेलो. त्या बांधावर उभी राहिले. खाली तो जोहडतलाव होता. लहान असला, तरी गावकऱ्यांची, गाईगुरांची पाण्याची गरज त्यातून भागत होती. सारीकडचे जोहड तलाव फार प्रचंड होते, असे नाही; परंतु जे छोटे-मोठे होते त्यामुळे बारा महिने पाणी मिळत होते. जमिनीची ओल टिकून राहत होती, पीक दुपटीने, तिपटीने येत होते आणि विहिरींचे खोल गेलेले पाणी वाढले होते. हे जोहड तलाव होण्याआधीची परिस्थिती आणि त्यानंतर बदललेली स्थिती याबाबत त्याच्याशी चर्चा केली. माणूस व्यवहारी, पक्का, तरीही भावनाशील वाटला. शिवाय, त्या भागातले राजकारण, सामाजिक स्थिती याबद्दल त्याची काही ठाम मते होती. त्याचे हे गाव दौसा जिल्ह्यात आहे. राजेश पायलट यांचा तो मतदार संघ. त्यांच्यानंतर त्यांच्या पत्नी इथून निवडून गेल्या. त्याबद्दल तो बोलला. राजेंद्रसिंहांबद्दल बोलताना म्हणाला,

"आमचे भाईसाब अलीकडे इकडे आलेच नाहीत. त्यामुळे इथं सारं बिघडलंय."

हे सांगताना त्याचे बेरकी डोळे मिश्किलपणे हसत होते. मी म्हटलं, "भाईसाब सारखे इथे कसे येणार? त्यांना दुसरीकडेही जावं लागतं. आता तुमचं तुम्हीच पाहायला हवं."

पुन्हा परतताना त्याच्या शेताजवळ त्याला सोडले आणि हमीरपूरला आले. एक छोटेसे गाव; परंतु या गावाची भारताच्या इतिहासात नोंद झाली आहे. हमीरपूर, भावता-कोल्याला गावच्या लोकांचा सत्कार झाला. हमीरपूर अरवलीच्या किनाऱ्यावर आहे; कारण इथल्या गावकऱ्यांनी आपल्या श्रमाचे व राजेंद्रसिंहांच्या मार्गदर्शनाने गेली अनेक वर्षे कोरड्या पडलेल्या अरवरी नदीला पुर्नजन्म दिला, म्हणून स्वत: राष्ट्रपती के. आर. नारायण इथे आले व त्यांनी हमीरपूरच्या आणि भावता-कोल्याला गावच्या नागरिकांचा 'डाउन टू अर्थ' हा पुरस्कार देऊन सन्मान केला.

हमीरपूरजवळून अरवरीची एक धारा वाहत होती; पण यंदा पाऊस न झाल्याने खूप थोडे पाणी होते.

तिथून पुढे समरा या गावी गेलो. तिथे एका विशाल अशा जोहडतलावाचे काम पूर्ण होत आले आहे. गावातल्या एका चिंचेच्या झाडाखाली सावलीत कार उभी करून आम्ही तिथल्या शेताशेतातून, रेताड रानातल्या पायवाटेवरून चालत दोन किलोमीटर अंतरावरील त्या बांधावर गेलो. हा भव्य तलाव येत्या पावसाळ्यात पावसाच्या पाण्याने भरला असता आणि त्यामुळे आजूबाजूचा परिसर सुजल, हिरवाईने सुंदर झाला असता. गायीगुरे, शेतकरी यांचे जीवन सुखमय झाले असते.

हा बांध पंधरा फूट रुंद, पाव किलोमीटर लांबीचा आणि भक्कम होता. तिथे काही बायका व पुरुष काम करत होते; परंतु ओढणीने पूर्ण चेहरा झाकूनच त्या स्त्रिया काम करत होत्या. ऊन व वाळू यांपासून संरक्षण व्हावे यासाठीच ही पद्धत

पडली असावी. आम्हाला पाहून त्या जवळ आल्या. माझ्याशी मोकळेपणाने बोलू लागल्या. त्यांची राजस्थानी भाषा ही थोडी हिंदीच्या जवळची असल्याने मला समजत होती आणि मी बोललेले हिंदी त्यांना कळत होते. त्यामुळे भाषेची अडचण वाटली नाही.

त्यातलीच एक उगंती, उगंती म्हणजे उगवती पहाट. मला तिचे नाव खूप आवडले. मजुरी किती मिळते वगैरे माहिती, घरी कोण कोण आहे हे ते विचारले. मला भेटलेल्या या सर्व ग्रामीण स्त्रिया सडसडीत बांध्याच्या, नाकीडोळी नीटस, उंच होत्या व मायाळू वाटल्या. आणखी एक विशेष वाटले ते म्हणजे त्या लाजऱ्या-बुजऱ्या वाटल्या नाहीत. निर्भय आणि आत्मविश्वास असणाऱ्या होत्या. कष्टाळू होत्याच; परंतु आपल्या श्रमाची त्यांना योग्य ती जाणीव दिसली. इकडे सर्व भागात महिलांचे बचत गट, मुलींसाठी शाळा तरुण भारत संघ संस्थेने सुरू केल्या आहेत. त्यामुळे त्यांच्या आर्थिक विकासाबरोबरच मानसिक विकासही झालाय, असे स्पष्टपणे जाणवले.

समरा गावाकडून आम्ही किशोरी गाव ओलांडून भिकमपुराकडे निघालो. हेच ते किशोरी गाव की जिथे सतरा वर्षांपूर्वी गांधीजयंतीच्या दिवशी राजेंद्रसिंह आणि त्यांचे सहकारी एका उदात्त ध्येयाने प्रेरित होऊन आले होते. त्यांच्या कार्याची गंगोत्री इथूनच सुरू झाली होती आणि आज त्याचा महासागर झाला होता. त्या रात्री आणि काही दिवस ते ज्या हनुमानजीच्या मंदिरात मुक्कामाला राहिले होते ते इथले मंदिर मी पाहिले आणि भिकमपुऱ्याला आले. गावापासून काही अंतरावर असलेल्या राजेंद्रसिंह यांच्या तरुण भारत संघ या संस्थेने केंद्र असलेल्या तरुण आश्रमात मी पोहोचले.

दाट झाडी असलेल्या पंधरा एकर परिसरात कारने प्रवेश केला तेव्हा त्या झाडावरच्या विविध पक्ष्यांच्या किलबिलाटाने आणि डौलदारपणाने झाडीत थिरकणाऱ्या मोरांच्या थव्याने आमचे सहजसुंदर स्वागत केले. तरुण आश्रमाच्या प्रशस्त इमारतीशेजारच्या शेडमध्ये आमची कार फाटकापासून वळणावळणाने येऊन थांबली.

तरुण भारत संघ, भिकमपुरा आणि त्याखाली तरुण आश्रम ही अक्षरे इमारतीवर लिहिलेली. त्या भव्य इमारतीसमोर ज्यावर शंभर-सव्वाशे लोक सहज बसू शकतील असा फरसबंदी ओटा होता. मधल्या मातीच्या चौकोनात आवळ्याचे सुंदर घोस लटकलेले झाड होते. आजूबाजूला आणि समोर तर जंगलच होते. ओट्यावरच डहाणूचे नीलेश निमकर, सुषमा पाध्ये व भोपाळची सुप्रीती यांची भेट झाली.

येथल्या बालकामागारांना शिकविणाऱ्या कार्यकर्त्यांना आठ दिवसांचे प्रशिक्षण देण्यासाठी दोन दिवसांपूर्वी ते इथे आले होते.

डावीकडल्या बाजूला व्यवस्थापकीय कार्यालय होते. वरच्या मजल्यावर

कार्यकर्त्यांसाठी राहण्याची व्यवस्था होती. मध्यभागी अंगण होते. जोड इमारतीत स्वयंपाकघर, भोजनगृह व पाहुण्यांसाठी चार प्रशस्त खोल्या होत्या. या सर्व सोयीने युक्त होत्या. या मुख्य इमारतीच्या मागे पटांगणाच्या बाजूला शाळेसारख्या वाटणाऱ्या इमारतीत वनौषधी बनविणारी रसशाळा, एक दवाखाना व काही खोल्या होत्या. पटांगणाच्या कडेला अडुळसा, कोरफड यांसारख्या काही वनौषधींची लागवड केली होती. तिथल्या खोल्यातून निलेश निमकरचे कार्यकर्त्यांना मार्गदर्शन, प्रशिक्षण सुरू होते आणि गच्चीवर महिला कार्यकर्त्यांची बैठक चालली होती. या एकेक महिला चार-पाच खेड्यांतून आरोग्य शिक्षणाचे प्रबोधन करतात. त्यांना प्रेरक म्हणतात. काहीवेळ गच्चीवर चाललेल्या त्या बैठकीतील चर्चा ऐकून तरुण आश्रमाच्या शेजारी असलेल्या गोठ्याकडे गेलो. तिथेच एक दगडी विहीर होती. एखाद्या तलावासारख्या असलेल्या त्या विहिरीला सारीकडून उतार ठेवला होता. पावसाचे सर्व पाणी त्या विहिरीत साठावे यासाठी अशी रचना केली होती. कन्हैयालाल आम्हाला सारा परिसर दाखवत होते. आश्रमाभोवताली वड, पिंपळ, आंबा, कडुलिंब, खैर व इतर अनेक प्रकारचे वृक्ष आहेत. सारं पाहून पुन्हा कार्यालयात आलो. तोपर्यंत जेवणाची तयारी झाली होती. गरमगरम गव्हाच्या रोट्या, डाळ, मटार, कोबीची भाजी आणि आग्रह करून वाढणारी आश्रमीय मंडळी, मन, पोट तृप्त झाले.

आता आम्हाला थानागाजीजवळ असलेला 'लावा का बास' हा जोहड तलाव पाहायचा होता. त्याबद्दल खूप उत्सुकता होती; कारण याच तलावाचा बांध फोडून टाकण्यासाठी राजेंद्रसिंहांना सरकारची नोटीस आली होती. रीतसर परवानगी घेऊनच हा बांध बांधला होता, तरीही केस झाली होती. दूरदर्शन, आजतक वगैरेच्या प्रतिनिधींनी त्यावेळी राजेंद्रसिंहांची मुलाखत घेतली होती. ती मी पाहिलीही होती. त्याचवेळी सरकारला आव्हान देऊन याच 'लावा का बास' जोहडवर ते सात दिवस एकटे राहिले होते. त्यांना पकडण्याची हिंमत तर झालीच नव्हती; पण त्यांच्यावरची केस काढून घेतली होती. जवळजवळ चारशे केसेस झाल्या. एकही सिद्ध झाली नाही. असा हा महत्त्वपूर्ण जोहडतलाव मला पाहायचाच होता. वाहनाचा रस्ता संपल्यावर बाभळीच्या काट्याकुट्याने भरलेल्या पायवाटेने आम्ही तिकडे निघालो. आम्हाला थानागाजीत तरुण भारत संघाचे कोषाध्यक्ष, राडा गावचे जगदीश गुर्जर भेटले. सकाळी इथे जपानचे काही प्रतिनिधी आले होते. त्यांना हा प्रकल्प दाखवून ते परतले होते. आत्ता जगदीश आमच्याबरोबर पुन्हा आले. खेड्यातला हा माणूस अत्यंत नम्र, साधा माणूस; परंतु त्यांची प्रचंड कार्यक्षमता व समर्पण वृत्ती पाहून राजेंद्रसिंहांनी त्यांना संस्थेचे कोषाध्यक्ष केले होते. या प्रकल्पाला आजवर अनेक नामवंतांनी, कार्यकर्त्यांनी भेट दिली होती. त्यात अनेक देशांच्या प्रतिनिधींचा समावेश तर आहेच; परंतु मेधा पाटकर, अण्णा हजारे यांसारख्या महाराष्ट्रातील

सामाजिक नेतृत्वांनीही भेट दिलीय. या वर्षी तर जवळजवळ चाळीस हजार लोकांनी हे प्रकल्प पाहिलेत. पाणी प्रश्न समस्येवर लोकांत जागृती होतेय याचे हे सुचिन्ह आहे.

रेताड जमिनीवरून त्या काट्यांतून चालत मी 'लावा का बास' या जोहड तलावाच्या प्रचंड बांधावर येऊन उभी राहिले. तेव्हा बांधापलीकडे मैल दीड मैल विस्तार असलेला तो विशाल गोड्या पाण्याचा निळसर जलाशय पाहून मी आनंदाने रोमांचित झाले. ज्या भागात प्यायलाही पाणी नव्हते तिथे हा तलाव झाल्याने हजारो एकर जमिनीत नेहमीपेक्षा चौपट व वर्षांतून दोनदा पीक घेता येऊ लागले आहे. शेतकऱ्यांनी इथून पाच-सहा मैलापर्यंत पाइपलाइन घालून आपापल्या शेतात पाणी नेले आहे. सारीकडे बाजरी, मोहरी, गहू आणि भाजीपाला, फळभाज्यांची लागवड झाली होती. तो रम्य हिरवागार परिसर पाहून, डोलणारी शेते पाहून डोळे हरखले. ही हरितक्रांतीच नव्हे, तर संपूर्ण जीवन बदलून टाकणारी संजीवनी होती.

कितीतरी वेळ ते दृश्य पाहत तो निळासावळा जलाशय डोळ्यांत साठवून घेत मी बांधावर उभी होते.

हा असा प्रचंड जोहड बांध राजेंद्रसिंहांनी आपल्या अनुभवी तंत्रज्ञांच्या सहकार्याने व गावकऱ्यांच्या श्रमशक्तीने निर्माण केला होता. राजेंद्रसिंह यांना आधुनिक भारताचा भगीरथ म्हणायला हवे, असे त्यांचे हे असामान्य कार्य आहे; कारण आजपर्यंत पंधरा हजार जोहड तलाव त्यांनी निर्माण करून थेंब थेंब पाण्यासाठी तरसणाऱ्या, दुष्काळाच्या खाईत होरपळणाऱ्या इथल्या राजस्थानी जनतेला पावसाचे पाणी संरक्षित करून जीवनदानच दिलेय. मेलेल्या जमिनीबरोबरच इथली मेलेली मनेही त्यांनी जिवंत केली होती; परंतु यासाठी महासंग्राम करावा लागला होता. बांधावर उभी असताना माझ्या मनात हे विचार येऊ लागले. मी जगदीश गुर्जरना विचारले,

"जुलैमध्ये झालेल्या त्या आंदोलनाच्या वेळी राजेंद्रसिंह या जोहडवर सात दिवस कुठे राहिले होते?"

तेव्हा बांधाच्या कडेची जागा त्यांनी दाखविली. संध्याकाळ झाली होती. आम्ही पुन्हा थानागाजीस येऊन हायवेवर आलो. जयपूरला पोहोचलो तेव्हा रात्रीचे नऊ वाजून गेले होते. आल्यावर राजेंद्रसिंहांना फोन केला. ते नुकतेच मुंबईहून परतले होते. मी जे जे पाहिले, त्याबद्दलचे माझे मत त्यांना सांगितले. 'लावा का बास'चे विशेष कौतुक केले. 'लावा का बास' ही त्यांच्या मर्मबंधातील ठेव होती, असे जाणवले. त्यानंतर अजून काही जोहड पाहिले.

राजेंद्रसिंहांचे जीवन त्यांच्या कार्याशी निगडित आहे. त्यांना खासगी, कौटुंबिक जीवन असले तरीही त्यासाठी फारसा वेळ नाही, ही जाणीव ही चरित-कादंबरी लिहिताना झाली. ही तर एका कर्मयोग्याची, निसर्गभक्ताची, मानवतेच्या पुजाऱ्याची

जीवनगाथा आहे. स्वत:च्या प्रखर ध्येयनिष्ठेमुळे ते वादग्रस्तही झाले. सध्याच्या जगात असा ध्येयवादही काहींच्यासाठी अडचणीचा असतो. त्यांच्या कार्यावर लिहिताना मानवी मनाचे, सुष्ट, दुष्ट प्रवृत्तीचे, व्यक्तींचे अनेक प्रकार मला भेटले.

ही चरित-कादंबरी लिहिताना काहीसे स्थळ-काळाचे स्वातंत्र्य मी घेतलेय. अमक्या साली ते झाले अन् या साली हे झाले, असे उल्लेख टाळले.

या वीस-बावीस वर्षांत राजेंद्रजींनी सरकारी मदतीविना हजारो जोहड तलाव, अनिकट बांध बांधून ती विराण बंजर भूमी सजल, सुफल केलीय. तिथला निसर्ग, जंगल, वन्य प्राणी मजूर, शेतकरी, आदिवासी यांना वाचविण्याचा प्राणपणाने प्रयत्न केलाय. तिथल्या पिचलेल्या माणसांना निर्भय बनवून त्यांच्या जीवनाला अर्थ दिलाय. हे सारं काही माझ्या शब्दांतून मांडण्याचा मी प्रामाणिक प्रयत्न केलाय. तिथल्या पिचलेल्या माणसांना निर्भय बनवून त्यांच्या जीवनाला अर्थ दिलाय. हे सारं काही माझ्या शब्दांतून मांडण्याचा मी प्रामाणिक प्रयत्न केलाय. अवघ्या त्रेचाळीस वर्षांच्या या तरुणाने केलेल्या प्रचंड सुकृतीचे दर्शन मराठी वाचकांना व्हावे, प्रेरणा मिळावी हा माझा उद्देश आहे. या कादंबरीने माझ्यापुढे एक आव्हान उभे केले होते. राजस्थानातील ग्रामीण भागातील वातावरण, तिथल्या खेडूत स्त्री-पुरुषांची जीवनपद्धती, घरे, लोकजीवन, परंपरा यांचा मी अभ्यास केलाय.

मराठी वाचकांना, शेतकऱ्यांना, कार्यकर्त्यांना या माझ्या साहित्यकृतीतून काही प्रेरणा मिळेल ही अपेक्षा, 'जोहड'ची नववी आवृत्ती मेहता पब्लिशिंग हाऊसतर्फे निघतेय याचा मला आनंद आहे. त्यासाठी श्री. सुनील मेहता व श्री. अनिल मेहता यांचे मन:पूर्वक आभार.

— सुरेखा शहा

। एक ।

कसल्याशा आवाजाने कजौडीला जाग आली. तिचं सारं अंग कसकसत होतं. तिने पुन्हा डोळे मिटून घेतले. उठावेसे वाटत नव्हते; परंतु आता उठलं तरच चार कामं वेळेवर उरकली असती. शरीरात त्राण नव्हतं. नुसता हाडाचा सापळाच पाहिला होता जणू, तरीही रोजचे काम करताना, स्वयंपाकपाणी करताना, कोसभर दूर जाऊन पाणी आणताना तिला कुठून बळ येत होते कुणास ठाऊक? कधी कधी तिचं तिलाच याचे आश्चर्य वाटायचे.

मागच्या खेपेस तिचा नवरा, मुन्नीचा बापू जगदीश अमदाबादहून दोन दिवसांसाठी इथे आला; तेव्हा आल्याआल्या तिच्याकडे पाहून म्हणाला,

"अरी मुन्नी की माँ. तू तर अशी झाली आहेस की फुंकर मारली तर उडून जाशील बघ."

असं म्हणून तो स्वत:शीच विषण्णपणे हसला होता. यावर कजौडी काहीच न बोलता चूल पेटवून त्याच्यासाठी बाजरीची रोटी करू लागली. रोटीदेखील घरात कधीतरीच व्हायची. नाहीतर बाजारी सडून, भरडून जरासं ताक घालून त्याचा खिचडाच रोज जेवायला असायचा. सोबत लाल मिरची, थोडासा गूळ घालून काचऱ्याची चटणी दगडाच्या वरवंट्यानी वाटायची की झालं तोंडी लावणं. घराबाहेरच्या काटेरी कुंपणावरती काचऱ्याच्या वेली होत्या. तिथल्याच काढून घ्यायच्या; गरज पडेल तेव्हा हाताशी असायच्या. या दोन-तीन महिन्यांत तर बाजरीच्या पिठाच्या राबडीवरच भागवावे लागायचे. कधीतरी सातूची रोटी करायची. मुलांनी कधी गोड खाण्यासाठी हट्ट केला तर सातू भिजवून सडवायचा. त्यात गूळ घालायचा आणि शिजवून गुलीछडा करून पोरांना खाऊ घालायचा. ताक तर कधीतरी दिसायचे. कसे तरी दिवस निभवायचे. गेली तीन वर्षे दुष्काळच नशिबी होता. त्या आधीही बारा महिने अकालच असायचा. सगळीकडे सुखा, सुखा आणि सुखा.

कजौडीची वस्ती किशोरी आणि गोपालपुरा या दोन गावांच्या मध्येच होती. तिचं शेत वस्तीजवळच होतं. थोडा गहू, मका, बाजरी पिकायची. घरच्यापुरतं व्हायचं. हातातोंडाशी कशीबशी गाठ पडायची. पण अलीकडे तेही नव्हतं.

म्हणूनच जगदीश रोजंदारीसाठी अमदाबादला गेला. यावेळी येताना दोनशे रुपये आणि दोन्ही मुलांसाठी नवे कपडे घेऊन आला होता, पण बायकोसाठी काही आणणे शक्य झाले नव्हते त्याला. दोन दिवस बायको, मुलं आणि म्हाताऱ्या बापाजवळ राहून तो परतला. जाताना पाय निघत नव्हता. आपलं घर, बायकापोरं सोडून जानजवान माणसाला कधी परदेसी व्हावं वाटेल कां?

पण इथे काय राहिले होते? चार बिघे जमीन होती. पण ती तर बंजर होऊन राहिलेली. तिथे या चार-पाच वर्षांत काहीच पिकत नव्हतं. कामधाम नव्हतं. कुठे मजुरीला जावं म्हटलं तर त्याच्या नावानेही रखरखाटच होता.

शेतं नापीक, जनावरं हडकलेली, मोकळ्या उजाड रानात त्यांना शोधूनही चारा मिळत नव्हता. कुठूनतरी पाला ओरबाडून आणायचा न् दारच्या जनावराला जगवायचं. म्हणूनच जगदीश आणि त्याच्या गावच्या कितीतरी तरण्याताठ्या लोकांनी पोटासाठी गाव सोडलं होतं. जगदीश आणि काहीजण अमदाबादला गेले तर काही माणसे दिल्लीला गेली होती.

त्यालाही दोन वर्षे झाली.

जगदीश अमदाबादला एका बांधकामावर काम करायचा. दिवसाला चाळीस रुपये मजुरी मिळायची. पण निम्म्याच्या वर पैसे रोजच्या खर्चातच जायचे. जेवणाखाण्याचे, राहण्याचे हाल व्हायचे. त्याच्यासारखे काही मजूर बांधकामावरच राहायचे. स्लॅब पडला की, स्लॅबखाली राहायला, झोपायला जागा मिळायची. बांधकाम पूर्ण होईपर्यंत तिथे मुक्काम. मग पुन्हा वणवण.

स्वतःच रोटी भाजून कसले तरी शाक करून खायचे, नाहीतर भात खायचा. तिथेच उघड्यावर पथारी टाकायची. शहरात, गर्दीत, माणसांत असूनही एकटेपण असायचे. लहानग्या गोपाळ, मुन्नीची आठवण त्याला छळायची. कजौडीच्या हातची शाक-रोटी आठवायची, पण काय उपयोग?

तीन-चार महिन्यांतून एकदा घरी यायला मिळायचे. सारखे येता यायचे नाही. कारण गावी यायलाच एक दिवस मोडायचा. गाडी खर्च भलताच व्हायचा आणि त्या दिवसांची मजुरी बुडायची, ते वेगळंच.

पोरांसाठी, बायकोसाठी, म्हाताऱ्या बापासाठी जीव ओढायचा म्हणून पोट मारून, पै पै साठवून येताना चार पैसे आणायचा, कपडेलत्ते आणायचा.

कजौडी खाणीच्या कामावर जायची. त्यांच्या गावापासून दोन कोसावर खाण होती. काम धोक्याचं, कष्टाचं आणि मजुरी कमी; तरी ती आणि तिच्या वस्तीतल्या काही बायका तिथे कामाला जायच्या. कारण त्याशिवाय पोट भरायचा काही उपायच नव्हता. त्यामुळेच पोराबाळांच्या तोंडात चार घास जायचे. त्यांचे शेत पिकले असते तर ही वेळ आली नसती.

जगदीश दोन दिवस येऊन गेला की, नंतर काही दिवस फार जड जायचे. घर, मन सुनेसुने वाटायचे. पण पुन्हा तिचं रहाटगाडगं सुरू व्हायचं. विचार करायला न् खंत करायला वेळच नसायचा. तिची मुलं आता जरा मोठी झाली होती. त्यांच्यासाठी गावात शाळा नव्हतीच, म्हणून कजौडी खंत करायची. तिच्या बहिणीच्या गावात शाळा होती. तिची मुले शाळेत जायची. पण आपली मुले आपल्यासारखीच अडाणी राहणार म्हणून कजौडीला खूप वाईट वाटायचे.

कारण शाळा शिकलं की माणसे शहाणी होतात. त्यांना चांगली चाकरी मिळते, हे तिला माहीत झालं होतं. पण असं वाटून तरी काय उपयोग?

अर्धपोटी राहून कां होईना दिवस रेटायचे एवढेच तिच्या नशिबी. मजुरीला जायचं, लाकूडफाटा गोळा करायचा, कधी किशोरीला तर कधी गोपाळपुरात काम मिळतंय का पाहायचं. त्यातून पाणी आणण्यातच किती तरी वेळ जायचा तिचा.

आज मात्र तिला उठावेसे वाटेना. तिला खेटून झोपलेल्या मुन्नीच्या अंगावर तिने आपली फाटकी कंबळ घातली. हवेत कडाक्याची थंडी, पण तिघांना मिळून एकच कंबळ पांघरायला होती. मुलं झोपेत लोळली की उघडी पडायची, तेव्हा सारखे पांघरूण नीट घालावे लागायचे.

उजाडायला अजून तीन घंटे उरले; पण कजौडीची रोजचीच उठायची वेळ होती ही. मात्र आज मनात उत्साह भरेना. चाबकाचा फटका मारून कुणीतरी उठवावं तसं झालं आता. कारण पाणी भरायचं होतं. आता उठली असती तरच चार मटकी पाणी कसंबसं मिळालं असतं. मग कजौडी उठली. रात्री झोपायच्या आधी मिट्टीच्या तेलाची चिमणी फुंकर मारून विझविली होती, ती पुन्हा लावली. त्या अर्धवट, भेसूर दिसणाऱ्या प्रकाशात तिनं घर झाडलं. झोपडीच्या दाराच्या बाजूंनी आणि खिडकीच्या भोवती तिने चुन्याने आणि गेरूने नक्षी काढली होती. दारावर तोरणाचा मांड काढला होता. तेही पुसल्यासारखे अस्पष्ट झालेले. यावेळी नवरा यायच्या आधी घर सारवून मांड रंगवायला पाहिजे, असे ती मनाशी म्हणाली. अंगण झाडून झाल्यावर रात्री राबडी शिजवलेलं मडकं आणि चार थाळ्या होत्या, त्या मातीनं साफ करून नंतर राखेनं पुसून ठेवल्या. रात्री झोपताना अंगावर चार ठिकाणी फाटलेली दोन दंगाची, चार तुकड्यांची चोळी आणि तसाच जीर्ण झालेला घागरा नेसून ती रोज झोपायची. पहाटे पाणी आणायला बाहेर जाताना मात्र धड चोळी, घागरा बदलायची आणि लाल सुती घुंगट घ्यायची. तिच्या वस्तीतल्या साऱ्याजणी असेच करायच्या. पाणी मिळेल तेव्हा कपडे धुऊन टाकायच्या. घरामागे तुटकी बाज होती. तिच्या आडोशाला

अंघोळ करायची. ती सहा सात महिन्यातून एकदा व्हायची. कारण पाणी कुठे होते? अंगावरचे कपडे बदलून दोन मटकी घेऊन ती पाण्याला निघाली. तोवर बाहेरच्या काळोख थोडा नितळ होऊ लागलेला. त्या काळोखाच्या चिंध्या होऊन त्यामागचा सूर्यदेव उगवायला अजून थोडा उशीर होता.

बाहेर आल्यावर तिने शेजारच्या जंबुरीला हाक मारली. दोघी मिळून निघाल्या. वाटेत चार-पाच जणी भेटल्या.

कजौडीला लहानपणीची माहेरची आठवण झाली. पहाटे पहाटे घराच्या मागून मोरांचे कर्कश ओरडणे ऐकू यायचे. पाठीमागे झाडी होती, तिथे मोर असायचे. कधी कधी मागच्या दारी उभी राहून आईबरोबर मोरांना दाणे घालायची. ते जवळ आले की, तिला भीती वाटायची. उंटाची एखादी गाडी जायची, उंटाचे कळप तर नेहमीच ये-जा करायचे. दादाजींच्या मागे लागून ती एकदा उंटावरही बसली होती. इथे तर उंटही नसायचे. एखादा मरतुकडा उंट पुराण्या जोहडजवळ असायचा.

तिचे लग्न झाले तेव्हा इथेही मोर होते; पण अलीकडे मोर कुठे नाहीसे झाले होते कुणास ठाऊक....?

तिच्या माहेरी पाणीदेखील अगदी हाकेच्या अंतरावर, शिवाय गच्चीवर आणि घराशेजारी हौद होता. त्यात साठलेले पावसाचे पाणी तीन-चार महिने पुरायचे.

इथे मात्र सारा सत्यानाश! शापित परिसरच जणू हा. विहिरीत, नदीनाल्यात पाणी नाही, शेतात पीक नाही, शिवारात चारा नाही. कसले हे अरिष्ट? आला दिवस कसाबसा ढकलायचा, हेच चाललेले.

अजून उजाडले नव्हते. पण कजौडीच्या पायाखालची वाट रोजचीच सरावाची होती. सोबतीला जंबुरी आणि बायका होत्याच. कजौडी चालत होती. गाव केव्हाच मागे पडले. तीस-चाळीस उंबऱ्याचे ते गाव! चार पक्की घरं, बाकी साऱ्या झोपड्याच. त्याही केव्हाच मागं पडल्या होत्या. वाटेवरच लक्ष्मी आणि सरसी रस्सीचे धूड फरफटत आणत असताना भेटल्या.

वाटेवरचे खाचखळगे, सारं सवयीचं. शेतामागून शेते मागे पडली. सारी ओसाडीच झालेली. तिचे लग्न झाले तेव्हा पोटापुरती मका, बाजरी पिकायची, जनावरापुरता चारा व्हायचा. पुरत्या वर्षाची बेगमी करण्यासाठी चारा, गोवऱ्या साठवून ठेवायच्या, वरून लिंपायचे, जसे लागेल तेवढेच खालच्या फटीतून दोन-चार काढून घ्यायचे.

धान्यही साठवून भरती राख राबून ठेवून टाकायचे. मग वर्षभराच्या रोटी व खिचड्याची काळजी नसायची. तिच्या शेतात विहीर नव्हती. पण शेजारच्या मांगू पटेलाच्या शेतातली विहीर भरलेली असायची. गावातल्या विहिरीतही पाणी होतं.

तेव्हा ती तिथूनच पाणी आणायची. पण दिवसेंदिवस सारं ओसाडच झालं. शेतजमीन बंजर झाली. तेव्हापासून या गावात कुणीही आपल्या लेकी द्यायचा धजावेनात. परंतु इथे असलेल्यांना तरी दिवस काढणे भागच होते ना!

"कजौडी, जगदीश परत कधी येणार आहे गं?" जंबुरीनं चालता चालता विचारलं. जंबुरी जवानीतच विधवा झाली. पोटी पोर-बाळ काही झालेच नव्हते, पण एकटी हिमतीने राहायची. जंबुरीचा कजौडीला आधार वाटायचा न् शेजारी राहणाऱ्या कजौडीची जंबुरीला सोबत वाटायची. अडलं नडलं तर कजौडीच्या फाटक्या संसाराला ती मदत करायची.

"आता कसलं लवकर येतोय तो मौसी? असं कुठवर चालायचे देवाला माहिती?"

हताशपणे कजौडी म्हणाली.

"आमच्या वेळी असं नव्हतं बघ! कसेल तसं, मेहनत करील तेवढं मिळायचं. दारापुढे गुरं असायची, भरपूर दुधदुभतं व्हायचं, पोराबाळांना दूध प्यायला मिळायचं, तूप विकून पैसे मिळायचे. दर आठा दिवसांनी चांगलं शेरभर तूप व्हायचं. थोडंसं पोरांसाठी ठेवून बाकीचं आठवड्याच्या बाजारात जाऊन विकायचो आम्ही, तेव्हा दिराची पोरं जवळ होती."

जंबुरीने आठवण काढली.

चालता चालता सुखदुःखाच्या गोष्टी बोलल्याने वाट लवकर संपल्यासारखं वाटायचं. मांगूंचा कुवाँ आला. त्या विहीरीत खोलवर वाकून पाहिलं तरी पाणी दिसायचं नाही. या गावातल्याच काय पण आजूबाजूच्या सर्वच गावातल्या विहिरी आटल्या होत्या. कुठेही पाझर नाही, जिवंतपणाचे लक्षण नाही. आंधळ्याच्या डोळ्यांच्या खाचासारख्या त्या विहिरी भयाण, भेसूर दिसू लागलेल्या. कोरड्या ठक्क, ओलावा नसलेल्या. साऱ्या परिसरावर दुष्काळ, आजारपण, भुकेची एक भीषण छाया पसरलेली, मृत्यूची काळी सावलीच जणू! उन्हाचे आगमन रोज व्हायचे ते जणू आणखी रखरखीत करायला, शुष्क करायला. इथले जिणे अधिक जळजळीत करण्यासाठीच जणू रोजचा सूर्य यायचा न् आग झोकून जायचा.

माणसांच्या, बायकापोरांच्या थकल्या डोळ्यांत भुकेची धगधगती आग दिसायची. निराशेची गिधाडं त्यांच्या अवतीभोवती घिरट्या घालत असायची. मनातले आनंदाचे, आशेचे मोर आपली वस्ती उठवून केव्हाच दिसेनासे झालेले.

केवळ जगण्याची एक अनाम शक्ती निस्त्राण शरीरात व मेलेल्या मनात अद्यापि धुगधुगत राहिलेली. म्हणूनच कजौडी, जंबुरी व त्यांच्यासारखी इथली माणसं क्षणाक्षणासाठी जगत होती आणि जगतानाही कणाकणातून प्रत्यही मरण

भोगत होती.

त्या पाच-सहा जणी मांगूच्या विहिरीजवळ आल्या. रोजच्या सवयीने आत खोलवर वाकून पाहिलं. पाताळलोकाचाच जणू भाग. एवढी खोल खोल विहीर होती ती. तळ गाठला होता पाण्यानं आणि तळाच्या कपारीत पाण्याचे क्षीण अस्तित्व दिसत होते. दोनशे हात रस्सी लागायची तिथवर पोहोचायला. त्या रस्सीला वीतभर पोहऱ्यासारखे एक भांडे बांधलेले. रस्सी खालपर्यंत सोडल्यावर कसंबसं घोट घोट पाणी त्यात जायचं. आळीपाळीने ते पाणी घेऊन घराकडे एक खेप झाली. इथलं पाणी आता संपलं. पुन्हा उद्या सकाळपासून पाझरून तेवढं पाणी आलं असतं.

आता जंबुरी, कजौडी ओढ्याकडे निघाल्या. जाताना उजवीकडच्या डोंगराच्या पायथ्याशी बांधलेला जुना जोहड लागला. 'कधी काळी या जोहडमध्ये पाणी भरलेले असायचे. गुरं-ढोरं तिथे पाणी पिऊन तृप्त व्हायची. बाजूच्या शिवारातला हिरवा चारा खाऊन आनंदायची. शेतं-मळे तेव्हा पिकांनी डोलायची,' असं जंबुरीची सासू तिला सांगायची.

तो जोहड डोंगराच्या उताराजवळ बांधला होता. डोंगरावरून येणारं पावसाचं पाणी त्या जोहडमध्ये अडायचं. जोहडच्या लहानशा बांधानं अडलेलं ते पावसाचं पाणी वर्षभर पुरायचं. वातावरणात ओलावा टिकून असायचा. पूर्वीची माणसं त्या जोहडकडे लक्ष द्यायची. त्या पाण्यात चुना व कडुलिंबाच्या पाल्याचा रस टाकायची, त्यामुळे ते पाणी प्यायले तरी रोगराई व्हायची नाही. आणि बारीकसारीक किडे, अळ्या व्हायच्या नाहीत.

पूर्वी वर्षातून एकदा दवंडी पिटून घरातल्या एकेका माणसाला बोलावले जायचे आणि जोहडची भिंत दुरूस्त करणं, आत साठलेली माती काढणं ही कामं सारेजण मिळून करायची. एखाद्या घरचा माणूस त्यावेळी आला नाही, तर त्याला दंड भरावा लागायचा...

पण गेले ते दिवस. तो जोहड जातींनं भरून निकामी होऊन कितीतरी वर्षे उलटली. बांधाची पडझड झाली. त्यानंतर कुणीही लक्ष दिलं नाही. आणि आता पाण्याच्या थेंबाथेंबासाठी वणवण फिरावे लागतेय.

येता जाताना तो जोहड पाहिला की, जंबुरीला सासूच्या त्या बोलण्याची आठवण यायची. आताही तिकडं तिचं लक्ष गेलं. दोन मरतुकडे उंट तिथे चाऱ्यासाठी फिरत होते. उंटाचा न् त्या डोंगराचा रंग सारखाच होता. त्यामुळे एकमेकांत ते मिसळून गेल्याचा भास होत होता. उघडा, बोडका, कुठेही झाडीझुडपं,

हिरवळ नसलेला तो मातकट रंगाचा डोंगर केविलवाणा दिसत होता. जणू त्यांच्या अंगावरचे वैभव कुणीतरी लुटून नेले होते.

ओढ्याचं पात्र आलं. ओढा कधीच आटून गेला होता. दहा पंधरा वर्षांत ओढ्यात पाणी असं ते नव्हतंच. एक-दोन पाऊस होत त्यावेळी आठ-पंधरा दिवसच असायचं. आता या पात्रात नुसता दगडगोट्यांचा खच आणि बाजूला वाळूचा थर दिसत होता.

तरीही पाण्यासाठी बायका इथं यायच्या. कारण वाळू उकरून खड्डा केला तर थोडेसे पाणी झिरपायचे. मग थांबून थांबून ते पाणी वाटीवाटीनं मटक्यात भरायचं. एक मटका भरायला अर्धा-पाऊण तास लागायचा. सात-आठ जणींचे पाणी भरून होईपर्यंत दिवस तापू लागायचा. तिथून आल्यावर चुलीवर राबडी नाहीतर खिचडा शिजवायचा न् कामाला जायचं.

पाण्याच्या दोन खेपा केल्यावर कजौडीने मुलांचे अंग ओल्या कापडाने पुसून घेतले. हीच त्यांची रोजची अंघोळ. प्यायला म्हणून मटकाभर पाणी बाजूला झाकून ठेवलेलं. या गोष्टीची सवयच झालेली.

कजौडीनं सुका हरबऱ्याचा पाला आणि मूठभर मूगदाळ चुलीवरच्या मडक्यातल्या आधणात टाकली. मिरची घालून त्याची शाक करायची होती. जगदीश आला होता तेव्हा त्याला एकदा तरी बाजरीची रोटी लागायचीच. सकाळी करणे या पाण्यामुळे जमत नसे. सारा वेळ पाणी आणण्यातच जायचा. त्यामुळे ती सकाळी बाजरीचे मूठभर पीठ शिजवून पातळ राबडी करायची आणि रात्री मात्र नवऱ्यासाठी व सर्वांसाठी रोटी करायची. खरं तर या खेपेस ती लापशी करणार होती. भरडलेल्या गव्हाच्या कण्या तुपात भाजून, शिजवून, गूळ घालून केलेली लापशी जगदीशला आणि सर्वांनाच आवडायची. त्यांचं पक्वान्नच होतं ते. पण या दोन-तीन वर्षांत लापशी केलीच नव्हती. तूप कुठून आणायचं त्या लापशीसाठी?

जगदीश आला तेव्हा बाजरीचं भरपूर पीठ पिसोड्यावर दळून ठेवलं होतं. त्यामुळे आज रोट्या करणार होती ती. चुलीत काटक्या सारून वरती तवा ठेवून तिने पीठ मळलं. हातावरती थापून रोट्या भाजल्या.

मडक्यात शिजवलेला पाला न् मूगडाळ एकजीव करून त्यात लाल मिरची, मीठ घालून तिनं सासरा छोटेलाल आणि मुलांपुढे रोट्या न् रोट्यावर भाजीचा गोळा ठेवला. त्या रोट्या हातावर घेऊनच ते जेवले. सुक्या जेवणाला थाळीची गरज नव्हती. स्वत: एक रोटी खाऊन कजौडीने छाबड्यात मळके धुवायचे कपडे ठेवले. त्यातच दोन रोट्या वरती शाक घालून चिंधीत बांधून घेऊन ठेवल्या. ती

कामावर निघाली. खाणीजवळ पाणी होतं म्हणून साऱ्या मजुरीवाल्या बायका तिथंच धुणं धुवायच्या. तरी मुकादमाची किरकिर चालायचीच. ही खाण दोन महिन्यांपूर्वीच सुरू झाली होती.

घरी येईपर्यंत रात्र व्हायची. आठवड्याचा पगार झाला की, गोपालपुराच्या बाजारातून तेल, मिरची, मका, बाजरी लागेल तेवढंच आणायचं. एवढं करूनही पोट भरत नव्हतंच. कसंबसं एकवेळचं भागायचं. रात्री नुसती पळीभर राबडी आणि घोटभर पाणी घ्यायचं न् झोपायचं.

कजौडी कामावरून आली. छाबडीतले धुतलेले कपडे खाणीवर धुऊन तिथल्याच दगडावर सुकवले होते, तरी जरासे ओलसर होते, ते दोरीवर पसरले.

पौर्णिमेचे दिवस. चार दिवसांनी पौर्णिमा होती. सर्व आसमंतावर चांदण्यानं पांघरूण घातलेलं, घराभोवतीचं कुंपण, चार बाभळीची झाडं आणि आजूबाजूच्या झोपड्या साऱ्यावर दुधासारखं चांदणं सांडलं होतं. चंद्र आभाळात अधांतरी तरंगत होता. चंद्राभोवती खळं पडलेलं दिसत होतं.

"खळं कशाला रे बाबा, दुष्काळ बास झाला की आता," आपल्या झोपडीसमोरच्या बाजेवर बसलेली जंबुरी चंद्राभोवती पडलेल्या खळ्याकडे रागाने पाहून पुटपुटली. तिने कजौडीला हाक मारली.

"कजौडी, झालं का तुझं काम? ये, घटकाभर बसूत."

अशा निवांत वेळी सुखद:खाच्या चार गोष्टी केल्यावर तिला बरं वाटायचं. एकटं वाटायचं नाही.

"झालंच, पोराना निजवून येते."

काही वेळातच कजौडी आली. जंबुरीच्या शेजारी बसली. त्या दोघींचा आवाज ऐकून जमनादेखील आली. साऱ्यांचे दु:ख एकच, व्यथा आणि कथा तीच.

"मौसी, माझ्या नवऱ्याचा न् आमचा वनवास कधी संपेल गं?" कजौडीनं अचानक विचारलं.

"कजौडी, काय सांगू तुला? अगं आपल्या गावागावातून जी अवकळा, मरणकळा आलीय ना, ती आपण माणसांनीच आणलीय. माझे सासरे होते तेव्हा हा ओढा खळखळ वहायचा. त्यांच्या पणजोबांनी बांधलेल्या त्या जोहडात पावसाचं पाणी साठून बारा महिने ते भरलेलं असायचं. त्यात गाळ साचला. कुणी पाहिलं नाही. सरकारी माणसांची तर तोंडंही इथं दिसत नाहीत. तेही काही करीत नाहीत. तेव्हापासून दुर्दशेला सुरुवात झाली बघ."

जंबुरी शून्यात पाहून सांगत होती.

"पहिले थोडी तरी फसल यायची, उन्हाळ्यातले दोन-तीन महिने तेवढी पाण्याची टंचाई असायची. पण आता ही कायमची टंचाई झालीय. आपलं हे गाव म्हणजे स्मशानासारखं झालंय. तरण्या, नौजवानांनी गाव सोडलंय, गावातली म्हातारी माणसं तर असूनही नसल्यासारखीच की. नुसती मोजायलाच. पोटात काहीतरी घालायचं आणि मिळाला तर हुक्का ओढीत जुन्या आठवणी काढीत बसायचं हेच यांचं काम.... आणि आमच्यासारख्या बायका मात्र अंगात जीव आहे म्हणून जगतात झालं.

कजौडीचे डोळे पाण्याने भरून आले.

"शेतीची काम तर नाहीतच, गावात गुरंढोरं नावालाच उरलीत. आपल्यालाच पोटभर मिळत नाही तर गुरांना काय घालणार? ही खाण आहे म्हणून जगतोय कसेबसे."

जमना म्हणाली,

"जमना, एवढी पायपीट करून चालत जायचं, मर मर काम करायचं, पण मजुरी किती कमी देतात. वाटतं की यापेक्षा जहर खावं आणि कायमचं झोपून जावं." कजौडी वैतागून बोलली.

"असा विचार करायला तुला शरम वाटत नाही का कजौडी? पोराबाळांना कशाला जन्म दिलास मग?"

जंबुरी संतापून म्हणाली.

"ते काय माझ्या हातात आहे का मौसी?"

कजौडी हताशपणे म्हणाली. तिला पुन्हा दिवस गेले होते. पाचवा महिना लागला होता. मध्यंतरी नवरा येऊन गेला तेव्हाचा हा परिणाम.

अचानक मागच्या झोपडीतून आक्रोश ऐकू आला.

"अरे देवा, रामीचं पोरगं बिमार होतं, गेलं वाटतं. रामीचाच आवाज आहे हा." जमुना म्हणाली. तिघीही उठून रामीच्या झोपडीकडे निघाल्या. चार दिवसांपासून रामीच्या तीन वर्षांच्या पोराला ढाळ लागली होती. इथे तर दवाखानाही नव्हता आणि डॉक्टरकडे दुसऱ्या गावाला घेऊन जावं तर पैसे कुठे होते रामीजवळ? माहिती होते ते घरगुती उपाय केले रामीने. देवावर भरवसा ठेवला. दुपारपासून पोरगं सुन्नच पडलं होतं. घरात रामीची म्हातारी सासू तेवढी होती. खाणीवरून आल्यावर रामीनं पोराची स्थिती पाहिली. बेहोशच झालं होतं. ते दिवसभरातून सकाळी एकच बस तालुक्याला जायची आणि रात्री एकच बस इथे किशोरीला यायची. सकाळच्या बसने पोराला घेऊन तालुक्याच्या डॉक्टरला दाखवावं असं तिनं ठरवलेलं. तिच्या हातात चांदीच्या आवळ्या आणि गळ्यात हासली होती, ती विकणार होती ती पोराच्या औषधासाठी. पण आता पोरानं मान टाकली होती.

प्राण सोडला होता. त्याच्या निर्जीव शरीराकडे आणि उघड्या डोळ्यांकडे पाहून रामी हमसून हमसून टाहो फोडत होती.

"अरे लेकरा, तुला कधी पोटभर शाक-रोटी मिळाली नाही की रे. तुला दवापाणी पण केलं नाही मी, मी कसली तुझी आई? म्हणूनच माझ्यावर रूसून गेलाच होय तूऽऽ."

रामी ऊर बडवून रडत होती.

कजौडी घरी परत आली तेव्हा भयाने तिची छाती धपापत होती. कारण आज सकाळपासून तिच्या छोट्यालादेखील ढाळ सुरू झालेले. मधाशी कशीबशी घोटभर राबडी त्यानं खाल्ली होती.

◆

। दोन ।

किशोरी गावच्या वेशीजवळ जुन्या डबड्यासारखी दिसणारी, खिळखिळी झालेली एसटी जेव्हा आचके देत उभी राहिली, तेव्हा त्या बसमधून मोजून नऊ माणसे उतरली त्यातली चार गावातली तर उरलेली बाकीची परगावची होती.

रात्र भराला आली होती. चंद्र ढगानं झाकून गेलेला. गावात सगळीकडे सामसूम झाली होती. कुठेही एखादा दिवा दिसत नव्हता की हालचाल. जणू काही अंधाराचं पांघरूण घेऊन ते गाव झोपी गेलं होतं. पुढे निघालेल्या गावच्या माणसांच्या मागून अंधारात चाचपडत ते परगावचे पाची जण निघाले. सत्येंद्रच्या हातात टॉर्च होता; परंतु त्यातला प्रकाश नावापुरताच होता.

पुढच्यांना त्यांची चाहूल लागली.

"नानगराम, आपल्या मागून येणारी ही तरुण पोरं आपल्या गावची नाहीत. इकडे कधी पाहिलंदेखील नाही यांना. काय ते अतिरेकी का काय म्हणतात ते तर नाहीत ना!"

खुदीरामनं घाबरून जाऊन विचारलं.

"भगवान जाने, पण तसं तर वाटत नाही. मात्र त्यांच्यातला तो एक तगडा दाढीवाला आहे. त्याच्याकडे जरा नजर ठेवायला पाहिजे."

मागच्यांच्या पावलांचे आवाज जवळ येऊ लागले, तेव्हा नानगराम कुजबुजला, "हे बघ, आपल्याजवळ डंडे आहेत. वेळ पडली तर तडाखे देऊ. घाबरू नकोस. अरे हे असतील जानजवान, आपण तर बुढे, पण हा मीणा कोणालाही ऐकणार नाही. मरता मरता शत्रूला मारूनच मरायची रीत आहे आमच्या खानदानाची."

मागचे लोक हे संभाषण ऐकत होते. न राहवून त्यांच्यातल्या दाढीवाला तरुण, राजेंद्र झपाट्याने पुढे आला आणि त्या बोलणाऱ्या चौघांच्या पुढ्यात उभे राहून तो म्हणाला,

"चाचाजी, आम्ही या गावात आजच आलो आहोत. इथे रात्री झोपण्यापुरती जागा मिळेल का?"

"या गावात तुमचे कोणी सगेसोयरे आहेत का?" जराशा संशयाने नानगरामने त्याला विचारले.

"कुणीही सगे नाहीत या गावात! आता तुम्ही आमचे सगे." हात जोडून हसून सत्येंद्र म्हणाला.

"पण इथं तुमचं काम काय आहे, ते तर सांगाल की नाही?"

खुदीरामला आता जरा धीर आलेला.

"भाई, मी राजेंद्रसिंह. सरकारी खात्यात प्रकल्प अधिकारी होतो. हे माझे मित्र हनुमान, केदार सत्येंद्र आणि नरेंद्र. आम्ही इथे का आलोत ते उद्या सकाळी तुम्हाला सांगतो. आमच्यावर विश्वास ठेवा."

"तुम्ही शहर के लडके दिसता, मला कळत नाही की, या आमच्या किशोरी गावामध्ये तुमचं काय काम? बाहेरचं इथे कुणी फिरकत नाही. सरकारी माणसे येत नाहीत. पुढारी, नेताजी तर इलेक्शनच्या वेळीदेखील तोंड दाखवत नाहीत. तुम्ही कां आलात?"

"काय असेल ते असो, पण जर का तुमच्या मनात काही काळंबेरं असलं तर याद राखा, नाहीतर आताच निघून जा. बुढे असलो तरी आमचा डंडा तुमचा समाचार घ्यायला समर्थ आहे."

"चाचाजी, पाहिजे तर आम्ही हनुमानजीची कसम घेतो, आमच्या मनात तसलं काही नाही. आम्ही तुमच्यासारखीच साधी माणसं आहोत." राजेंद्र म्हणाला.

"अस्सं, तुम्ही हनुमानजीची कसम घेतलीय म्हणून भरवसा ठेवतोय तुमच्यावर. आता असं करा. हे पहा हनुमानजीचं मंदिर आलं. इथे रात्रीचा मुक्काम करा. सकाळी पाहू काय करायचं ते." नानगराम म्हणाला. त्यांना हनुमानजीच्या मंदिराच्या दारात सोडून जराशा संशयानेच त्यांच्याकडे पाहत ते गावात शिरले.

हनुमानजीचं मंदिर जुनंपुराणं, दगडी होतं. बाजूच्या भिंतीची पडझड झाली होती. हनुमानजींच्या मूर्तीपुढे संध्याकाळी कुणीतरी एक पणती लावून गेलं होतं. त्या मिणमिणत्या प्रकाशात शेंदूर लावलेल्या हनुमानजींची मूर्ती उठून दिसत होती. त्यांचे चांदीचे डोळे नजरेत भरत होते.

त्या पणतीच्या प्रकाशाचं फिकं वर्तुळ पसरलं होतं. त्या पलीकडे अंधारच अंधार होता. बाहेर ओवरी होती आणि ओवरीला लागून एक खोली होती, जी नावालाच उभी होती. कोणत्याही क्षणी जमीनदोस्त झाली असती.

हनुमानजींपुढं हात जोडून खांद्याला अडकवलेल्या शबनम पिशव्या भिंतीशी टेकवून ठेवून राजेंद्र उघड्या ओवरीच्या पायऱ्यांशी येऊन उभा राहिला. मित्रांना म्हणाला,

"आवो, इथे बसू या."

पाचही मित्र ओवरीच्या पायऱ्यांवर पाय सोडून बसले.

"कुछ खाने को है क्या? आज सकाळी खाल्लं होतं तेवढंच. सडकून भूक लागलीय." सत्येंद्र म्हणाला.

"खरंच, इथे येऊन बसल्यावर भुकेची आठवण झाली." केदारने सांगितले.

"चणे आणि मूंगफली आहे माझ्याजवळ. चलेगा?" हनुमानने विचारलं.

"चालेल. जे आहे ते खावे लागेल, इथे कुठे काय मिळणार? आधीच येताना गावचे लोग आपल्याकडे कसे पाहत होते!" नरेंद्र.

सर्वांनी मूठ मूठ शेंगदाणे, चणे खाल्ले. जवळच्या बाटलीतलं घोट घोट पाणी प्यायले.

समोरच्या रानावर अष्टमीच्या चंद्राचा मंद प्रकाश पसरलेला.

जणू भानामतीने ग्रासलेल्या प्रदेशासारखा तो परिसर त्या क्षणी भासू लागला. काही क्षण स्तब्धतेने बुडून गेले. विचार करण्यात मन गुंतले होते. त्यामुळे सारंच काही मौन झालेलं. या पाचजणांप्रमाणेच बाहेरचे वातावरणही नि:शब्द. ना झाडांची सळसळ ना कसलाही आवाज.

ओवरीच्या दगडी खांबाला टेकून बसलेल्या केदारचे डोळे काळोख्या गूढ अनंत आकाशाच्या गर्भात काहीतरी शोधायला लागलेले. शून्यात नजर हरवलेली. देहातीत अवस्था जणू काही. त्याच्या शेजारी बसलेला सत्येंद्र आपल्या घनगंभीर आवाजात गुणगुणू लागला

चंद दिनकी जिंदगी है
कुछ मीना साथी
ऐसे जीले तू,
याद रखे कोई
खुदके लिये जीना
क्या मीना है भाई
कुछ करके जाये यहाँ से
गुजर जाते जाते
ऐसा कुछ करे
तेरी याद में दुनिया रोये
तू देता जा
जो तेरे पास है,
कुछ करके जा
जो तेरे हाथ है
यही तो जिंदगी है
मरके भी जियो साथी

चंद दिनकी जिंदगी है ऽ।।

सहजपणे ओठातून बाहेर आलेलं हे गीत त्या नीरव मंदिरात बसून ऐकताना सर्वांचे हृदय हेलावले होते. हे मंदिर या क्षणी समुद्रातील एखाद्या बेटासारखे वाटत होते. घरापासून, नातेवाईकांपासून, आधुनिक शहरी जीवनापासून संपर्क तुटलेलं हे बेट.

इथूनच त्यांना इथल्या माणसांशी सेतू बांधायचे होते.

राजेंद्रला कालची रात्र आठवली. काल रात्री या मित्रांनी एक निर्णय घेतला होता. आजपर्यंतच आपलं जीवन एका चाकोरीतून गेलं. पुढचंही तसंच जगायचं का, या प्रश्नाशी येऊन ते थांबले होते. तो प्रश्न त्यांना विचारीत होता की, काय करणार? त्यांच्या आजवरच्या आयुष्याला त्या प्रश्नाची जबरदस्त ठेच लागलेली. त्यांचं अंतर्मन भानावर आलेलं. गोपाळनं हेच ठरवलं होतं. त्याला काही करायचं होतं.

जन्माला यायचं, शिक्षण घ्यायचं, नोकरी करायची, नाहीतर व्यवसाय करायचा, लग्न करून संसार करायचा, म्हातारं व्हायचं आणि एक दिवस या जगातून निघून जायचं. रिकाम्या हातानं यायचं नि रिकाम्या हातानेच जायचं! हे तर ठरलेलंच आहे. पण जन्म आणि मृत्यूपर्यंतच्या या जीवनप्रवासात याशिवाय दुसरं काही करूच शकणार नाही का? अनेक प्रश्नांचे भाले मनाला टोचण्या देत होते. अस्वस्थ करीत होते.

राजेंद्र अतिशय बेचैन झालेला. हा क्षण त्याला अत्यंत निर्णायक वाटत होता. त्याच्या मनातले विचार ओठावर आले.

"सत्येंद्र, सच कहूँ! आपल्या गावात, देशात अवतीभोवती इतकं अज्ञान, दारिद्र्य, अंधश्रद्धा, अन्याय आहे की, ते उघड्या डोळ्याने पाहत असतानाही तिकडे दुर्लक्ष करायचं आणि निर्लज्जपणे आपल्या सुखाचा एक कृत्रिम कोष निर्माण करायचा न् त्यातच जगायचं हे मनाला पटत नाही. असं जगणं म्हणजे स्वतःच स्वतःशी विश्वासघात केल्यासारखे आहे. मला वाटतं या अनिष्ट गोष्टी नाहीशा करण्यासाठी, आपण ठरवलं तर निश्चितपणे काहीतरी करू शकू."

"मलाही तसंच वाटतेय राजेंद्र. आपण काहीतरी करू शकतो."

"त्यासाठी काही बंधनं तोंडली पाहिजेत. घरी, संसाराची, सुखलोलुपतेची. जी आपणच आपल्याभोवती घालून घेतलेली बंधनं आहेत, त्यातून मुक्त व्हायला हवं. कारण आपला मार्ग खडतर असणार आहे. त्या मार्गात आपल्याला साथ देणारी माणसं कमी असतील. हे सर्व स्वीकारायला पाहिजे. आपल्या ध्येयातल्या प्रवासात संकटं असतील, प्रलोभने असतील, कष्ट असतील. आहे तुमची तयारी?"

राजेंद्रने विचारले.

"होय, आम्ही तुझ्याबरोबर येऊ? जे ठरवशील त्यासाठी काम करू." केदार म्हणाला.

खरं म्हणजे, यांना हे जे असं आता आतून, आतून हृदयाच्या गाभ्यातून वाटलं होतं, त्याची मुळं सात-आठ वर्षांपूर्वीची रूजलेली. रोप आता अंकुरलेलं दिसलं तरी त्याचं बीज तेव्हाच पेरलं गेलं होतं. राजेंद्रला या क्षणी ती घटना आठवली. एखाद्या परिवर्तनाला काही निमित्त लागत असतं. एखादा अदृश्य परीस असतो की, ज्याच्या स्पर्शानं लोखंडाला सुवर्णत्व प्राप्त होतं. त्यावेळी ते कारण कदाचित अगदी क्षुल्लकही असू शकतं. परंतु यामुळं जीवनाची दशा व दिशा बदलू शकते. राजा भगीरथ, वाल्मिकी यांच्या जीवनातही महान परिवर्तन होण्यासाठी एकच निमित्त उभं राहिलं!

सिद्धार्थाच्या जीवनातही असाच एक क्षण आला. राजवैभव भोगत असताना युवराज सिद्धार्थ एके दिवशी राजमार्गावरून रथातून निघाला असताना रोगाने पोखरलेला एक माणूस दिसला. अत्यंत वृद्ध, म्हातारपणाच्या ओझ्याने वाकलेला तो वृद्ध दयनीय स्थितीत होता आणि एक प्रेतयात्राही दिसली.

हे दृश्य सिद्धार्थ अनिमिषपणे स्तंभित होऊन पाहत राहिला. आजपर्यंत त्याने मानवी जीवनाचे हे भयाण, भेसूर रूप कधी पाहिलंच नव्हतं.

आपल्या आणि प्रत्येक मानवाच्या जीवनात एक ना एक दिवस ही स्थिती येणारच आहे, अशी जाणीव त्या क्षणाला त्याला झाली. आणि मग त्या दृश्यानं त्याची शांतीच नाहीशी झाली. ते दु:ख त्याचा पाठलाग करू लागले. ती विदारक अवस्था पहिल्यापासून आपल्या महालात. रूपसुंदर पत्नी यशोधरा, पुत्र राहुलच्या सहवासातही त्याला सुख लाभेना. म्हणून शाश्वत सुखाच्या शोधासाठी सिद्धार्थाने त्या सर्वांकडे पाठ फिरवून. सर्व सुखाचा त्याग करून एका मध्यरात्री राजमहाल सोडला. त्याची पावले वनाकडे वळली. तपश्चर्येचा, चिंतनाचा मार्ग सिद्धार्थाने स्वीकारला. सिद्धार्थाचा गौतमबुद्ध होण्यासाठी केलेला तो प्रवास अज्ञानातून ज्ञानाकडे, अंधारातून प्रकाशाकडे आणि हिंसेतून अहिंसेकडे नेणारा होता.

राजेंद्र स्वत:शीच म्हणाला.

"बुद्ध तर असामान्य..... मानवाच्या उत्थानासाठी केलेला त्यांचा प्रयत्न अद्वितीय होता.... मी तर एक सर्वसामान्य माणूस. परंतु आपल्या आयुष्यात अपुऱ्या इच्छांचे लोभस मृगजळ, अतृप्त आशा-आकांक्षेचा नित्य उसळता सागर, मायेची छाया किंवा उपरेपणाचे दु:ख, कर्तृत्वाचे मंदिर वा वैफल्याची दरी, कधी दाहक वैशाख वणवा तर कधी शीतल श्रावणधारा, दारिद्र्याचे चटके किंवा वैभवाची छत्रचामरं, सुखाची पौर्णिमा व वेदनेची अमावस्या हे येतच राहणार.

परंतु या पलीकडे जाऊन मला माझ्या गरीब. अज्ञानी, दुःखी भावाबहिणींसाठी काही करायचंय. बस्स एवढंच मला पुरेसं आहे.”

हे जेव्हा जाणवलं, तो हृदयाला भिडणाला आर्त क्षण त्याच्या हृदयात स्पंदनासारखा अद्यापही जिवंत होता.

महाविद्यालयातले दिवस होते ते. अभ्यासाबरोबर खेळ व इतर ॲक्टिव्हिटीही चालल्या होत्या. पुढच्या आयुष्याबद्दल अद्यापि गांभीर्याने काही विचार करण्याची वेळच आली नव्हती. परंतु सर्वसामान्य आईवडिलांप्रमाणेच राजेंद्रच्याही आईवडिलांची अपेक्षा. मुलाला वाढवलं, शिकवतोय! तो नंतर नोकरी करील, संसाराला लागेल, उतारवयात आपला आधार होईल. बस्स.

मेरठजवळच्या दौलाचे ते जमीनदार. परंतु आता पूर्वीची शान कुठे राहिली होती? चांगली नोकरी करणारा. कमावता मुलगा ही जिवंत इस्टेट त्या जमिनीपेक्षा मोलाची होती. दरवेळी त्याची जाणीव राजेंद्रला ते द्यायचे.

परीक्षेचे दिवस जवळ आलेले. अभ्यासाच्या चक्रात राजेंद्र अडकलेला. आणि त्यादिवशी तो प्रसंला घडला...

त्यांच्या राजस्थान विश्वविद्यालयाच्या परिसराजवळ असलेल्या झोपड्यांना आग लागली. आरडाओरडा, किंकाळ्या ऐकू येऊ लागल्या. राजेंद्रचे प्राध्यापक मिश्रांजींनी सर्व विद्यार्थ्यांना मदतीस बोलावले. आणि सारे तिकडे मदतीस धावले. पण पाहता पाहता आग भडकली. त्या झोपडीतून राहणारे, मोलमजुरी करून जगणारे गोरगरीब, त्यांचे सर्वस्व, त्यांचा मोडकातोडका संसार सारं काही त्यांच्या डोळ्यादेखत बेचिराख झालं.

आग विझवण्याचा प्रयत्न राजेंद्र, त्याचे सहाध्यायी, प्राध्यापक सारे मिळून करू लागले. परंतु गवताने शाकारलेल्या त्या झोपड्या कापरासारख्या जळून खाक झाल्या. आत अडकलेल्या काही लोकांना बाहेर काढण्यात यश आले. तरीही ते भाजले होते.

तिथे राहणाऱ्यांनी काडीकाडीनं, कष्ट करून जमवलेल्या गरजेच्या चार-वस्तूही त्या आगीत स्वाहा झाल्या. चार मडकी, भांडी, डबडी, फाटकी अंथरूणं-पांघरूणं, थोडंसं अन्नधान्य व कपडे एवढंच तर होतं त्यांच्याजवळ. परंतु आगीत त्यांच्या या वस्तू तर गेल्याच होत्या, पण त्यांच्या निवारा, त्यांच्या माथ्यावरचं छप्परच जळून आभाळ कोसळलेलं.

दुःख, वेदना, आक्रोश, भविष्याची चिंता यामुळे ती माणसं सैरभैर झालेली. हताश होऊन नशिबाला दोष देऊ लागली. अश्रूत बुडून जाऊ लागली जणू.

हे सारं पाहताना राजेंद्र व त्यांच्या मित्रांमधील माणुसकी जागी झाली.

उघड्या डोळ्याने ते दृश्य पाहवेना, त्या बेघरांचे दुःख साहवेना.

त्यांच्यासाठी त्यांनी मदतीचा हात पुढे केला. त्यांच्या व्यथा या आपल्याच आहेत, ती माणसंही आपल्यासारखीच आहेत, त्यांना असे निराधार सोडून आपण जाऊ शकणार नाही असं तीव्रतेनं वाटलं. मानवतेच्या बंधनानं राजेंद्र व त्याचे मित्र एकत्र आले. 'तरुण भारत संघ' या नावाखाली त्या आपद्‌ग्रस्तांना आधार देण्याचे, त्यांचे अश्रू पुसण्याचे कार्य सुरू झाले. त्यांना अन्न, वस्त्र, निवारा देण्यासाठी धडपड सुरू झाली. आगीत भाजल्या गेलेल्यांना औषधपाणी देणं सुरू झालं. त्यांची शुश्रूषा करणाऱ्या या मुलांना वाटलं की, आपण काहीतरी करू शकतो. एक प्रकारचं समाधान मिळालं त्यांना.

मग पुन्हा अभ्यास, नेहमीचं जीवन सुरू झालं. तरीही अधूनमधून अशा काही कार्यांमधून समाजसेवा चालू राहिली. जळीत-पीडितांच्या पुनर्वसनासाठी तरुण भारत संघाच्या या विद्यार्थ्यांनी खूपच धडपड केली. आंतरिक समर्पणाचे भाव जागृत होण्यासाठी एस.डी. शर्मा, के.व्ही द्रोण, कमलेश्वरी श्रीवास्तव आणि श्रीमती बी.एल. जैन यांचे मनापासूनचे सक्रिय सहकार्य व मार्गदर्शन मोलाचे ठरले. त्यांच्याच प्रयत्नाने जळितग्रस्तांच्या मदतीसाठी जयपूरमधील दुसऱ्या काही संस्थाही पुढे आल्या.

राजेंद्र व त्याचे मित्र यांनी आपल्या महाविद्यालयीन शिक्षणाच्या काळातच अनेक संस्कार शिबिरे घेतली. त्या कार्याचा अनुभव, त्याची गरज यामुळे समाजातील दुर्बल घटकांसाठी आपण काहीतरी केलं पाहिजे, असं तीव्रतेनं वाटू लागलं.

तसा राजेंद्रसिंह प्रभावित झाला होता, तो महात्मा गांधीजींच्या विचारसरणीनं आणि गांधीजींच्या म्हणण्याप्रमाणे ग्रामीण भाग हा स्वयंपूर्ण, शिक्षित झाला तरच देशाची खरी प्रगती होईल, असे त्याला वाटू लागले होते.

त्यावेळी देशात नवे वारे वाहू लागले होते. लोकनेते जयप्रकाश नारायण यांच्या रूपाने नव्या पिढीला, विचारवंतांना अंधारात एक प्रकाशमार्ग दिसला होता. राजेंद्रही त्याला अपवाद नव्हता. तेव्हा तो शाळकरी मुलगा होता.

ग्रामीण भागातील दारिद्र्य, दुःख, अज्ञान नाहीसे करण्यासाठी आपण प्रयत्न केले पाहिजेत, ही मनोधारणा त्याची बनली. परंतु अद्यापि त्याला मूर्त रूप येऊ शकले नव्हते. बडौतमधून पदवी घेऊन तो आयुर्वेदिक डॉक्टर झाला.

त्याचे वडील याच क्षणाची वाट पाहत होते. ज्यांच्यासाठी राजेंद्रने सरकारी सेवेत प्रकल्प अधिकारी म्हणून नोकरी धरली. वडिलांच्या, आईच्या अपेक्षा त्याच्यावरच होत्या. आपला मुलगा सरकारी ऑफिसर झाला याचा आनंद त्यांना झाला. आणि मग राजेंद्रच्या लग्नाची घाई त्यांना झाली. त्याला लग्न बंधनात

अडकविण्याचे परम कर्तव्य आई-वडिलांनी केले आणि कर्तव्यपूर्तीचा निःश्वास टाकला.

नोकरी, संसार सुरू झाला. प्रकल्प अधिकारी म्हणून राजस्थानाच्या या ग्रामीण भागात काम करताना अनेक समस्या दिसल्या. तेथील गावागावावर निसर्गाची झालेली अवकृपा, निष्क्रिय झालेली माणसं, लहान खेड्यांची, वस्त्यावस्त्यामधून झालेली वाताहत. तिथल्या तरुणांनी रोजीरोटीसाठी शहराकडे घेतलेली धाव, आटलेल्या नद्या, विहिरी, नजर पोहोचेल तिथवर दिसणारी भेसूर बंजर जमीन आणि त्याहीपेक्षा अधिक बंजर झालेली तिथल्या रहिवाशांची मनं! पाण्याच्या थेंबाथेंबासाठी आसुसलेली माती आणि माणसं हे दृश्य राजेंद्रला अस्वस्थ करीत होतं, छळत होते. ते पाहून त्याला भासायचं की, इथल्या माणसांना शाप आहे अवर्षणाचा, दारिद्र्याचा, उदासीनतेचा आणि सध्या निष्क्रियतेचाही. जीवन इथं जसं काही गोठून गेलंय. इथल्या माणसांच्या नसानसातून जिवंत रक्ताऐवजी जणू काळोखच वाहतोय. रोगराई, भूक. अज्ञानाची काळी छाया इथं पसरलीय.

जिवंतपणीच मृत्यूशी त्यांची गळाभेट झालीय. नि ती क्रूर मगरमिठी सुटत नाहीये. गावातल्या वृद्धांचे विझलले डोळे, बायकांच्या थिजलेल्या नजरा. चेहऱ्यावरची काळी सावली. असह्य वर्तमान आणि त्याहूनही भीषण असू शकणारे भविष्य त्या लोकांना भेडसावत होते.

हे पाहताना राजेंद्रांच्या हृदयाला विचारांच्या इंगळ्या डंख मारू लागल्या. आपल्याच भोवतालचा, अस्तित्त्वाचा, आपल्याच माणसांचा हा एखाद्या भयाण बेटासारखा भाग आपल्यात असूनही कैक योजने दूर. त्यांचे नि आपले जग किती वेगळे? आपण सुरक्षित आणि ही माणसं डोळ्यांदेखत मृत्यूच्या वाटेने चाललीत. हे त्यांचे जगणे मृत्युपेक्षाही भयानक होते.

अशी ही दरी का? आपण सेतू होऊन काहीच करायचे नाही का?

ती दलदलीत फसताना, नामशेष होताना समोर दिसतंय. त्यांना हात का नाही द्यायचा? किंकर्तव्यपणे किंवा निर्लज्जपणे असेच अलिप्त राहिले तर आपलीच सद्सद्विवेकबुद्धी आपल्याला क्षमा करील का?

महावीरांची प्राणीमात्रांबद्दलची दयाभावना, बुद्धाच्या डोळ्यांतली करूणा, गांधीजींचे ग्रामीण विकासाचे स्वप्न, जयप्रकाशजींची ध्येयनिष्ठता राजेंद्रच्या मनाचा ताबा घेऊ लागली. सतत पाठलाग करू लागली. त्यामुळे पुढ्यातल्या अन्नाची चव गेली. खाल्लेला घास तोंडात फिरायचा. रात्र न् रात्र झोप यायची नाही. टक्क उघड्या डोळ्यांपुढं माणुसकीचा अंत दिसायचा. ही रस्सीखेच, ही उलघाल आता

संपवायला हवी होती. हे दोन ध्रुवातलं अंतर पार करायला हवं होतं. तो निश्चय एका क्षणी झाला. नेमकं काय करायचं ते ठरलं नव्हतं. परंतु ती नंतरची गोष्ट होती. त्यातून गोपालची पुन्हा भेट झालेली.

त्यादिवशी दौऱ्यावरून आल्यावर राजेंद्र नुसताच इझीचेअवरवर बसून राहिला. डोळे मिटून, सुन्नपणे. आपण ठरवलेलं ध्येय, निश्चय मीनाला सांगायचा होता. कोणत्या शब्दात सांगावे याची मनाशी जुळवाजुळव चाललेली.

मीनाने पाण्याचा पेला हातात आणून देत विचारले,

"बरं नाही का?"

तिच्या त्या हळुवार शब्दाने त्याच्या अस्वस्थतेवर फुंकर मारल्यासारखे वाटले.

"हं" राजेंद्र हुंकारला.

"बाम लावू?"

"अंहं, मीना मला तुझ्याशी काही बोलायचंय!"

"मग बोला की!" मीनाला हसू आलं. समोरच बसलाय हा आपला नवरा आणि बोलायचंय म्हणतोय आश्चर्यच आहे.

"मीना मी बडोतला शिकत होतो तेव्हापासून मनाशी ठरवलं होतं की, आपल्या या खेड्यातल्या भावाबहिणींसाठी काहीतरी करायचं!"

"करा जा, तुमच्या हातात अधिकार आहेत. त्यातून तुम्ही त्यांना मदत करू शकता." मीना सहजपणे म्हणाली.

"नाही मीना, ते इतकं सोपं नाही. आज तीन-चार वर्षे मी ही नोकरी करतोय. यातील योजना, लोकहिताची कामे याचा नुसता आराखडाच वर्षानुवर्षे टेबलावरच्या फाईलमध्ये पडलेला असतो. एखादी योजना मंजूर झाली तरीदेखील ती लोकांपर्यंत लवकर पोहोचत नाही. त्या कामात दिरंगाई तर होतेच, पण त्यासाठी मंजूर झालेले पैसेदेखील या योजनेत पूर्ण खर्च होत नाहीत. काम ढिसाळ होते. टिकाऊ नसते. साऱ्यातच भेसळ होते. लालफितीत अडकल्यामुळे माझ्या हातून काही होऊ शकत नाही. म्हणजे माझ्या मनाप्रमाणे मी काही करू शकत नाही."

"पण हे तर सारीकडंच असतं. एवढी मोठी सरकारी कामं पूर्ण व्हायची म्हणजे त्याला थोडा उशीर लागणारच की."

"असं तर माझं आयुष्यच या वाट पाहण्यात संपून जाईल. माझी शक्ती, माझी इच्छा खुरटून जाईल."

"मग काय करणार? तुम्ही तुमच्या हातून होईल तेवढं करा."

"होणार नाही मीना! मी ठरवलंय की, या नोकरीचा राजीनामा द्यायचा आणि

पूर्ण वेळ या लोकांसाठी द्यायचा.'' राजेंद्रने सांगून टाकले.

मीनाच्या चेहऱ्यावर आश्चर्य, संभ्रम!

''हे तुम्ही काय म्हणताय? नोकरी सोडून कसं व्हायचं? असा विचार करू नका! आपलं घर, संसार कसा चालेल?''

''तू असं समजून घे. आपला संसारही व्यवस्थित होईल. सुखोपभोग मिळणार नाहीत आपल्याला; पण सुख-शांती नक्की मिळेल.''

''मला हे मुळीच मान्य नाही.''

''बापू आणि मांची मी क्षमा मागेन, पण तुझी साथ मला यासाठी हवीय. मीना, आपल्यासारखीच तीही माणसं आहेत. मी पाहतोय ना! स्वातंत्र्य मिळून इतकी वर्ष झाली, पण या विभागातील कित्येक भागात वीज नाही, रस्ते नाहीत, दवाखाने नाहीत, मुलामुलींना शिक्षण घ्यायला शाळा नाहीत. त्यांच्यासाठी काहीतरी करायलाच हवं. मी त्यासाठी प्रयत्न तरी करीन.''

राजेंद्र तळमळीने बोलत होता आणि अवाक् होऊन मीना नुसतीच मूर्तीसारखी स्तब्ध होऊन ऐकत होती. तिच्या चेहऱ्यावरचे भाव झरझर बदलत होते. थोडीशी भानावर येऊन मीना म्हणाली,

''नोकरी सोडायची नाही.''

''नोकरी सोडल्याशिवाय मला काहीच करता यायचे नाही.''

''हा तुमचा निश्चय आहे?''

''होय.''

''तर मग मला माहेरी सोडा. त्यानंतर काय करायचे ते करा. माझ्या नशिबात जे असेल ते होईल.'' ती दुःख, राग व्यक्त करीत म्हणाली.

''मीना तूच मला समजून घेतलं नाहीस तर कसं? मी तुला पुन्हा एकदा सांगतो, मला तुझ्या सोबतीची खूप गरज आहे.''

''अंहं! उद्या सकाळच्या बसेन मी जाईन,'' मीना आत निघून गेली.

राजेंद्रला आपल्या काही मित्रांची आठवण झाली. एका परीने तो बंधमुक्त झालेला. आता मित्रांना भेटायचं होतं. कारण त्याच्यासारख्या समविचारी मित्रांची साथ मिळाली असती तर मनातले स्वप्न साकार व्हायला मदत झाली असती.

सत्येंद्र, नरेंद्र, हनुमान, केदार आणि तो एकत्र जन्मले. विचारविनिमय सुरू झाला. आपलं शिक्षण, निरोगी शरीर, संवेदनशील मन याचा उपयोग ग्रामसुधारणेसाठी करायचा. महात्मा गांधी आणि जयप्रकाश नारायण यांनी दिलेला मानवतेचा मंत्र हृदयात जपून काम करायचं. आपला जन्म त्यासाठीच सार्थकी लावायचा, असं त्यांनी ठरवलं.

समोर निश्चित असे काहीच नव्हते. परंतु तिथं गेल्यावर दिशा मिळेल, असं वाटतं. जो काही निर्णय घ्यायचा तो याच क्षणाला घ्यायचा होता. त्या शापित भूमीकडे जाण्यासाठी मुळातच खूप उशीर झालाय. तिथे केव्हाच पोहोचायला हवं होतं. गोपाल बरोबर असणार होता. परंतु तो या जगातूनच गेला होता.

"चल राजेंद्र, निघूया. आता फार विचार करायचा नाही. आपल्याला कुणी अविचारी म्हणू दे, पर्वा नाही. पण नुसताच विचार करीत बसणाऱ्याकडून या जगात काहीच घडलं नाही. सारे बदल, क्रांती ही अननुभवी अशा तरुणांनीच केलीय." सत्येंद्र म्हणाला.

"तर मग ठरवलं, हाथ मिलाओ."

राजेंद्रने आपला हात पुढे केला. त्यानंतर अलवर जिल्ह्यातील किशोरी गावाकडे जाणाऱ्या बसमध्ये असून मघाशीच ते इथे पोहोचले होते. आजचा हा परिवर्तनाच्या दिशेनं प्रवासाचा दिवस होता, दोन ऑक्टोबर एकोणीसशे पंच्याऐंशी!

ज्या गांधीजींच्या तत्त्वाचा आधार घेऊन ग्रामविकासाचे कार्य करायला ते इकडे आले होते. सारे पाश तोडून, भौतिक सुखाची अभिलाषा सोडून गांधीजींच्या मनातले एक स्वप्न साकार करायला या किशोरी गावात ते आले होते, त्या गांधीजींची आज जयंती होती. बाहेर मिट्ट काळोख होता, पण राजेंद्रच्या न त्याच्या मित्रांच्या मनात पहाट झाली होती.

सकाळ झाली. रात्रभर स्वस्थ झोप लागलीच नव्हती. रात्रीच्या अंधारात न दिसलेला परिसर दिसला. सभोवार होती भकास रिकामी शेतं, तप्त उसासे सोडणारी. हनुमानजीच्या या मंदिरापासून हाकेच्या अंतरावरच गाव वसलं होतं.

राजेंद्रची पावलं तिकडं वळली. पायाखालची रखरखीत वाट तुडवीत सारे तिकडे चालले. पलीकडच्या क्षितिजाशी टेकलेल्या ओक्याबोक्या टेकड्या, गावच्या वेशीजवळची रिकामी विहीर, खोल खोल गुहेसारखी भयाण दिसणारी ती रिती विहीर पाहून अंगावर काटा उभा राहिला. कशी पिकणार शेते? प्यायला पाणी कुठून आणणार? खाणार तरी काय? पाण्याविना सारेच शून्य. त्याला उपाय काय? अनेक प्रश्न मनात उभे राहिले.

पूर्वी इथला ओढा खळखळून वाहत होता, शेते बहरत होती, किनाऱ्यावरच्या गावात जीवन फुलत होतं. माणसं, पशू, जंगल, जमीन सर्वांसाठी उदंड पाणी मिळत होतं. आताचे ओढ्याने रूप म्हणजे नुसता दगडगोट्यांचा खच असलेली कोरडी खाच. हे विदूप आपल्यासारख्या स्वार्थी माणसांनीच केलंय. एकमेकांशी बोलत ते चालले होते.

बायका मटकी भर पाण्यासाठी गावाबाहेर दूरवर निघाल्या होत्या. गावाकडे येणाऱ्या या अनोळखी शहरी पोरांकडे पाहून त्या बिचकल्या. आपला जीर्ण

झालेला घुंगट आणखी पुढे ओढून कजौडी जमनाच्या कानाशी कुजबुजली,
"अरी जमना, ही कोण माणसं? आपल्या गावात कशासाठी आलीत? चोर, लूटेरे तर नाहीत या?"

"कजौडी, मला तर नक्कीच काहीतरी काळंबेरं वाटतंय. अगं, पोरं पळवणारी टोळी तर नाही ना! हे लोक पोरांना पळवून नेतात आणि त्यांना आंधळं, लंगडं करून शहरात भीक मागायला लावतात." जमना घाबरून बोलली.

"अरे दैय्या, आपण पाण्याला निघालोत, हे यांना दिसलंय. तोवर हे लोक गावात जाऊन आपल्या, पोरांना उचलून तर नेणार नाहीत ना?" कजौडीची शंका.

"काय करावं बरं?" जंबुरी विचारात पडली.

"मौसी, मी आज तुझं पाणी आणते. तू इथूनच घरी जा. माझ्या न् जमनाच्या पोरांकडं लक्ष ठेव."

कजौडीची पाचारण धारण बसली. आधीच तिचा छोटा कालपासून आजारी होता. आज तर मुन्नीला पण ढाळ होऊ लागली होते. पाणी आणून झाल्यावर काहीतरी औषधपाण्याची व्यवस्था ती करणार होती. ते संकट कमी होते की काय म्हणून हे नवं संकट या लोकांकडून येणार आहे, याची शंका तिला वाटू लागली. घरात म्हातारा सासरा होता. पण त्याचा काय उपयोग? या तगड्या पोरांनी एक दणका दिला असता तर तो तिथेच खाटेवर बसल्या जागीच आडवा झाला असता.

जंबुरी गावाकडे वळली, शर्ट, पायजमा, पायात चांगल्या वहाणा, खांद्याला पिशव्या असलेल्या त्या पोरांकडे तिने नजर टाकली. आपसात काय बोलत होते, कोणते बेत चाललेत कोणास ठाऊक, असे तिला वाटले.

"मेले कोण आहेत कोणास ठाऊक?" म्हणत ती घराच्या दिशेने झपाझप चालू लागली. तेवढ्यात ती पोरं तिच्यामागून येऊ लागली. आत्ता मात्र जंबुरीच्या मनाचा ठाव सुटला. ही पोरं आपल्यामागून का येताहेत? नक्कीच काहीतरी वेडंवाकडं यांच्या मनात दिसतंय, याबद्दल तिची खात्री झाली.

"नमस्ते चाची."

तिला आडवं येत राजेंद्र म्हणाला.

"काय आहे? मी एकटी नाहीय, आरडाओरडा केला तर गाव गोळा होईल गाव."

उरलीसुरली हिंमत गोळा करीत जंबुरी बोलली.

"चाची, आम्हीही गावात येतोय." राजेंद्र.

"कशाला? तुम्ही कोण? कुठले? इथे का आलात, बाबांनो!"

"चाची आम्ही शहरातून आलोत. तुमचीच मुलं आहोत असे समजा." विनवणीच्या सुरात राजेंद्रने सांगितलं.

"मुलं?" जुंबरी चित्कारलीच. तिला मूलबाळ नव्हतंच आणि ही मुलं आहेत की सैतान कुणास ठाऊक? 'मी मुळीच फसायची नाही,' असं ती स्वत:शीच म्हणाली.

"गावात कोण कोण आहेत? मुखिया कोण आहे?" त्याने विचारले.

आता मात्र जंबुरीला खात्रीच पटली की, या पोरांचा काहीतरी डाव आहे. ती चिडून म्हणाली,

"तुला कशाला रे चौकशा?"

तिच्या या टोमण्यावर काही न बोलता ते गावात शिरले. त्यांची चाल चित्त्यासारखी तडफदार. त्यांच्यापुढे जंबुरीचा काय पाड लागावा? पाहता पाहता ते दिसेनासे झाले.

जंबुरी मात्र अधिकच घाईने चालू लागली. धापा टाकत आपल्या घराच्या दाराशी ती येऊन पोहोचली तो काय? कजौडीच्या झोपडीत ही पोटं शिरलेली दिसली. कजौडीनं पोरांकडं लक्ष ठेवायला सांगितलं होतं न् नेमकं तसंच झालं की. काय होईल ते होवो म्हणून जिवावर उदार झाल्यागत कजौडीच्या उघड्या दारातून ती आत शिरली. तर काय, त्या शहरातील पोरांनी कजौडीच्या दोन्ही पोरांना उचलून घेतलेलं.

"अरे अरे, हे काय करताय तुम्ही? आंऽऽ आमची पोरं पळवून नेता काय?"

आपले दोन्ही हात पसरून त्यांना अडवीत जंबुरी आकांताने ओरडली.

"चाची, आम्ही मुलं पळवणारे नाही. इथं या घरात आहेत ना, छोटेलाल. त्यांच्याजवळ चौकशी करीत होतो, तेवढ्यात ती पोरं दिसली. यांना कॉलरा झालाय. यांना जर ताबडतोब डॉक्टरकडे नेले नाही, तर काही भरवसा नाही." राजेंद्र म्हणाला.

"अरे देवा, परवा रात्रीच मागच्या झोपडीतल्या रामीचं पोरगं मेलं की ढाळ होऊन. पण यांना असं झालंय ते कजौडी बोललीच नाही, पण तुम्ही खरंच!"

"चाची, वेळ घालवू नकोस, घरात लिंबू नसेलच, पण मीठ, साखर असेल ते दे. त्याचं पाणी यांना पाजवतो आणि मग गोपाळपुरात नेतो. तिथे दवाखाना आहे ना! तूही चल आमच्याबरोबर. मी डॉक्टरच आहे."

तेवढ्यात कजौडी डोक्यावर दोन आणि कमरेवर एक मटके घेऊन दारात पुतळीसारखी उभी.

"ही बघा, पोरांची आई आलीय, तिला सांगा आणि काहीही करा."

जंबुरीला सुटल्यासारखं वाटलं.

"बहेनजी, ही तुमचीच मुलं ना? फार बीमार आहेत. यांना लागलीच औषध मिळालं नाही तर..." नरेंद्र म्हणाला.

"आं." कजौडीच्या डोक्यात शिरलंच नाही.

"तुम्ही दोघी आमच्याबरोबर चला."

"बरं." कजौडीचा होकार.

मीठ-साखरेचं पाणी पाजल्यावर सत्येंद्र, केदार मुलांना घेऊन निघाले, त्यांच्याबरोबर कजौडी आणि जंबुरी गेल्या.

राजेंद्र, नरेंद्र आणि हनुमान कजौडीच्या सासऱ्याबरोबर बोलू लागले. छोटेलालही या धक्क्यातून जरा सावरलेला.

"काकाजी, या इथं वस्तीत किती घरं आहेत?"

"पन्नास-पंचावन्न असतील."

"इथल्या काही लोकांना घेऊन संध्याकाळी तुम्ही हनुमानजीच्या मंदिरात याल का?" राजेंद्र विचारतो.

"का रे बाबा?"

"खास काही नाही, पण तुम्हा सर्वांशी जरा बोलायचं होतं."

"कशासाठी?"

"आम्हाला तुमच्याकडून काही शिकायचं होतं."

"आम्ही अडाणी माणसं. आम्ही तुम्हाला काय शिकविणार?" तोंडातला हुक्का बाजूला ठेवीत म्हातारा म्हणाला.

"आम्ही खरंच सांगतोय. तुम्ही सारे नक्की या. आम्ही वाट पाहतो."

एवढे सांगून ते तिघे परत फिरले. तोपर्यंत मंदिराच्या मागच्या बाजूच्या खोपटात राहणारा पुजारी आला होता.

"पंडितजी, आमच्या जेवणाची काही व्यवस्था होईल का?" राजेंद्रने विचारले. कारण इथे राहायचे म्हणजे तात्पुरती का असेना जेवणाची सोय करावी लागलीच असती.

"तसं मुश्किल आहे भैय्या. गावातले तर तुमचे कुणी जान पहचानवाले नाहीत. कसं करणार?"

पुजारी मान हलवून म्हणाला.

"काही दिवस तरी आम्ही इथंच राहणार आहोत. तुम्ही आम्हाला पीठ, तेल, तिखट, मीठ आणून द्या, आम्ही रांधू काहीतरी, हे पैसे घ्या."

पुजाऱ्याच्या हातात पंचवीस रुपये ठेवीत राजेंद्रने सांगितले. ते पैसे पाहून पुजारी म्हणाला,

"ठीक आहे भैय्या, आजचा दिवस पुजारी रोटी-शाक आणून देईन ते खा. उद्या रसोईचं सामान आणून देतो."

पुजारी निघून गेला.

काही वेळाने दोन हवालदार आले त्यांनी यांची चौकशी सुरू केली. त्यांची खात्री पटवून देताना वैताग झाला. अखेरीस एकदाचे ते निघून गेले.

गावातल्या लोकांनी त्या हवालदारांना या पोरांच्याबद्दल सांगितले. त्यामुळे चौकशी करून गेले ते.

"चलो, जे होईल त्याला तोंड द्यावेच लागेल." राजेंद्र म्हणाला.

संध्याछाया त्या परिसरावर आपलं गारूड घालू लागल्या. कुठेही चैतन्याची सळसळ नाही, जीवनसंगीताची धून नाही, जिवंतपणाची खूण नाही. ओढ्याची खळखळ नाही, पाण्याची ओलाव्याची निशाणी नाही, हिरवाईचं पांघरूण नाही की समृद्धीचं अस्तित्व नाही. कसल्या तरी शापानं नांदतं, फुलतं विश्व नाहीसं व्हावं आणि सारं काही तिथल्या तिथंच संपून जावं तसं.

खालून रण आणि वरून रणरण. राजस्थानच हे विक्राळ, भीषण तरीही हीन दीन रूप पाहवत नव्हतं. हे असं का? अशी विनाशकारी स्थिती का व्हावी? असं राजेंद्रला वाटले. विचारतरंग त्यांच्या मनाला काट्यासारखे बोचत राहिले.

"हा परिसर पाहून मला वाटतं की, आपण आपला विचार बदलायला हवा. इथे येण्याआधी वाटत होतं की, इथल्या कित्येक गावात शाळा नाहीत म्हणून आपण त्या दृष्टीने काम करावं. परंतु आता हे पाहून वाटतंय की, त्यापेक्षा महत्त्वाचा आणि इथल्या लोकांच्या जीवनमरणाचा प्रश्न म्हणजे पाण्याचा आहे. म्हणून पाण्यासाठीच आपल्याला काम करावं लागेल. पहिली निकडीची गरज तीच आहे. त्यासाठी काही केलं नाही तर व्यर्थ आहे. आधीच इकडच्या गावातून तरुण वर्ग पोटासाठी बाहेर पडलाय. हा राजस्थानचाच भाग आहे आणि शहरं सोडली तर खेड्यात अशीच स्थिती आहे." राजेंद्रने मन मोकळे केले.

"हा राजस्थान! अनेक स्वर्गीय भासणाऱ्या शिल्पाकृतींनी सजलेला, स्वाभिमानी, पराक्रमी राणा प्रतापसिंहाचा, महाराणी पद्मिनीचा, कृष्णवेड्या संत मीरेचा राजस्थान."

वाळवंटाचा समुद्र, त्यातून जाणारे उंटांचे तांडे, वाळूची होणारी वादळे, आपला नेत्रदीपक मनोहर पिसारा फुलवून नाचणारे मोर. जेसलमेरच्या अद्वितीय अशा पटवांनी बांधलेल्या कलापूर्ण हवेल्या, जोधपूरचा अत्यंत भव्य राजवाडा, उदयपूरच्या पिचोला सरोवरातील चंद्रप्रकाश प्रासाद, गुलाबी रंगाच्या ऐतिहासिक इमारतीने सौंदर्यवान झालेलं जयपूर, रंगीबेरंगी वस्त्राने उठून दिसणारे येथील स्त्री-पुरुष, सीमेवर राज्य असल्याने आक्रमणाला तोंड देणारे शूर राजपूत...

"आज राजस्थानचं हे रूप फारच भयावह आहे, तरीही इथले लोक निसर्गाच्या प्रकोपाविरुद्ध झगडून टिकून राहिलेत. परंतु कुठवर असे चालणार? तेव्हा तू म्हणतोस तोच विचार करायला हवा आणि या साठीच संघर्ष करावा लागेल. आपण त्यासाठीच प्रयत्न करू या."

थोडासा कवी मनाचा केदार म्हणाला.

चालता चालता ओढ्याच्या पात्रापलीकडच्या डोंगराच्या उताराखाली बांधलेल्या एका जुन्या जोहडाजवळ ते आले.

"सत्येंद्र, हा जोहड पाहिलास? कमीतकमी शंभर-दीडशे वर्षांच्याही पूर्वी हा बांधला असेल. यात सगळा गाळ, माती साचलीय. डोंगरावर झाडी नाही. त्यामुळे पाऊस आला की, पाण्याबरोबर येणारे दगडगोटे भरलेत. म्हणूनच हा बऱ्याच वर्षांपूर्वी निकामी झालाय. उपयोगी नाही." जोहड पाहून राजेंद्र म्हणाला.

"खरं म्हणजे त्यावेळी या गावातल्या लोकांनी वेळोवेळी यातला गाळ, दगडं काढून टाकले असते, तर त्यांच्यावर आज अशी अन्नान्नदशा होण्याची पाळी आली नसती." नरेंद्र म्हणाला.

"खरं आहे, इथे राजस्थानात पावसाचं पाणी अडवण्याच्या, साठवण्याच्या ज्या पारंपरिक पद्धती आहेत, त्या खरोखरंच उत्कृष्ट आणि उपयुक्त आहेत. आणि त्या सातआठशे वर्षांपासून प्रचलित आहेत. कारण पावसाचं प्रमाण अत्यंत कमी असल्याने येथील लोकांच्या अनुभवातून ही पद्धत प्रत्यक्षात आली होती. म्हणूनच पाऊस कमी असला तरीही इथलं जीवनचक्र सुरळीत चाललं होतं. परंतु अलीकडच्या कांही वर्षात या लोकांनी आपल्याच उदासीनतेनं इथे स्मशान केलंय. दुसरं काव म्हणावं?" राजेंद्रने प्रकट चिंतन केलं.

"पण राजेंद्र, तुला असं नाही वाटत की, जर प्रयत्न केले तर इथे पुन्हा पूर्वीच रूप येईल, सुबत्ता येईल, पाण्याचं संकट कायमचं नाहीसं होईल?"

"हो, नक्की तसं होईल. मला विश्वास आहे की, आपण हे काम हाती घेतलं आणि गावकऱ्यांना पटवून देऊ शकलो तर का नाही होणार? योग्य दिशा मिळालीय, आपण सुरुवात करू या." राजेंद्र विचारपूर्वक बोलत होता.

"हं, कशी आणि नेमकी कुठून सुरुवात करायची? आणि हे का एकादोघांचं काम आहे?" केदार म्हणाला.

"होईल. हा जोहड पाहिलास ना! याच्यातच हा बदल घडवण्याची शक्ती आहे. पावसाच्या पाण्याचा थेंब न थेंब अडवण्याचं काम हा करतो. पावसाचं सारं पाणी हा अडवतो. ते या जोहडच्या बांधामुळं अडतं, जमिनीत मुरतं. त्यामुळे विहिरींना पाणी राहतं, जमिनीतला ओलावा टिकून राहतो. हा जोहडच जीवनाधार आहे. या छोट्या बांधामुळं तलावासारखंच पाणी साठतं आणि उन्हाळ्यातही हा

पाण्याचा साठा टिकून राहतो. गायीगुरांना प्यायला वर्षभर पाणी मिळतं, शिवाय पिकंही येतात. जर हा जोहड बंद झाला नसता तर इथला ओढा कधीच आटला नसता. आणि ज्याअर्थी जुन्या पिढीतल्या लोकांनी हे काम केलं होतं, त्याची माहिती अजूनही इथल्या लोकांना असणारच आणि आपल्याला हे करायचं.''

त्या भग्न, जुन्या, निरुपयोगी झालेल्या जोहडकडे पाहत राजेंद्र म्हणाला. त्याच्या त्या दृष्टीत भविष्यातील उद्याचं बदललेलं दृश्य स्पष्ट होत होतं.

''राजेंद्र, खरं तर मोठमोठी धरणं बांधण्याइतकंच अशा गावोगावी छोटे बांधबंधारे बांधणे खूप महत्त्वाचे आहे. ते आता पटले.'' सत्येंद्र म्हणाला.

''हंऽऽ''

राजेंद्रची नजर शून्यात होती. पण मनात खळबळ माजली होती.

''चला परतू या'' केदार म्हणाला.

मंदिरात परतल्यावर ओवरीत बसल्यावरही त्याच्यात चर्चा चालूच होती. रात्र झाली होती. पुजाऱ्याने आणलेली शाक-रोटी खाऊन झाली. आता वाट पाहिली जात होती ती गावातल्या लोकांची.

पहिल्यांदा आला कजौडीचा सासरा. नंतर काहीवेळाने आठ-दहा जण जमले.

''काय आहे बाबा? कशाला बोलवलंत आम्हाला? काही मागणार असाल तर इथून जा. शहरातली पोरं तुम्ही! कामधंदा सोडून इथं का आलात?''

आपल्या संशयित नजरेने राजेंद्रकडे पाहत बदरी म्हणाला.

''काकाजी, तुमच्याजवळ काही मागायलाच आलोत आम्ही. तुमचा आशिर्वाद आणि मार्गदर्शन पाहिजे आम्हाला, दुसरं काही नको.''

''....''

''अरे पण काय ते सरळ सांगा की.''

गोपा चिडून म्हणाला.

''मी जेव्हा सरकारी ऑफिसर होतो, तेव्हा या अलवर भागात आलो होतो. तेव्हापासून हा सुखा, ही परिस्थिती पाहतोय. कसे दिवस काढताय तुम्ही इथे?''

राजेंद्रच्या सहानुभूतिपूर्वक शब्दांनी गावकऱ्यांची बंद मनाची कवाडे उघडली, कोंडी फुटली.

''....''

''होय रे बाबा, खरं आहे तुझं. पाहिलास ना आमचा गाव, शिवार, आमची शेतं, आटलेल्या विहिरी. काही नाही बाबा. इथं काही राहिलं नाही नुसती बरबादीच बरबादी. गावात आमच्यासारखी चार म्हातारी माणसं न् बायका पोरं भुतासारखी राहतोय. आमची तरणी पोरं परदेशी झालीत. काय करणार? पोटासाठी गाव सोडून जावं लागलं त्यांना. पण तुम्ही आम्हाला शहाणपणा शिकवायला

आलात काय?'' छोटेलाल म्हणाला.

"काकाजी, मी म्हटलं ना! आम्ही शिकवायला आलो नाही, तुमच्यापासून काही शिकायचंय आम्हाला, त्यासाठीच तर आम्ही नोकरी धंदा सोडून इथे आलोत. या हनुमानजींच्या मंदिरात बसून आम्ही खोटं बोलणार नाही.''

"अरे पोरांनो, तुमच्यासारखे खूप पाहिलेत. आमच्या डोक्यावरचे हे केस नुसतं उन्हात काम करून पिकले नाहीत, समजलं? या दुनियेत वरून एक आणि आतून वेगळंच असणारे फार, मुँहमे राम बगलमे छूरी! स्वत:चा काहीतरी मतलब असल्याशिवाय असं कुणीच येणार नाही. तसला विचार असला तर राम राम.'' बदरी बोलला.

"हो काकाजी, आमचा मतलब आहे. फार मोठा मतलब आहे. इथल्या या भूमीचं, माणसाचं जे काही झालंय ते पाहवेना, म्हणून आम्ही इथे आलोत. हे जमेल तेवढं बदलण्याचा प्रयत्न करावा म्हणून आम्ही आलोत. तुमच्यासारख्या आमच्या काकांना, भावांना, बहिणींना पाण्याच्या थेंबाथेंबासाठी इथं तरसावं लागतंय. पाण्याविना आपलं घर, जमीन, गाव सोडून इथल्या तरुणांना देशोधडीस लागावं लागतं. हे सारं कुठंतरी थांबवावं म्हणून आम्ही आलोत. इथल्या नष्ट होणाऱ्या जल-जमीन-जंगलाच संरक्षण करावं यासाठी तुमच्यापर्यंत पोहोचलोत. तुमच्या मार्गदर्शनाशिवाय, सहकार्याशिवाय ते होणार नाही, म्हणून आज तुम्हाला इथं बोलावलंय. आमची काही चूक असेल तर माफ करा.''

राजेंद्र अंत:करणापासून बोलत होता. त्याचे डोळे भावनावेगाने चमकत होते. त्याच्या बोलण्यातील सच्चेपणा, तळमळ तिथल्या गावकऱ्यांच्या मनाला कुठेतरी भिडली. विझत आलेल्या निखाऱ्यातली ठिणगी चमकून गेल्यासारखं झालं.

"तुम्ही लोक म्हणताय तसं झालंय खरं बाबांनो! दुर्दैवाचा फेराच आहे हा. कित्येक वर्षं झाली असंच चाललंय. तिकडे अखरी, जहाजवाली, रूपारेल, तिलदेह यासारख्या नद्यादेखील आटून जाऊन पंचवीस तीस वर्षे होऊन गेलीत मग आमच्या गावच्या ओढ्याचा काय प्रश्न? या कर्माला काय म्हणावं? या दुनियेत पाप फार वाढलंय म्हणून देवाने आपले डोळे मिटून घेतलेत. त्याशिवाय असं होणार नाही. किती दिवस अशा स्थितीत तग धरणार आम्ही?''

"हंऽऽ जाऊ दे ते. पण तू काय करणार आहेस? इथं जादू थोडीच होणार आहे! काय ते सांग?''

छोटेलालने विचारलं. तो आपली चीड, आपलं दु:ख भडाभडा बोलून दाखवीत होता.

राजेंद्र थोडं पुढे सरसावून बसत म्हणाला.

"चाचाजी, मला आधी हे सांगा की, गावाबाहेरचा पुराना जोहड किती

वर्षांपासून बंद आहे.?''

"मला आठवतंय! माझं लग्न व्हायचा आधी तो जोहड पाण्यानं भरलेला असायचा, ओढा पण बारा महिने वाहत होता.''

सत्तर वर्षांचा बदरी म्हणाला,

"हो मलाही ते माहिती आहे. आमच्या लहानपणी तर मी त्या जोहडच्या पाण्यात खेळलोय.''

ऐंशी वर्षांच्या गोपालानं सांगितलं.

"मग असं का झालं?'' राजेंद्र.

"त्याच्यात गाळ, माती साचत गेली आणि तो निकामी झाला.'' छोटेलाल.

"काकाजी, तुमच्या वाडवडिलांनी ठिकठिकाणी तलाव, जोहड, हौद बांधून पाण्याचा थेंब न थेंब जपून, साठवून ठेवला होता म्हणून तर तेव्हा आबादी आबाद होतं. म्हणूनच शेती पिकत होती, हिरव्या कुरणात दुभती जनावरं चरत होती.''

"परंतु तुम्ही या जोहडमधला साचलेला गाळ काढला नाही म्हणून असं झालं.''

"काय करावं? त्यावेळी बळ होतं, पण गावातल्या दहा जणांची तोंडं दहा दिशांना! कोण हे काम करणार? खर्च कोण करणार? मजुरी कोण करणार? असा वाद व्हायचा. म्हणूनच ते काम तेव्हा झालं नाही. एकट्यादुकट्याचं नव्हतं ते काम!''

"नंतरही कुणी पुढे आलं नाही, आणि आपलं सरकार आमच्यासाठी काही करील असं वाटत होतं, तेही कुणी इथवर येत नाहीत. आता तर काय? सगळं संपलंयच. आम्ही थोड्या दिवसाचे सोबती आहोत, पण आमच्या मुलाबाळांच्या हयातीत तरी त्यांना सुखाचे दिवस दिसतील की नाही, कोण जाणे! स्वत:चं गाव सोडून जायला कुणाला बरं वाटेल का? नामुष्की आहे बाबा नामुष्की! आम्ही दोन वेळेच्या अन्नाला मोहताज झालो आहोत. आमच्या डोळ्यासमोर काही चांगलं होईल, याची आशाच नको.''

बदरी हताशपणे म्हणाला. त्याने आपले डोळे पुसले.

"का नाही होणार? ठरवलं तर अजूनही होईल. आम्ही आहोत, तुम्ही आहात. मिळून करू.'' राजेंद्र म्हणाला.

"आधीच आम्ही म्हातारी माणसं! त्यातून कित्येक दिवस झाले आम्हाला पोटभर अन्न मिळत नाही. आमच्या लेकीसुना कुठंतरी खाणीबिणीत काम करतात म्हणून एकवेळची राबडी, खिचडा काहीतरी मिळतंय. अंगात शक्ती नाही तर काम कसं करणार?''

"काकाजी, असं म्हणू नका. ठरवलं तर सारं होईल. बसल्या बसल्या तुम्ही निदान दगडमातीच्या टोकऱ्या तरी भरून द्याल की नाही?" राजेंद्रनं आव्हान केलं.

"अंऽऽ तेवढं होईल."

"मग उद्यापासून आपण जोहडाच्या कामाला सुरुवात करू. जुना जोहड आहे ना, त्याच्यापासून जवळच हा दुसरा बांधू. सकाळी लवकर या, सारे मिळून करू."

"आता करून काय उपयोग?"

"आताच करायला पाहिजे. या दोन-तीन महिन्यात जोहड पूर्ण झाला तर येत्या पावसाळ्यात याचा नक्की उपयोग होईल. त्यासाठी उद्यापासून काम सुरू व्हायला पाहिजे. आधी भूमीपूजन करू!"

"बदरी काकाजी, आपल्या वाडवडिलांनी जर पूर्वी झाडं लावली नसती तर आपल्याला फळं खायला मिळाली असती का? त्यांनी दीडदोनशे वर्षापूर्वी जोहड बांधताना असा विचार केला असता का की, आपण कशाला बांधायचा? आणि हा जोहड आपण लवकरात लवकर बांधला तर त्याचं चांगलं फळ आपल्याला दोन-तीन वर्षांतच मिळेल." राजेंद्र समजावीत होता. सारे ऐकत होते.

"तर तुम्ही येताय ना आमच्याबरोबर?" राजेंद्रने प्रश्न विचारला.

सर्वजण एकमेकांकडे पाहू लागले. त्यांच्यात चुळबुळ सुरू झाली.

"पण तुम्ही कसलं काम करणार? हातात कुदळ धरता येते का?"

तशातही गोपाल खवचटपणे म्हणून गेला.

"तुम्ही शिकवा ना काकाजी, आम्ही जरूर शिकू." सत्येंद्र म्हणाला.

"बरं, येऊ आम्ही," दोघे-तिघे बोलले. त्यावर सर्वांनी माना डोलावल्या.

ओवरीत अंथरूणावर पडल्या पडल्या रात्रीचं निरभ्र आकाश दिसत होतं चांदण्यानी जखमी झालेलं. त्या काळ्याशार आभाळाला तारकांनी जणू छिद्रे पाडलेली. राजेंद्रची झोप उडाली होती. अंगाखाली नुसतीच सतरंजी, त्यातून खालची ओबडधोबड फरशी खुपत होती. पांघरूणही नव्हतंच. परवा रात्री इकडे यायचा निर्णय झाल्या झाल्या एक जोड कपडे आणि जवळ होते नव्हते तेवढे पैसे घेऊन ते किशोरीला यायला निघाले होते. बाकीचं काही सामान, अंथरूण, पांघरूण घ्यायची आठवणही त्यांना झाली नव्हती. उद्याचा विचार, स्वत:साठी, त्यांच्यापैकी कुणीही त्या क्षणी केला नव्हता. कोणतीही गैरसोय सहन करण्याची शारीरिक, मानसिक ताकद त्यांच्यात होती.

ज्यांना एकवेळचं जेवणही मुश्किलीनं मिळतं, धड अंथरूण, पांघरूण नसतं

अशी कित्येक माणसं आहेत, अगदी या गावातदेखील आहेत, मग आपल्याला का जड जावं? तरुणांमध्ये हे सारं सहन करून त्यावर मात करण्याची क्षमता हवी. अशा विचारांच्या आवर्तनात मन अडकलेलं. उत्तररात्री कधीतरी झोप लागून गेली.

जाग आली तेव्हा उजाडलं होतं. राजेंद्रनं मनगटाकडं पाहिलं. पहाटेचे साडेचार झालेले. या भागात सूर्य फार लवकर उगवतो आणि उशिरा मावळता हे त्याला ठाऊक होतं. सारे उठले.

पुजाऱ्याचं घर मंदिराच्या मागेच होते तो मंदिर झाडायला आला तेव्हा सत्येंद्रने विचारलं.

"पंडितजी आम्हाला तीन-चार कुदळी आणि टोकऱ्या मिळतील का?"

"कशाला हव्यात तुम्हाला?"

"आज जोहडच्या कामाची सुरुवात करायचीय त्यासाठी लागतील. रात्री गाववाले आले होते, तेही आमच्याबरोबर येणार आहेत."

"हा, मग ठीकाय. माझ्याजवळ दोन टोकऱ्या आणि एक कुदळ आहे. पलीकडे लछमन राहतो, त्याच्याकडेही मिळतील. नाहीतरी धूळ खातच पडल्यात. मी आणून देतो. तुम्हाला आमच्या गावासाठी काहीतरी करावं तरी वाटतंय." पुजारी मनापासून म्हणाला.

ऊन चढू लागलं. सूर्य पतंगासारखा आकाशात सरसर चढू लागला. राजेंद्र आणि मित्र जोहडकडे निघाले. जाताना पुजाऱ्याकडून पूजेचं सामान घेतलं होतं.

तिकडे जाताना त्यांनी एक-दोनदा मागे वळून पाहिले. गावातून इकडे निघालेले कुणी दिसत नव्हते.

"या जोहडच्या पलीकडच्या बाजूला आपण नवा जोहड बांधू. तिकडेही असाच उतार आहे. याच लेव्हलला तिथे बांधावा लागेल. हा जोहड काही कामाचा राहिला नाही. मोठमोठी भगदाडं पडलीयेत."

पाहणी करत ते पलीकडच्या बाजूला गेले. तिथली जागा निश्चित केली. भूमीपूजन केले.

"जय हनुजानजीकी."

सर्वांच्या मुखातून जयजयकार निघाला आणि दुसऱ्याच क्षणी त्यांच्या हातातल्या कुदळी जमिनीत घुसल्या.

खणण्याचे काम सुरू झाले. दुपारपर्यंत काम सुरू होते. मन थोडं निराश झालं, कारण काल रात्री येऊ म्हणणारे गावकरी आले नव्हते. चार वाजले तसे काम थांबवून परतले. हातपाय धुऊन पुजाऱ्याने आणलेला खिचडा खाल्ला.

रात्रीही कुणी इकडे फिरकले नाही. पण त्याची फिकीर नव्हती. कुणी येवो ना

येवो, आपण काम करीत राहायचं, असं ठरवलेलं.

त्यांचं काम सुरूच राहिलं. हाताला फोड आले. त्या रणरणत्या उन्हात खणताना, घामाच्या धारेनं भूमातेचा अभिषेक होत होता. श्रमाने तिची पूजा बांधली जात होती. ध्येयासक्तीनं कष्ट जाणवत नव्हते.

पुरुषार्थाच्या किमयेनं उन्हाचं चांदणं होत होतं. कुदळीचा एकेक घाव धरतीवर एक नवा इतिहास कोरीत होता. मदतीला कोणी आले नाही. ज्यांच्यासाठी हे करायचं होतं तेच आले नव्हते. पण त्याची खंत नव्हती. हाताला घट्टे पडले. शरीर मातीने रोज माखायचे.. किती घटिका, किती दिवस गेले त्याची मोजदाद करायची नव्हती.

कालप्रवाहातला एक लहानसा बिंदू आणि हे काम करणारे या विश्वसिंधूचा एक नगण्य बिंदू. परंतु या थेंबाचाही उपयोग होऊ शकतो सार्थकी लागू शकतो आणि अमर होऊ शकतो हे सत्य. राजेंद्र एकटाच खणत राहिला. तहानभूकेची तमा न करता. पाहता पाहता वर्ष उलटून गेले.

हळूहळू भुईतून बांध वरती डोकावू लागला. आकाराला आला. या कामाला लागणारा चुना आणण्यासाठी स्वत: जवळचे पैसे खर्च केले. दगड आजूबाजूला होते तेच वापरले. खालची माती खणून वरत घालताना गाणं घुमायचं. हृदयातून निघून ओठांच्या बाहेर येऊन वातावरणात गुंजन करायचं. आपल्या मदतीला कुणी यावं याची प्रतीक्षा पहिल्यांदाच होती. आता ती संपली होती. छातीत प्रचंड ऊर्मी, डोळ्यांत स्वप्ने, बाहूत शक्ती आणि हृदयात मानवता हे सारं घेऊन ध्येय गाठायचं होतं एकट्यानं. कारण चारही साथीदार दोन- तीन दिवसांतच निघून गेले होते.

कुदळीने खणण्यात आपल्या शिक्षणाचा काय उपयोग? असे त्यांना वाटले. त्याचे दु:ख राजेंद्रच्या अंतरंगात दाटले होते.

"मौसीऽऽ"

जंबुरीच्या दारातून डोकावत कजौडीनं हाक मारली.

"तू काओ बोले कजौडी." घरातून बाहेर येत जंबुरीने विचारले.

"काही नाही, उगाच आले होते मी." कजौडी.

दाराबाहेरच्या बाजेवर बसून दोघी बोलू लागल्या.

"तुझी पोरं आता चांगली टुणटुणीत झाली बघ."

"हो, ही काय अंगणात खेळताहेत."

"काय बाका प्रसंग आला होता बाई तुझ्यावर. त्या शहरवाल्या पोरांनीच वाचवलं बरं त्यांना! नाहीतर रामीसारखीच तुझी गत झाली असती."

जंबुरी म्हणाली.

"खरं आहे, पण त्यादिवशी आपण त्यांना काय समजलो होतो. केवढा अपमान केला त्यांचा. कुठं पाप फेडू मी हे? तिथे गोपालपुराला गेल्यावर दवापाण्याचा खर्चही त्यांनीच केला बघ. झालंच तर येतानाही त्यांनीच पोरांना कडेवर घेतलं होतं."

"खरंच गं बाई, त्यांच्या रूपाने देवच भेटला म्हणायचा."

"या बिमारीपासून दूर राहायचं ते त्यांनी मला सांगितले आहे आणि इथल्या बायकांनाही समजावून सांगा म्हणाले. त्याप्रमाणे मी सर्वजणींना सांगतेय."

कजौडी म्हणाली,

"बरं केलंस बाई. आपण अडाणी, पण तेवढं तरी शहापण आलं म्हणायचं."

"पण मौसी, ते कसे आहेत आणि आपण कसे? पाहा ना! काल मी जोहडकडे गेले होते. जळण आणायचं होतं म्हणून पलीकडे जायचं होतं. तिथे नवीन जोहड बांधताहेत ते एकटेच. त्यादिवशी ससुरजी आणि बाकीची पुरुष माणसं हनुमानजीच्या मंदिरात गेली होती."

"होय, माहिती आहे ते."

"तिथं ठरलं की आपल्या गावच्या कल्याणासाठी नवा जोहड बांधायचा, सगळे मिळून करू म्हणाले. पण दुसऱ्या दिवशी कुणीही गेलं नाही. खणताहेत, जोहड बांधताहेत. कुणासाठी? तर आपल्यासाठी, काय न्याय आहे बघ. एक वर्ष होऊन गेलं, राजेंद्रभैय्या एकटेच जोहड खणतात."

"आम्ही त्यांना भलं-बुरं म्हटलं, नाही नाही ते आळ घेतले. उलट त्यांनी काय केलं तर आमच्या पोरांना वाचवलं. आमच्यासाठी ते जोहड बांधताहेत तर आम्ही त्यांना दगा दिला."

"मौसी, मी ठरवलंय, आजपासून मी नव्या जोहडच्या कामावर जाणार.. कुणी काही म्हणो, मी ऐकणार नाही, अरीऽऽ, काही लाज शरम तर वाटायला पाहिजे ना आम्हाला! ती शिकली सवरलेली शहरातली मुलं, आपली माणसं, घरदार सोडून, नोकरीधंदा टाकून इथं आपल्यासाठी आलीत. दोनवेळच्यी रोटी करून घालायलाही कुणी नाही इथं, तसंच काही सवय नसताना उन्हाउन्हात राबताहेत आणि आम्ही बेशरम होऊन राहिलोत. मी जाणार त्या कामाला. कुणी न का येईना."

कजौडीचे डोळे लकाकत होते, ओठ संतापाने थरथरत होते.

"कजौडी, तू फिकीर करू नकोस. मी अशी बुढी दिसत असले तरी कामाला हटत नाही. मी देखील तुझ्याबरोबर येणार. आपण जर असं नुसतं पाहत बसलो तर देव क्षमा करील का आपल्याला? चल."

फडक्यात दोन रोटी बांधून घेऊन दोघीही निघाल्या.

"भैय्या, इकडे आणा त्या टोकऱ्या. आम्ही दगड आणतो." कजौडीने आपले हात पुढे केले.

"अरे, पाहतोस काय असं खुळ्यासारखं, दे इकडे. मी किती काम करू शकते ते तुला आज दाखवते." खोट्या खोट्या रागाने जंबुरी म्हणाली.

तो क्षण परिवर्तनाचा ठरला. दोन हातांना चार हात मिळाले. तेव्हापासून त्यात रोज नव्या हातांची भर पडू लागली. लाज वाटून गावचे लोक जोहडच्या कामावर येऊ लागले. म्हणाले,

"भैय्या, माफ करा. आम्हाला जमेल ते काम आम्ही करू." श्रमाची आराधना सुरू झाली.

"दादी, या कामाची मजुरी म्हणून आम्ही तुम्हाला काही पैसे देऊ."

"नको भैय्या." कजौडीनं नकार दिला.

"काही ना काही आधार पाहिजेच ना. त्याशिवाय खाणार काय? दुसऱ्या कामाला जाता येत नाही तुम्हाला. तुम्ही मजुरी घ्या." राजेंद्रने आग्रह केला.

"पोरा, माझ्याजवळ चारपाच महिने पुरेल एवढा दाणा, बाजरी आहे. मी मेली एकटी, मला जास्ती काय करायचंय? मी दोन महिने मजुरी न घेता हे काम करणार."

जंबुरीनं निक्षून सांगितलं. तिचा शब्द ओलांडण्याची हिंमत कोणाजवळही नव्हती. कामाला बायका आल्या. पूर्ण चेहऱ्यावर घुंगट घेऊन त्या काम करायच्या. हे काम करायला गोपालपुरातले लोकही येऊ लागले. जोहड पाहायला गावोगावचे लोक येऊन जाऊ लागले. सिलीबावडीचे लोकही आले. गावाबाहेर मजुरीला गेलेले काही लोकही परतले. दुप्पट जोमाने काम सुरू झाले. पाहता पाहता मेवालेवाला बांध पुरा झाला. या गावातल्यांचे नातेवाईक येऊ लागले.

"आमच्या गावातही जोहड बांधायचाच, भैय्या येतोस का जरा?" भीत भीत विचारले जाऊ लागले.

"तुम्हीच बांधणार आहात तो जोहड. आम्ही तुमच्या मदतीला येऊ. पण बाबा, ज्या गावात दारू बनवली जाते आणि दारू प्यायली जाते त्या गावात जोहड बांधायचा नाही, असा आमचा नियम आहे. कबूल असेल तर लागलीच काम सुरू करू."

"कबूल आहे भैय्या. एक महिन्याने तुम्ही आमच्या गावात या, तोपर्यंत गावात दारू आणि दारूडा दिसणार नाही असं वचन देतो."

गावात दारूबंदी करायची सौगंध घेऊन त्या गावचे लोक परतले.

रात्र झाली होती. कजौडी, मुलं झोपून गेली होती.

दारावर थाप,

"दार उघड"

नवऱ्याचा आवाज कजौडीने ओळखला. तिला जाग आली. दार उघडलं. आश्चर्यानं आणि काहीशा आनंदानं तिनं जगदीशला विचारलं,

"मध्येच कसं काय आलात?"

"पाणी आण जरा."

बाजेवर बसत तो म्हणाला. कजौडीनं लोटीत घोटभर पाणी आणलं. लोटी तोंडाला न लावता वरूनच त्यानं पाणी प्यायलं. त्याला काय इथं साऱ्यांनाच तशी सवय होती. बायका शेतावर, कुठेही काम करताना एक लोटीत दहा दहा जणी प्यायच्या.

"मी आणि गावातले चार-पाच जणं आलोत. इथल्या जोहडचं काम सुरू झाल्याचं समजलं. त्यासाठी आलोत. उद्यापासून आम्ही कामावर येऊ, हा जोहड पूर्ण झाल्याखेरीज परत जाणार नाही."

जगदीशने सांगितले.

"सही बात आहे." कजौडीचा आनंद मनात मावेना.

"गावचं काम आहे, करायलाच पाहिजे. पक्कं ठरवलं. त्यासाठीच आलोय मी."

नवा जोहड पूर्ण झाला. उन्हाळा संपला. आषाढ आला. दोन दिवसांपासून आभाळ काळ्यासावळ्या ढगानं ओथंबलेलं. हुलकावण्या दाखवीत होतं. पाऊसकाळ आला होता, पण नुसतीच आशा दाखवीत होता. सूर्य ढगाच्या घुंगटाच्या आड लपला होता.

ऊन नसतानाही जिवाची तगमग सुरू झाली. तिसऱ्या दिवशी संध्याकाळी टपोरे थेंब बरसू लागले. मातीचा हवाहवासा, जीवनदायी गंध हवेत दरवळू लागला. तो गंध श्वासात, हृदयात भरून येऊन सुखवू लागला. पावसाच्या सरी आल्या, जणू देवाघरची करूणा.

पाहता पाहता चंदेरी थेंबांच्या झालरी आसमंताला ओढू लागला. पावसाचा गारवा अंगाला झोंबू लागला.

कजौडी झोपडीच्या बाहेर आली. त्या पहिल्या पावसाला नजरेत साठवून घेऊन ती अंगणात काही क्षण तशीच उभी राहिली, अंगावरती पाऊस झेलीत. आणि तिने आपली पोरं, जंबुरी, वस्तीतल्या बायकांना हाळी घातली.

"बरसा आयी चालो आपा इनमें न्हावा."

"अरीऽऽ आवो आवोऽऽ"

पावसात न्हाताना आनंदाचा उत्सवच चाललेला. तेवढ्यात घरातले हंडे, मटके पन्हाळी खाली ठेवून पावसाचं पाणी भरायचं काम चाललेलं.

नवा जोहड डोंगरावरून येणाऱ्या पावसाच्या पाण्याने आणि धारांनी हळूहळू भरू लागलेला.

आणि इकडे कजौडी न् पोरं-पोरी, बाया गाऊ लागले,

रिमझिम रिमझिम बादली बरसेला
बरसेला म्हारा देसमें,
सुखी खेती हरियावेला
धारासो घर भर जावेला म्हारा देसमें
कारी कारी बादली बरसेला म्हारा देसमें ॥

◆

। तीन ।

गोपालपुरा गावात सामसूम झालं होतं. परंतु मांगू पटेलच्या तीनशे वर्षांपूर्वीच्या हवेलीसमोर राजेंद्र, मांगू, बदरी, जगदीश यांच्या गप्पांना रंग चढलेला. आपल्या बापजाद्यांनी बांधून ठेवलेल्या त्या प्रचंड तीन चौकी इमारतीत मांगू पटेल व त्याचे कितीतरी भाऊबंद वेगवेगळी बिऱ्हाडं करून राहत होते. त्यातही म्हातारी माणसे आणि बायका, मुलंच उरली होती. अठरा ते चाळीस वर्षापर्यंतचा एकही पुरुष गांवात दिसत नव्हता. गावचा मुख्य पटेल असलेल्या मांगूची मुलं आणि नातू अमदाबादला मजुरी करायला गेले होते. तसंच गावात सर्वांत गरीब असलेल्या नाथीचा मुलगाही मजुरीसाठी गाव सोडून गेला होता. सर्वांचा प्रश्न एकच. त्यामुळं सामाजिक, आर्थिक, पातळीवर हे सारे एकत्र आलेले. राजेंद्रला जाणवलं की, या गोपालपुरात समता आलीय. कोणताही भेदभाव, स्पृश्य-अस्पृश्य हा भेद राहिला नाही. त्याचं कारण हा दुष्काळ. या संकटामुळं लहान थोर, जमीनदार मजूर एकत्र आलेत.

गरीब नाथी मांगू पटेलकडे येऊन आपल्या अडचणी सांगते, सुखदुःखाच्या गोष्टी करते, हे पाहून राजेंद्रला आश्चर्य वाटले. आणि आपलं मन किती पूर्वग्रहांनी दूषित होतं याचं भान आलं. जसजशी गावातल्या या लोकांशी त्याची मोकळेपणाने बातचीत होऊ लागली, तसतसे वाटू लागले की, या अडाणी वाटणाऱ्या लोकांकडून आपल्याला बरंच काही शिकायचंय. सततच्या भयानक संकटाला, भूक, आजार, बेकारी आणि बरबादीला तोंड देणाऱ्या या गावकऱ्यांच्या सहकार्याने निश्चितच चांगले परिवर्तन करू शकू.

किशोरीला आल्यावर काही दिवसांनी सुरतगढच्या सुमेरसिंहाची भेट झाली. त्यांनी राजेंद्रची राहण्याची सोय भिकमपुरा गावात केली होती. राजेंद्रच्या 'तरुण भारत संघाचे' ते मुख्य केंद्रच झाले. तरुण आश्रमच स्थापन झाला तिथे. मग लहान मुलांसाठी शाळा आणि आरोग्यकेंद्रही सुरू केले.

परंतु मांगू बदरी, नानगराम, जगदीश, भगवाना, काळू, रामदयाळ या गोपालपुरातल्या लोकांशी इतकं जवळचं जिव्हाळ्याचं नातं निर्माण झालं होतं

की, त्यांची मनेही एकमेकात मिसळून गेली होती.

म्हणूनच राजेंद्रचे पहिले मित्र या इथल्या परिस्थितीला कंटाळून कायमचे निघून गेले तरी या सर्वांच्या सहवासात राजेंद्रला एकटेपणा जाणवत नव्हता. रोज रात्री मांगूच्या या हवेलीसमोर बसून, या लोकांशी बोलून त्या संवादातूनच दिशा शोधण्याचे त्याचे प्रयत्न चालू होते.

आताही तेच चाललेले.

एखाद्या दंतकथेतील भुताटकीच्या वाड्यासारख्या दिसणाऱ्या आपल्या हवेलीपुढे एका जुनाट बाजेवर बसून मांगू हुक्का ओढीत होता. त्याच्याकडे पाहून राजेंद्रला वाटलं की, हा मांगू म्हणजे त्या कथेतले एक पात्रच आहे. चेहऱ्यावरच्या असंख्य रेषा, धारदार नाक, खोल गेलेले पण बेरकी वाटणारे डोळे, अंगातला जीर्ण अंगरखा, डोईवरचे पांढरे पागोटे, हुक्का ओढताना ऐट राजासारखी.

हुक्क्याच्या तंद्रीतून अचानक जाग आल्यासारखं आपल्या हवेलीकडे पाहून मांगू राजेंद्रला म्हणाला,

"माझ्या पणजोबांनी जेव्हा ही हवेली बांधली, तेव्हा आजच्या गावाबाहेरच जोहड पाण्याने तुडुंब भरलेलं असायचं. म्हणूनच धान्याची कोठारे भरलेली असायची. सारं काही आबादीआबाद होतं. गेलं सारं, पण आता आमच्याही गावात जर नवा जोहडबांध बांधला तर जगायला आधार होईल."

"करायला पाहिजे." राजेंद्र म्हणाला.

"आम्ही तर निकम्मे झालोत. करणार कोण?"

"आम्ही आहोत आणि तुम्ही सर्वांनी ठरवलं तर हे जोहडचे काम होऊन जाईल."

"तसं नाही बाबा, एक जमाना असा होता की कुणीही एखाद्या चांगल्या कामाची सुरुवात केली तर सारा गाव त्याच्या मदतीला जायचा. ते दिवस गेले. आजकाल गावात कुणी कुणाला मानत नाही. मी पटेल असून काय उपयोग? माझं कोण ऐकणार? तुम्हीच काही केलं तर होईल. तुमचं ऐकतील ते. म्हणतात ना, 'घरका जोगी जोगडा, दूजे गाव का सिद्ध' तसं आहे. तुम्ही लोकांशी बोलून काम सुरू करा."

"मी बोलून पाहतो, पण हा जोहड कुठे बांधायचा? त्याची उंची, लांबी-रूंदी किती ठेवायची हे तुम्ही लोकांनी ठरवायचं, मापं घ्यायची, बांधकामाची देखभाल ही कामंही इथल्या लोकांनीच करायची. कारण तुम्हाला त्याची माहिती आहे." राजेंद्र म्हणाला.

"उद्या सर्वांना बोलावू त्यावेळी ठरवू!" मांगू.

"मला जोहडबद्दल काही महिती सांगाल का? म्हणजे तो कसा असावा,

कुठे बांधावा ते.'' राजेंद्रने विचारलं.

पुन्हा एकदा हुक्का ओढून मांगूने मान डोलावली.

"सुन राजेंद्र!''

"...जिथं जोहड बांधायचा ती जागा कमी खर्चाची असायला पाहिजे. पाण्याचा दाब कमी पाहिजे. बांधाची भिंत बांधण्यासाठी त्या जागीच माती पाहिजे. तिथे पाण्याचा वेग कमी हवा, दगडांचा उतार आतल्या बाजूने पाहिजे. जोहडवर सर्वांचा हक्क पाहिजे. जोहड भरल्यावर जास्तीचे पाणी जाण्यासाठी अरूंद वाट पाहिजे.''

गोपाळपुरातला चौतरेवाला जोहड पूर्ण झाला. तसाच सिलीबावडीचाही झाला. भयंकर दुष्काळातही गोपालपुरातले दोनच जोहड जीवनाचा आधार ठरले. ते पाहून सारीकडे याचीच चर्चा सुरू झाली. दूर गावचे लोक हे जोहड पाहायला येऊ लागले. स्वत: येऊन 'तरुण भारत संघा'च्या कार्यकर्त्यांशी संपर्क साधू लागले. आणि प्रभावित होऊन काहीजण संघाचे सक्रिय कार्यकर्ते बनले.

जेव्हा गोपालपुरातल्या जोहडचा अनुभव आणि त्यामुळे झालेला फायदा दिसला, तेव्हा मात्र आसपासच्या गावातील लोकांना हे कळून चुकलं की, पावसाचं पाणी अडवून साठवायची ही पारंपरिक पद्धतच योग्य आहे. त्यामुळेच पूर्वी इथे नैसर्गिक, आर्थिक समृद्धी टिकून राहिली होती. मग मधमाशांचे थवे फुलांच्या ताटव्याकडे झेपावेत तसे गावोगावचे लोक पुढे आले.

बाछडी गावच्या प्रेमाराम मेवालने तर इतका पुढाकार घेतला की, आपल्या गावात त्याने पिपलवाला जोहड, बीचवाला जोहड, जंगलवाला जोहड, बीजाची ढाहवाला जोहड असे चारपाच जोहड बांधले.

भालगावच्या ब्रजमोहन गुर्जरने संघाच्या सहकार्याने गावातले मतभेद मिटवून जोहड बांधला.

या गुर्जरांच्या स्वभावाबद्दल एक म्हण आहे,

'रातको बैठे एकमत, सुबह हुवी तो सौ मत'

अशा लोकांनादेखील जोहडच्या कामाने एकत्र आणले. कारण त्याचा लाभ प्रत्यक्षात दिसत होता.

तीन चार वर्षांत गावोगावी, वस्तीजवळ असंख्य जोहड बनले. कारण त्याशिवाय दुसरा मार्गच नव्हता. आणि ते बांधल्यावर कमी पाऊस असूनही गावाची पाणीटंचाई

दूर तर झालीच; परंतु शेतीचं उत्पन्नही कितीतरी पटीने वाढलं. शेतात पिकं डोलू लागली. पडीक गायरानात भरपूर चारा होऊ लागला.

गावातल्या कोरड्या पडलेल्या विहिरींना पुन्हा पाणी आलं. बायका तर इतक्या आनंदित झाल्या की त्या म्हणू लागल्या,

"पूर्वी लांबवर कोसो दूर जाऊन पाणी आणण्यात अर्धा दिवस जायचा. आता तर चुलीवरचा तवा गरम होईपर्यत आमचं पिण्याचे पाणी भरून होतंय."

वेळ मिळाल्याने घरापुढच्या झाडाच्या सावलीत बसून त्या मेंढीच्या लोकरीचे सूत काढू लागल्या. तासन्तास हे काम करू लागल्या. कारण चार पैसे त्यामुळं मिळायचे. शेजारी ठेवलेल्या वाटीतले भाजलेले हरभरे एकेक तोंडात टाकायच्या आणि सूत काढायच्या.

राजेंद्रने या लोकांच्या सहकार्याने इथे 'तरुण भारत संघ' या संस्थेची स्थापना केली होती. रोज इथलेच नवे तरुण कार्यकर्ते काम करण्यासाठी पुढे येत होते. गावोगावचे नातेवाईक एकमेकांना कळवीत होते. त्यामुळे प्रचंड वेगानं ठिकठिकाणच्या जोहडचं काम सुरू झालं. त्यासाठी काही दानी व्यक्ती आणि संस्था यांच्याकडून आर्थिक मदत मिळविण्याचे प्रयत्न राजेंद्रने सुरू केले. दिवस कसा सरायचा ते कळायचंही नाही. पण रात्री अंथरूणावर पाठ टेकली की, गोपालची आठवण व्हायचीच. आपल्या या बालमित्राचा वियोग झाल्यानंतर अचानकच योगायागाने त्याची पुनर्भेट झाली आणि पुन्हा एकदा तो कायमचा निघून गेला होता, पुन्हा कधीही न भेटण्यासाठी. परंतु जाता जाता राजेंद्रला जणू काही प्रवृत्त करून गेलेला. त्याच्या आठवणीच्या पाशात जीव अजूनही अडकलेला.

◆

। चार ।

"मिस्टर सिंह, तुम्ही स्वतःला सर्वेसर्वा समजता काय? का या ऑफिसमध्ये तुम्हीच वरिष्ठ आहात? हा बदल तुम्ही कशासाठी केलात? त्यामुळे खात्याचे काम वाढणार नाही का?"

आपल्या पुढ्यातली टेबलावरची फाईल समोर उभ्या असलेल्या राजेंद्रपुढे धरून साहेबांनी प्रश्नाचा भडिमार केला. त्याला केबिनमध्ये बोलावणे आले तेव्हा वाटले होते की, जिल्ह्याच्या विकास योजनेसाठी आगामी वर्षासाठी आपण जो आराखडा तयार केलाय, योजनेत जे उपयुक्त व दूरगामी अशा फायद्याचे बदल केलेत ते साहेबांना आवडले असतील आणि त्यासंबंधी बोलण्यासाठी आपल्याला बोलावलंय. तरीही आजपर्यंतचा त्यांचा अनुभव व हेकेखोर मिजासी स्वभाव पाहिला तर या साहेबांना लवकर काही पटेल आणि जनहितासाठी काही करावं असं वाटेल, याबद्दल राजेंद्रला शंकाच होती. तरीही या योजनेबद्दल राजेंद्र आशादायी होता. कारण आपण या खात्यातर्फे ज्या योजना आखतो, त्याचा फायदा सर्वसामान्य जनतेला सहजपणे मिळायला पाहिजे, असा त्याचा दृष्टिकोन होता.

परंतु केबिनमध्ये आल्या आल्या मशीनगनच्या फैरीसारखी साहेबांनी शब्दाची फैरच झाडली. क्षणभरातच स्वतःला सावरून राजेंद्र म्हणाला,

"परंतु, मी सुचवलेल्या बदलामुळे या योजनेचा खरा हेतू साध्य होईल, असे मला वाटते."

"तुम्हाला काय वाटतंय हे महत्त्वाचं नाही. तुमच्यासारखे खूप पाहिलेत मी. यातलं काय समजतंय तुम्हाला? आता आता तर नोकरीत आलात!"

साहेब कुत्सितपणे म्हणाले.

"काहीतरी निश्चित समजतंय मला. ही माझी फाईल नीट वाचून पाहा."

स्वतःला शांत ठेवण्याचा प्रयत्न करीत राजेंद्र बोलला.

"नोकरी करायचीय का नाही, मिस्टर सिंह?"

"डोळे झाकून आणि बुद्धी गहाण ठेवून करणार नाही." राजेंद्रच्या संयमाचा बांध फुटला.

"मग कशाला करताय? एवढी घमेंड आहे तर राजीनामा द्या, बडे बापके बेटे दिसता!"

साहेबांचे हे अपमानास्पद बोलणे ऐकून केबिनमधून बाहेर येताना मनात अंगार पेटलेला. आपल्या खुर्चीवर येऊन बसल्यावरही क्रोधाच्या आवेगानं शरीर थरथरत होतं. डोकं भणभणत होतं. एखादा चांगला बदल स्वीकारायची तयारी माणूस नावाच्या अशा संवेदनाहीन व्यक्तीची नसते. कारण त्यामुळे व्यक्तिगत फायदा नसतो. या ठरावीक चौकटीच्या बाहेर येणं, मेंदूबरोबरच हृदयापासून काम करणं इथे कुणालाच नको आहे. राजेंद्रचं मन उद्विग्न झालं समोरच्या थंड पाण्याचा ग्लास रिकामा करून पुढ्यातले काम करण्याचा प्रयत्न तो करू लागला.

तेवढ्यात पलीकडच्या टेबलाजवळून धारदार आवाज, "अरे हे ऑफिस आहे का काय? या एवढ्याशा कामासाठी या आठ दिवसांत तीन हेलपाटे घातलेत मी साहेबांचा पत्ता नाही, रजेवर नसूनही जागेवर नसतात ते. कामं कधी व्हायची? आम्ही काय रिकामटेकडे आहोत? आणि आमची कामं फुकट करताहेत का? त्यासाठीच पगार मिळतोय ना यांना!"

फटाक्यांची लड फुटावी तशा या बोलण्याने तिथल्या सर्वांचे लक्ष तिकडे वेधले. एक तरुण तावातावाने बोलत होता. त्याच्या बोलण्यातली चीड पाहून राजेंद्र आपल्या खुर्चीवरून उठून त्याच्याजवळ गेला.

"काय हवंय आपल्याला? मी काही मदत करू शकतो का?" राजेंद्रनं त्याला विचारलं. त्या तरुणानं त्याच्याकडे पाहिलं. राजेंद्र नि त्याची नजरानजर झाली. ते धारदार नाक, कपाळावरची खूण आणि बोलके डोळे, परिचित वाटू लागले.

"तुम्ही, तू गोपाल तर!"

"हो, मी गोपालच, पण तुम्ही?"

"मी राजेंद्र, विसरलास का दोस्ता?"

गोपालचा हात हातात घेत आवेगाने राजेंद्र म्हणाला.

गोपालचे डोळे आश्चर्याने क्षणभर विस्फारले आणि दुसऱ्याच क्षणी त्यानं त्या ऑफिसातच राजेंद्रला मिठी मारली.

"पाच मिनिटं थांब, बाहेर जाऊ या."

राजेंद्रने सांगितले. आणि सहकाऱ्याला सांगून तो गोपालबरोबर बाहेर पडला. ज्याच्या संगतीत बालपण गेलं, तेव्हाचे खेळ रंगले, तो गोपाल आज ध्यानीमनी नसताना भेटला, याचा आनंद कल्पनातीत होता. दोघांना दूर करणारी, मधली सारी वर्षे अचानक बाजूला झाली होती. मेरठजवळच्या दौला या आपल्या गावी मन पोहोचले. लहानपणीच्या त्या सवंगड्याला समोर पाहून हरवलेले ते बालपण

त्याच्या सुखदु:खाच्या आठवणीसह गोपालच्या रूपाने साक्षात समोर उभं राहिलं. एखाद्या स्थलांतरित पक्ष्यासारखे राजेंद्रचं मन भूतकाळात पोहचलं, मनाची तडफड सुरू झाली...

"ए मूर्ख घरात चल. या असल्या पोरांबरोबर सारखं काय खेळत असतोस? जरा आपल्या लायकीची तरी बघावीत की नाही. नालायक कुठला?"

घरापुढच्या गल्लीत गोपाल आणि काही मुलांबरोबर लगोरी खेळणाऱ्या राजेंद्रच्या कानावर वडिलांचे हे जळजळीत शब्द पडले आणि तो हिरमुसला.

सुटीचा दिवस होता. आपला अभ्यास त्यानं सकाळीच केला होता. गृहपाठही पूर्ण केला होता. आणि मगच राजेंद्र आपल्या मित्रांबरोबर खेळण्यात रंगून गेला. परंतु चाबकाचा फटकारा बसावा तसे वडिलांचे शब्द ऐकताच राजेंद्रचा हिरमोड झाला. त्याचं बालमन खंतावलं. त्याचे सवंगडी तर खेळ टाकून पळून गेले.

हे रोजचंच होतं. त्याच्या वडिलांचा स्वभाव अत्यंत तापट. त्यांचं कशामुळं बिनसेल ते सांगताच यायचं नाही. खरं म्हणजे नेहमी बिनसल्यासारखेच असायचे.

त्यांना आपल्या जमिनदारीचा गर्व होता. कुळांना एखाद्या गुलामासारखं वागवायचे ते. तेच वागणे राजेंद्रशी. आपल्या या एवढ्याशा मुलाला आजपर्यंत त्यांनी कधीही मायेचा शब्द दिला नाही. मग जवळ घेणं तर दूरच.

शाळेची फी जरी मागितली तरी त्याच्या नशिबी शिव्याच असायच्या. जणू काही फी मागितली म्हणजे त्याने एखादा गुन्हाच केलाय. आपल्या वडिलांशी बोलायलाही छोट्या राजेंद्रला भीती वाटायची. आधीच रागीट असलेले वडील त्याला सामान्य गरीब शेतकऱ्यांच्या मुलांबरोबर खेळताना पाहून अधिकच संतापतात. आताही तेच झालं.

हे आपले मित्र किती प्रेमळ आहेत. खेळतात तरी किती छान. तरीही त्याच्याशी का खेळायचं नाही, याचं कारण राजेंद्रला कळायचं नाही.

त्याच्या वडिलांच्या भडिमाराला भिऊन सारेजण पांगले. खेळ अर्धाच पाहिला. डाव मोडला. वाघाने जखमी केलेल्या कोकरासारखी राजेंद्रची स्थिती झाली. तो घरात आला. डोळे भरून आलेले, अपमान, दु:ख, एकटेपणाची व्यथा त्या अश्रूत ओसंडून आली.

का नाही खेळायचं या आपल्या मित्रांबरोबर? किती साधीसुधी, प्रेमळ आहेत ही मुलं! त्यांच्या झोपड्या लहान असल्या तरीही त्यांची मनं खूप मोठी होती. गरिबीनं गांजलेली असली तरीदेखील त्यांच्याजवळ नि:स्वार्थ प्रेमाची श्रीमंती होती. आपल्याजवळील बोरं, पेरू, चिंचेतला वाटा ते राजेंद्रसाठी राखून ठेवीत. उलट वडिलांच्या आततायी, कठोर स्वभावामुळे तो त्या मुलांना काही

देऊ शकत नसे.

शाळेत असेपर्यंत तो मोकळ्या मनाने वागे, शाळा सुटली आणि परतताना घर दिसू लागलं की, तो भयभीत होई, त्याच्या हृदयाची धडधड वाढे. शक्यतो वडिलांपासून दूरदूर राहण्याचाच तो प्रयत्न करीत असे. आता घरात आल्याआल्या वडिलांनी त्याला पाहिलं. त्याला पाहताच त्यांच्या कपाळावर आठ्या पडल्या. राजेंद्रची चांगली खरडपट्टी काढणार होते ते. असं हलक्या लोकांच्या संगतीत हा आतापासूनच राहतोय तर पुढे काय दिवे लावणार हे दिसतेय. त्याला शिव्या देण्यासाठी त्यांनी तोंड उघडलं पण अंगणात कुळं बसल्याचं लक्षात येताच त्यांनी राग आवरला. अंगणात त्यांची पाच-सहा कुळं बसली होती. राजेंद्रच्या वडिलांपुढे ते शेतमजूर इतक्या नम्रपणानं बसले होते की, ते जमिनीच्या आत जातात की काय असे त्यांना पाहून राजेंद्रला वाटले. त्यांच्या चेहऱ्यावरची लाचारी, भीती, दारिद्र्याची भीषण सावली, अर्धपोटी राहून कष्ट करीत असल्यानं एखाद्या हाडाच्या सांगाड्यासारखी वाटणारी शरीरं, अंगावर फाटकी, मळकी धोती आणि असला तर सदरा नाहीतर उघडंच अंग. ते सारे मान खाली भुईत घालून बसले होते आणि त्याच्या वडिलांनी त्यांच्यावर तोफ डागलेली.

"काय रे! फुकट खाऊ, कामचोरांनो, माजलात काय? आं! आमचा वाटा वेळेवर घालायला तुम्हाला काय होतंय? बेभान कुणीकडचे. कुत्री तरी बरी तुमच्यापेक्षा, खाल्ल्या भाकरीला तरी जागतात ती. खंड कधी देणार ते सांगा?" राजेंद्रचे वडील सुखवीरसिंह कडाडले.

"जी मालिक, द्यायचाय खंड, पण यंदा नीट पिकलंच नाही, दया करा!"

"ते काही नाही, माझा वाटा दिला नाहीत तर मी शेतातून हाकलून देईन तुम्हाला! लिखापढी थोडीच आहे इथं! शेतं माझी, त्यातलं पीक मात्र तुम्ही सारंच्या सारं लंपास करताय! याद राखा, मी गप्प बसणार नाही."

राजेंद्रचे वडील आग ओकत होते आणि माजघरातून हे सारं ऐकताना त्याच्या मनात वादळ उठलं होतं, अनेक प्रश्नांचं. हे असं का? हे लोकच तर आपल्या शेतात रात्रंदिवस राबतात, तरीही पिताजी त्यांना का रागावतात? अशा विचारानं तो अस्वस्थ. तेवढ्यात त्याला आईची चाहूल लागली. ती स्वयंपाकाच्या घाईतच. त्याला पाहून ती म्हणाली. "राजेंद्र, हातपाय धुऊन ये, खाना तयार आहे."

राजेंद्र आईला बिलगला. तिच्या साडीमध्ये चेहरा लपवला. तिथं तो अद्याप शोधत होता. त्या साडीच्या वात्सल्याचा, मायेचा स्पर्श त्याला जाणवला. पिताजीच्या रागापासून बचाव करण्यासाठी ही एकमेव जागा होती, असा त्याचा विश्वास होता. तरीही आईचा आधार तोकडाच असतो. तिचं तरी पिताजींपुढे कुठं काय चालतं?

तुलसादेवी राजेंद्रला आधार देण्यासाठी असमर्थ होती.

त्याचं असं अनाथ बालपण असंच पुढे सरकत होतं. माळरानावरची काटेरी झुडपं पाण्याशिवाय तग धरावीत, वाढावीत तसं.

शाळा सुटली. आपलं दप्तर आवरून राजेंद्र घरी जायला निघाला. गोपाल सोबत होताच रोजच्यासारख्या. त्याचा चेहरा कोमेजलेला. शाळेच्या बाहेर पडल्यावर राजेंद्रचा हात हातात घेऊन हुंदका आवरीत गोपाल म्हणाला,

"राजेंद्र, आम्ही परवा हे गाव सोडून जाणार आहोत."

"का?" क्षणभर राजेंद्रला काही कळलं नाही. नंतर राजेंद्रचा आक्रोशणारा प्रश्न जीव तोडून आलेला.

"आमची जमीन कर्जात गेली. आधीच तर चार बिघे होती. ती देखील गेली. मग इथं काम काय करणार? बापू म्हणाले, अशा स्थितीत इथं राहण्यापेक्षा जिथं मीठभाकरी मिळेल तिथं जाऊ. कष्ट तर कुठेही करायचेच आहेत. पण यापुढे या गावात कुठल्या तोंडानं राहायचे?"

"राजेंद्र, बापूंनी दीदीच्या लग्नाच्या वेळी थोडंसं कर्ज काढलं होतं. पण ते इतकं वाढलंय की, त्या व्याजापायी आमची गहाण टाकलेली जमीन सावकारांनी घेतली."

"गोपाल, तू जाऊ नकोस मला सोडून."

राजेंद्रचे आकांताचे शब्द. दु:खात न्हालेले.

"जावं लागेलच. पण लक्षात ठेव राजेंद्र, मी मोठा झालो की, या सावकाराविरुद्ध, स्वार्थी, दुष्ट जमीनदारा विरुद्ध लढाई करणार आहे."

"गोपालच्या शब्दाशब्दांतून बदल्याची आग उफाळली होती. डोळ्यातल्या नेहमीच्या ठिणग्यांची स्फुल्लिगं होऊन धगधगत होती.

"गोपाल, तेव्हा मी देखील तुझ्याबरोबर येईल."

"उद्या मी शाळेत येणार नाही. तुझ्या घरी तर येऊच शकत नाही. आलो तर माझ्यामुळं तुला शिव्या बसतील."

"मला विसरू नकोस."

"तूही मला विसरू नकोस." गोपाल.

त्यानं गोपालला मिठी मारीत म्हटलं. राजेंद्रच्या डोळ्यांची तळी ओथंबून आली. आता आपल्याला या जगात मायेचं कुणी उरलं नाही. गोपाल गेल्यावर आपण एकटं कसं राहायचं? या विदारक जाणिवेनं त्याचं मन तडफडू लागलं.

काळाच्या अदृश्य वाटेवरती काही वर्षांची पावलं उमटून गेली. पुसटशी झाली. तेव्हा गेलेला गोपाल या दुनियेच्या बाजारात पुन्हा कधी भेटलाच नाही. ना त्याचा

ठावठिकाणा माहीत ना कसली नावनिशाणी.

सुरुवातीला कित्येक दिवस त्याला गोपालची तीव्रतेने आठवण यायची. एकटा बसलेला असताना त्याच्या आठवणीने राजेंद्रनं कित्येकदा आसवं गाळलेली.

अलीकडच्या या दहाबारा वर्षांत मात्र त्याची ती आठवण धूसर होत गेली. पण प्रवासातल्या एखाद्या वळणावर, उन्हातान्हानं व्याकूळ झालेल्या जिवाची तहान लहानशा शीतल झऱ्यानं भागवावी आणि त्याचं स्मरण नकळत खूप वर्षांनंतरही हृदयाच्या कोपऱ्यात कुठंतरी रहावं, तसं गोपालचं स्थान राजेंद्रच्या जीवनात या क्षणापर्यंत होतं.

... आणि अचानक तो साक्षात असा समोर उभा. प्रथम राजेंद्रचा आपल्या डोळ्यावर विश्वास बसला नाही. परंतु दुसऱ्या क्षणी त्याला पाहून, भेटून आनंदाचं भरतं आलं. ऑफिसच्या कार्यालयाच्या समोर असलेल्या बागेतल्या झाडाखालच्या बाकावर दोघेजण बसले.

"गोपाल, इतकी वर्षे कुठे होतास तू? सध्या काय करतोस? इतक्या वर्षात माझी एकदाही आठवण झाली नाही का तुला?" राजेंद्र.

"नाही कशी! गावातल्या कठीण दिवसात तू एकटाच माझा जिवाभावाचा होतास. तिथून निघालो. काम करीत रात्रशाळेत शिकलो. परंतु लहानपणी मी जे ठरवलं होतं, जे माझं स्वप्न होतं, ते मी कधीच विसरलो नाही. स्वप्न कसलं? माझ्या काळजावर कोरलेली जळजळीत तप्तमुद्राच होती ती. म्हणूनच आपल्यावर जी वेळ आली, जे मी भोगलं, तशी वेळ कुणावरही येऊ नये, यासाठी माझी धडपड असते. प्रयत्न असतो. पोटापुरती लहानशी नोकरी करतो. आणि उरलेल्या वेळात मी युनियनचं काम करतो. परंतु अलीकडे त्या कामात मन लागत नाही. तिथेही राजकारण, हेवेदावे, भ्रष्टाचार सारं घुसलंय. अशा वातावरणात राहून काही करता येईल, असं वाटत नाही. मला काही वेगळंच करायचं होतं ते इथं जमणार नाही...

"राजेंद्र, जिथं कसल्याही सुविधा नाहीत, सोयी नाहीत, दवाखाने, शाळा नाहीत, रस्तेदेखील नाहीत, अशी कित्येक खेडी आपल्या देशात आजही आहेत. स्वातंत्र्य मिळून इतकी वर्षे झालीत. तरीदेखील त्या परिस्थितीत, तिथल्या लोकांसाठी काहीही सुधारणा झाल्या नाहीत. अशांसाठी मला काम करायचंय. त्यांना आपण थोडासा जरी आनंद, सोयी देऊ शकलो, तरीदेखील आपल्या जन्माचं सार्थक होईल असं मला वाटतं."

गोपाल राजेंद्रला सांगत होता. मनातली व्यथा त्याच्या ओठावर आली होती.

"गोपाल, मलाही तसंच वाटतंय. या नोकरीत माझं मन लागत नाही. नोकरी सोडावी वाटते, कारण इथं माझं माणूसपणच दबलं जातंय. परंतु पिताजींच्या

सततच्या तगाद्यामुळं मी ही नोकरी करतोय. त्यांना वाटतंय की, आजवर आपण याला शिकवलं, त्यासाठी पैसा खर्च केलाय. आता यानं सरळपणे नोकरी करून आपल्याला सांभाळायला पाहिजे. त्यातच नुकतंच माझं लग्न झालंय. तीही जबाबदारी आहेच.

"... कधी कधी वाटतं ही सारी बंधनं आपल्याला किती अगतिक करतात. पण एक मात्र खरं की, ही नोकरी करताना आपलं आयुष्य वाया जातंय याची क्षणाक्षणाला जाणीव होत असते मला."

"तुझे पिताजी अजून तसेच आहेत का?"

गोपालने विचारले.

"काहीही फरक नाही त्यांच्यात. ते कधीच बदलणार नाहीत. सुंभ जळाला तरी पीळ जात नाही. तसं आहे त्यांचं."

"तेव्हाचं सारं मला अजून आठवतंय. तू माझ्याशी खेळायचा म्हणून तुला किती रागावायचे ते. माझ्यामुळे तुला त्यांची किती बोलणी खावी लागायची."

"हो, मलाही सारं आठवतंय, मला ते नेहमी काय म्हणायचे माहिती आहे ना?"

"नालायक"

दोघेही एकदम म्हणाले आणि दोघांनाही हसू आवरेना.

"छोड दो दोस्त, ते जाऊ दे! पण मलाही वाटतंय की, आपण काय ठरवलं होतं न् काय करतोय? कुठे जायचं होतं न् कुठे पोचतोय?"

राजेंद्रने सुस्कारा सोडून म्हटलं.

"बरं तर! मी निघतो. पुन्हा भेटू या!" त्याला भेटून राजेंद्रचं मन भरून आलेलं. त्यानंतर त्यांच्या गाठीभेटी होत राहिल्या. जणू मागचे दिवस परतून आले. पाच-सहा महिने गेले. त्या दिवशी सुट्टी होती. गोपाल घरी असेल तर भेटेल म्हणून राजेंद्र त्याच्याकडे गेला.

"ये, बरं झालं. मी तुझ्याकडेच येणारच होतो उद्या." गोपाल म्हणाला.

"का? काही विशेष?"

"होय. मी एखाद्या खेड्यात जायचं ठरवलंय. यापुढे मी कायमचा तिथंच राहणार. तिथल्या लोकांत मिसळून त्यांच्यासाठी काम करणार. माझ्याबरोबर माझे चार मित्रदेखील येणार आहेत."

गोपाल बोलत होता. बोलताना धगधगणारी त्याच्या डोळ्यातली ती स्फुल्लिंगं राजेंद्रचे लक्ष वेधून घेत होती. बोलताना गोपाळ उठला. 'मी आलोच हं' म्हणत तो मोरीकडे गेला. उलटी करण्याचा आवाज आला. रूमालाने तोंड पुसत तो आला.

"का रे गोपाल? उलटी झाली?"

राजेंद्रने विचारले.

"हो, गेले पंधरावीस दिवस झाले, जेवण समोर आलं तर तिकडे पहावंसं देखील वाटत नाही. आठ दिवस झाले उलट्या होताहेत."

"असं!" राजेंद्रनं त्याच्याकडे लक्षपूर्वक पाहिलं. गेल्या महिन्याभरात त्यांची भेट झाली नव्हती. गोपालची प्रकृती या काळात खंगलेली दिसत होती झालंच तर डोळ्यात, चेहऱ्यावर पिवळसर झाक दिसत होती. मघाशी तितकंसं लक्षात आलं नव्हतं. पण आता स्पष्ट जाणवतं होतं. राजेंद्र स्वतः आयुर्वेदिक डॉक्टर होता. त्याच्या नजरेतून गोपालमधला बदल सुटला नाही. तो म्हणाला,

"गोपाल, मला वाटतं, तुला कावीळ झाली असावी. उद्या डॉक्टरकडे जाऊन चेकअप करू."

"अरे, काहीही झालं नाही मला. जरा जागरणं झालीत म्हणून तसं वाटतंय तुला. कशाला दाखवायचं डॉक्टरला? तूच पाहा ना, एकदा त्या चक्रात सापडलं की, पैशाचा चुराडा आणि माझ्याजवळ एवढे पैसे कुठे आहेत?"

गोपाल हसून म्हणाला. परंतु त्याच्या चेहऱ्यावर ते हास्य भयाण वाटलं. कसनुसं वाटलं.

"ते काही नाही, मी उद्या सकाळी येतो. कुठे पळून जाऊ नकोस तू."

निरोप घेत राजेंद्र म्हणाला.

दुसऱ्या दिवशी बऱ्याच जबरदस्तीने राजेंद्र गोपालला डॉक्टर श्रीवास्तवांकडे घेऊन गेला. त्यांनी काही तपासण्या करायला सांगितल्या आणि निदान झालं ते धक्कादायक अशा लिव्हर कॅन्सरचं. रोग अतिशय पसरला होता. डॉक्टरांच्या म्हणण्यानुसार गोपालचे फार थोडे दिवस राहिले होते.

राजेंद्र गोपालपेक्षा हादरला होता. गोपाल शांत होता. जखमी पाखरासारखं राजेंद्रचं अंग तडफडत होतं. एवढ्या वर्षानंतर त्याला गोपाल भेटला होता. त्याचा आनंद अजून अनुभवतोय तोवर त्याच्या कायमच्या वियोगाची वेळ येऊ लागलीय.

दीड महिन्यातच तो क्षण आला. राजेंद्रच्या हातात हात असतानाच गोपालने शेवटचा श्वास घेतला. आपल्यासारख्याच गांजलेल्यासाठी काहीतरी करण्यासाठी धडपडणारा गोपाल राजेंद्रच्या डोळ्यादेखत कायमचा शांत झाला. त्याचे ते तेजस्वी डोळे विझून गेले होते. राजेंद्रने पुन्हा त्याला एकदा गमावलं होतं. आता त्याला गोपाल पुन्हा कधीच भेटणार नव्हता.

गोपालमुळं त्याच्या मित्रांशी परिचय झालेला. सत्येंद्र, नरेंद्र, हनुमान आणि केदार. गोपालच्या अकाली निधनानंतरही त्यांच्याशी गाठीभेटी होत राहिल्या. एके

दिवशी अशा सहज भेटीत केदार म्हणाला,

"राजेंद्र, येत्या दोन ऑक्टोबरला गांधी जयंतीच्या दिवशी आम्ही गोपालबरोबर खेड्यात जाणार होतो. कुठे जायचं ते अजून ठरलं नव्हतं. परंतु कुठंतरी खेड्यात जायचं नक्की झालं होतं. आता गोपाल या जगात राहिला नाही, त्याचं स्वप्न अपूर्ण पाहिलं. आम्ही ते पूर्ण करण्याचा प्रयत्न करणार आहोत. आम्ही पाचजण जाणार होतो. मात्र आता चौघेच राहिलो."

केदारने डोळ्यातले पाणी आवरले, तरी अश्रूबिंदू ओघळलेच. त्या क्षणी राजेंद्रला वाटलं की, आपल्याला कुणीतरी साद घालतंय. आपल्यासाठी त्या जगाचे दरवाजे कुणीतरी उघडून आपली वाट पाहतेय, आपल्याला खुणावतंय.

"केदार. तुम्ही चौघेच जाणार नाही. गोपालच्या जागी मी असेन. आपण पाचजण जाणार आहोत." राजेंद्र ठामपणे म्हणाला.

राजेंद्रने नोकरीचा राजीनामा देऊन टाकला. राजीनामा द्यायचा विचार गेले काही दिवस त्याच्या मनात चाललाच होता. अशा वातावरणात काम करणं त्याला शक्य नव्हतं. जायचं नक्कीच होतं. मीनाला त्यानं सांगितलं. त्याच्या या निर्णयावर मीना नाराज झाली. त्याचा निर्णय पक्का होता. तसेच नोकरी न सोडण्याचा मीनाचा आग्रहही न बदलणारा. अखेर काही दिवसासाठी ती माहेरी गेली. त्यावेळी राजेंद्रचं मन अस्वस्थ झालं. जीवनातल्या त्या महत्त्वाच्या निर्णयाला मीनाची साथ हवी होती, असं त्याला प्रकर्षानं वाटत होतं. पण...

जायचा निश्चय झाला होता. फारसे पैसे जवळ नव्हते. तिथं गेल्यावर काही पैसे तर लागलेच असते. मीनाला बसमध्ये बसवून आल्यावर त्यानं तिच्यावाचून रित्या वाटणाऱ्या या घराकडं पाहिलं. या घराबद्दल त्याला आता जरासंही ममत्त्व राहिलं नव्हतं. आणि घरातल्या वस्तूविषयीही! त्याला वाटलं की टी.व्ही, टेबल, खुर्च्या, भांडीकुंडी सारं काही विकून टाकावं आणि जावं. कशाला हव्यात या वस्तू?

सकाळी उठून त्यानं जुनं फर्निचर घेणाऱ्यांशी संपर्क साधला. किंमत ठरली. ती बरीच कमी होती. पण वापरलेल्या वस्तूंना असा कितीसा भाव मिळणार? निम्मे पैसे मिळाले तरी खूप झालं. राजेंद्रने सांगितलं,

"मला ही किंमत कबूल आहे, पण हे सामान तुम्ही आजच्या आज हलवून लागलीच पैसे दिले पाहिजेत."

"ठीक आहे, पत्ता द्या. दुपारी आमची माणसं ट्रक घेऊन येतील."

दुपारी ट्रक आला तेव्हा राजेंद्र कपडे बॅगमध्ये ठेवत होता. हमाल लोक सामान उचलू लागले तेवढ्यात दारातून आवाज आला,

“अरे राजेंद्र, ये क्या हो रहा है । काय चाललंय? हे फर्निचर कुठे नेताहेत, घर बदललंस काय?”

अचानक आलेले त्याचे पिताजी समोर उभे राहून विचारित होते.

“नाही, घर बदललं नाही, घर सोडतोय मी.” राजेंद्र म्हणाला.

“काय रे, कुठे नेताय हे फर्निचर, टी. व्ही.” त्यांनी त्या फर्निचरवाल्यांना विचारले. त्यांच्या गोंधळ उडाला होता.

“हे सारं आम्ही विकत घेतलंय.”

“केवढ्याला?”

“पंधरा हजाराला.”

“काय? पंधरा हजाराला? आणि एवढं सामान? फुकटच दिल्यासारखं आहे की? ते काही नाही, तुम्ही परत जा. एवढ्या कमी पैशात मी तुम्हाला हे फर्निचर, टी.व्ही. नेऊ देणार नाही.”

“पिताजी, मी यांना हे विकलंय, त्यांना नेऊ द्या. माझे पैसे द्या हो.”

राजेंद्रनं फर्निचरवाल्यांकडून पैसे घेऊन खिशात ठेवले.

“कुळबुडव्या, नालायक.”

पिताजी आपल्या तरुण मुलावर कडाडत होते. फार दिवसांनी पुन्हा हे शब्द राजेंद्रच्या कानी पडले. लहानपणापासून ते आजपर्यंत या कटू, विषारी शब्दांनी त्याचा पिच्छा सोडला नव्हता. पण आज या शब्दानं त्याला दुःख झालं नाही, की राग आला नाही. त्याने आपली बॅग घेतली आणि पिताजींकडे न पाहताच तो शांतपणे घराबाहेर पडला.

आज ते सारं सारं राजेंद्रला आठवले.

◆

। पाच ।

दडकीमाईचे पाय डोंगरावरच्या त्या उतारावरून सवयीने वाट काढीत चाललेले. तिचं गाव लिलुंडा डोंगरामागच्या जंगलात दिसेनासं झालं होतं. डोंगरावरच्या बेचक्यात वसलेल्या भर्तृहरी गावातली घरं, झोपड्यांची छपरं दिसू लागली. ते गाव तिच्या नजरेत खुपू लागलं. भर्तृहरीत राहणाऱ्या लोकांचा तिला नेहमीच हेवा वाटायचा. कारण ते गाव महाज राजर्षी भर्तृहरीच्या वास्तव्याने पुनीत झालं होतं. आपल्या वानप्रस्थाच्या दिवसात राजा भर्तृहरी काही काळ इथे राहिला होता. म्हणूनच या गावाचे नाव भर्तृहरी पडलेलं.

दडकीला हेवा वाटण्याचं दुसरं कारण अधिक महत्त्वाचं म्हणजे; ते गाव पहाडाच्या पायथ्याशी होतं. तिच्या लिलुंड्यासारखं दोन कोसाचा चढ चढून उतरून द्यावं-जावं लागत नव्हतं. याचाच तिला नेहमी राग यायचा. पण आपलं गाव सोडवतही नव्हतं. उन्हाळ्याच्या तीन-चार महिन्यांत गुराढोरांना आणि माणसांना प्यायला थेंबही शिल्लक नसायचा. मग काही दिवसांसाठी नाइलाजाने त्यांना गाव सोडावे लागे.

पुन्हा एकदा पाऊस आला की, लिलुंड्याला परतायचं. ओस पडलेली घरं पुन्हा नांदती करायची.

या त्रासाला दडकीमाई कंटाळली होती. पण करणार काय? आपलं आयुष्य इथेच जायचंय आणि हे देवानंच ठरवलेलं आहे. त्याला कोण काय करणार? असं तिला वाटायचं. तरीदेखील असं किती दिवस चालायचं? निदान आपण डोळे मिटायच्या आत तरी हे हाल संपावेत, आपल्या पोराबाळांच्या, नातवंडांच्या नशिबी असलं जिणं नको. त्यासाठी काहीतरी करावं असं तिला तीव्रतेनं वाटू लागलं.

याचं कारण म्हणजे काही गावातून 'तरुण भारत संघा'च्या राजेंद्रभैय्यांनी गावकऱ्यांना सोबत घेऊन कितीतरी जोहड, बांध बांधले होते. त्यामुळे त्या गावाचा वनवास संपला. एवढंच नव्हे तर तिथं तर जणू नंदनवनच झालं होतं. काही दिवसांपूर्वीच क्रास्का गावातही बांध झाला. हे सारं ऐकल्यापासून दडकीमाईनं ठरवलं की, त्या 'जोहडवाल्या बाबाला' भेटायचं. तसं तिनं किस्तुरीला विचारलं,

गोविंदाला सांगितलं, आपल्या गावातल्या आठ-दहा जणांना विचारलं. असायला पाच-पंचवीस घराचं तर गाव होतं तिचं लिलुंडा.

"आपण कसं जायचं? आपल्याला तिथं कोण विचारतंय? काळं कुत्रं तरी आपली दखल घेईल का? नको रे बाबा, आम्ही नाही येणार." गावकरी म्हणाले.

"उंदीर कुणीकडचे? डरपौक है।"

दडकीने तोंडाला येतील त्या शिव्या हासडल्या. कसले भित्रे आहेत आपले हे गाववाले, असं तिला वाटलं. त्यांचा तिला राग आला. काल रात्रभर दडकीनं विचारच विचार केला न् पहाटे उठून दोन रोट्या फडक्यात बांधून घेऊन ती राजेंद्रभैय्याला भेटायला निघाली.

कुणी काही म्हणू दे, त्याला कशाला भ्यायचं? माणसासारखा माणूसच आहे ना तो, का वाघ आहे? मी भेटणारच त्याला. आम्ही गरीब असलो म्हणून काय झालं? कुत्र्यामांजराइतकीही किंमत नाही का आम्हाला?

स्वत:च्या मनाशीच बडबडत दडकी वाट उतरत होती. चालता चालता चार तास संपले. नंतर तिनं भिकमपुऱ्याची बस धरली आणि 'तरुण भारत संघा'च्या भिकमपुरामधील आश्रमामध्ये पोहोचली, तेव्हा संध्याकाळ व्हायला आली होती.

आश्रमापुढच्या अंगणातल्या खाटेवर दोघे-तिघे बसले होते.

"जोहडवाला बाबा आहे का?"

आपल्या खणखणीत आवाजात तिनं विचारलं, तेव्हा त्यांचं लक्ष तिच्याकडं गेलं.

ऊनवाऱ्यानं रापलेला चेहरा, चेहऱ्यावरच्या सुरकुत्यातून दिसणारा खंबीरपणा, हात, पाय एखाद्या शिसमच्या लाकडासारखे. कमरेला जुनाट, नक्षीदार लुगडा, तीन-चार ठिकाणी फाटलेली लाल ओढणी माथ्यावरून घेतलेली.

गळ्यात चांदीच्या टिमण्यांची माळ, हातात नोगरी, आवाजात धीटपणा आणि त्यांच्याकडे पाहणारे तिचे खोल गेलेले डोळे म्हणजे ठिणग्याच जणू.

"नमस्कार, या माई. मीच राजेंद्र."

खाटेवरून उठून तिच्याकडे येत राजेंद्र म्हणाले.

त्यांचा तो नम्र आवाज, शांत, सौम्य मुद्रा, आदराचे वागणे हे पाहून दडकीचा उरलासुरला संकोचही दूर पळाला.

"बसा माई, काय काम आहे?"

अंगणातल्या सतरंजीवर बसायला सांगून राजेंद्रने तिला विचारलं. सतरंजीवर न बसता तिथेच असलेल्या बाजूच्या दगडावर बसत दडकीनं आपला घुंगट नीट सावरला.

"मी दडकी, माझं गाव लिलुंडा, तिकडं सरिस्काजवळ आहे. भर्तृहरी गाव

ओलांडलं की, एक पहाड लागतो. तो चढायचा, पुन्हा खाली उतरलं की आलंच आजचं लिलुंडा."

"यायला पाहिजे तुमच्या लिलुंड्याला."

"पक्का ना! येणार ना! आमची किस्तुरी तर म्हणाली, दडकीमाई कशाला जातेस तिकडं, ते लोक बोलतील तरी का आपल्यासारख्या अडाण्याबरोबर. जीभ झडो मेलीची." दडकीची तोफ तुटली.

"न बोलायला काय झालं? आम्ही तर तुमचेच आहोत ना! आज भेटायला आलात म्हणून आनंद झाला दडकीमाई."

राजेंद्र प्रसन्नपणे म्हणाला.

"बाबा, आमच्या गावचे हाल काय सांगू तुला? ना शेती ना भाती, आम्ही गुरं पाळतो. खवा, तूप करून विकतो झालं, दुसरं काही कामधंदा नाही. पण त्या गुरांना प्यायला पाणी आणि खायला चारा तरी नको का?" बोलताना दडकीचा ऊर भरून येत होता.

"येताना पाहिलं मी, तू जिथं जिथं जोहड बांधलेस तिथं कसं आबादीआबाद झालंय सगळं. माझ्या लिलुंड्याला पण जोहड बांधायचाय म्हणून तुझ्यापाशी आले, बांधशील ना?"

"हो, बांधू की, पण तुम्ही गावाल्यांनी...."

राजेंद्र सांगू लागले.

"सगळं माहिती आहे मला, ऐकलंय मी ते. तिसरा हिस्सा पैसे आम्ही घालायचे, जोहड बांधताना आम्ही काम करायचं आणि आमच्या गावात कुणीही नशा करायची नाही, होय ना! सगळे कबूल आहे बाबा. शिवाय मुलींना शाळेत पाठवायचं. पाठवू."

दडकी म्हणाली. पंचावन्न साठ वर्षांची ती प्रौढ स्त्री, चेहऱ्यावर वयाबरोबरच जिद्दीच्या रेषा. बोलणं म्हणजे असं कुणीतरी थाळीत पाच-पंचवीस नाणी ओतावीत न् त्यांचा नाद व्हावा तसं, राजेंद्रला वाटलं.

"मग ठीक आहे, आपण बांधू या की जोहड."

"मी कसम घेते, सगळी जबाबदारी माझी. मी कुणालाही भीत नाही. कष्टाला डरत नाही. अरे जोहडवाले बाबा, तुला माहिती नाही, या दडकीनं काय काय भोगलंय ते! दैवाला भ्यायले नाही, कोर्टकचेऱ्याला डरले नाही. मग कशाला भ्यायचं? आपली करणी अच्छी असली की झालं."

बांध फुटल्यासारखे दडकीमाई बोलत होती.

तिच्या त्या बोलण्याचं, निर्भीडपणाचं राजेंद्रना कौतुक वाटलं.

"माई, सकाळी तुमच्या गावाकडे जायला आपण निघू."

राजेंद्रनी आश्वासन दिलं, तेव्हा दडकीच्या ओबाडधोबड चेहऱ्यावर आशेचं चांदणं पसरलं होतं.

खड्ड्यातून मार्ग काढीत भर्तृहरीपर्यंत कशीबशी बस येऊन पोहोचली. आठवड्यातून बाजाराच्या दिवशी यायला-जायला ती बस एकदाच यायची-जायची.

दडकीमाई बसमधून खाली उतरली. तरातरा चालू लागली. तिच्यामागे राजेंद आणि संघाचे चार-पाच कार्यकर्ते निघाले. आजूबाजूला जंगली झुडपं असलेल्या डोंगराचा तो चढ चढताना त्यांची दमछाक होऊ लागली. धड पायवाटही नव्हती तिथं. दगडधोंड्यातून, काटेरी झुडपातून रस्ता शोधत, तोल सांभाळत चालावं लागत होतं दडकीला काय रोजचीच सवय होती.

इतक्यात समोरून बाज खांद्यावर घेऊन माणसं येताना दिसली.

"अरे देवा, हा तर हजारी आहे. आठ दिवसांपासून आजारी होता. डागदराकडे घेऊन निघाले वाटतं." दडकीमाई म्हणाली.

ती बाज उचलून घेऊन डोंगर उतरणारी माणसं जवळ आली तेव्हा त्यांना वाट देण्यासाठी राजेंद्रना आणि सर्वांना बाजूला व्हावं लागलं. पलीकडे तर दरीच होती. उतारावर तोल सांभाळत उभं राहावं लागलं त्यांना. थोडीशी जरी चूक झाली असती तर थेट खालच्या दरीतच. पण त्याला इलाजच नव्हता, कारण एका वेळी तिघाचौघांना जाण्यासारखी वाटच नव्हती तिथं.

वर्षांनुवर्षे अशी ये-जा करणाऱ्या लिलुंडा गावच्या लोकांबद्दल राजेंद्रच्या मनात कणव दाटून आली. स्वातंत्र्य मिळून इतकी वर्षे झाली, पण या लोकांना अजून कसल्याही सोयी सुविधा नाहीत. ना रस्ता, ना दवाखाना, ना मुलांसाठी शाळा. वर्षातून चार महिने तर पाणीदेखील मिळत नव्हतं. तरीदेखील आपल्या जन्मभूमीचा त्याग न करणाऱ्या या लोकांबद्दल त्यांना कौतुक वाटत होतं. दैवाला, नशिबाला दोष देऊन, तर कधी देवावर हवाला ठेवून ते जगत होते. मात्र काल ही दडकीमाई ज्या तळमळीनं व विश्वासानं भिकमपुऱ्याला आली होती, तो बदल चांगला होता. कारण तिच्यातलं माणूसपण जागं झालं होतं. काही करण्याची जाणीव तिला झाली होती.

आता सूर्य माथ्यावर अंगार ओतत होता. अंगाची लाही लाही होत होती. दोन कोसाचा चढ चढून ते सारे डोंगराच्या माथ्यावर आले तेव्हा तिथून काही अंतरावर उतार संपल्यावर वसलेलं चिमुकलं लिलुंडा दिसू लागलं. तिथंच एक पडकं देऊळ होतं. त्याच्या कट्ट्यावर बसून त्यांनी जरासा दम घेतला आणि लिलुंड्यात पोहोचले. आपल्या झोपडीसमोरच्या उंबराच्या झाडाखाली दडकीने खाट घातली. खाटेची रस्सी तुटायला झालेली. पाहुण्यांना खाटेवर बसायला सांगून आजूबाजूच्या घरातील लोकांना बोलावण्यासाठी तिनं आपल्या नातीला

पिटाळलं. दहापंधरा मिनीटांतच काही बायका आणि पाच-सहा पुरुष तिथं जमले. बाकीचे आपली गुरंढोरं चारायला त्यांच्यामागे गेलेले डोंगरात इतस्तत:.

"हे आहेत जोहडवाले बाबा, राजेंद्रभैय्या!!" दडकीमाई ओळख करून देत म्हणाली, "यांनी कित्येक गावात जोहड बांधलेत. त्यामुळं त्या गावात आता पाण्याला कमी नाही. तिथला सुखा कायमचा गेलाय. तिथल्या गाई-म्हशी तर एवढं दूध देऊ लागल्यात की, तिथं दुधाचे जणू पाट वाहतात. तुपाचे हंडे भरतायेत, हे आपण ऐकलंय. मी पाहिलंय देखील. म्हणूनच आपल्याही इथं जोहड बांधायचाय, त्यासाठीचा बाबा इथवर आलेत. बाबा, तुम्ही सांगा यांना." दडकीमाई म्हणाल्या.

"माई! तुम्ही अनेक प्रकारचे कष्ट सहन करून या आपल्या गावात राहताय, याचा मला खूप अभिमान वाटतोय. परंतु दडकीमाई म्हणते तसा जर इथं एक जोहड बांधला तर तुमच्या पाण्याचा प्रश्न सुटेल. जनावरांना भरपूर चारा होईल. पण आमच्या संस्थेच्या नियमाप्रमाणे जोहडसाठी जो खर्च येईल त्याचा चवथा हिस्सा तुम्ही गावकऱ्यांनी द्यायचा. उरले पैसे आमची संस्था देईल. कारण हा जोहड तुमचा आणि तुमच्यासाठीच आहे. झालंच तर काल मी दडकीमाईला सांगितलंय तसं या लिलुंड्यात आजपासून कुणीही दारू प्यायची नाही. याची तयारी असेल तर पुढच्या आठवड्यात जोहडंच काम सुरू करू." राजेंद्रांनी सांगितले.

एकमेकांच्या तोंडाकडे पाहत काही क्षण गावकरी स्तब्ध बसले. नंतर त्यांच्यातल्या रामहेत खाकरून म्हणाला.

"आम्ही कसे देणार पैसे? आमच्याजवळ पैसे नाहीत. इथे तर शेतीच नाही. गुरं पाळून दुधाचा खवा तयार करतो. खालच्या गावातल्या बाजारात नेऊन विकतो. तेवढीच आमदानी, त्यातून पोटापुरतंदेखील मिळत नाही. तुम्हीच सांगा कुठून देणार पैसे?"

"अरे, रामहेत, गावच्या हिश्श्याचे पैसे मी देईन, मग तर झालं! पण तुम्ही बापे जोहडचं काम तरी कराल की नाही?" दडकीमाई म्हणाली.

"अंऽऽ" नुसतीच चुळबूळ आणि हुंकार!

"अरे आळशांनो, तिकडं गायरानात गुरं चरायला सोडायची न् झाडाखाली खुशाल झोपा काढायची सवय पडलीय तुम्हाला. काम करायला काय झालं? चांगले धट्टेकट्टे आहात की, आपल्यासाठी जोहड होणार तर काम करायला नको का?"

"तू गं मुन्नी, करणार आहेस का काम? किस्तुरी, तुझे हात-पाय धड आहेत ना!"

दडकी कडाडली. त्यावर सर्वांनी माना डोलावल्या. दाखडी तेवढी पुतळ्यासारखी तशीच बसली.

"काय गं दाखडी? तू अशी दगडासारखी का बसून राहिलीस? आऽऽ बोल की."

"मी नंतर पाहीन काय ते."

दाखडी पुटपुटली.

"तू ये न ये, आम्ही जोहडचं काम करूच करू! बाबा, आता राहिलं नशेचं! आमच्या या लिलुंड्यात एकच दारूडा आहे. त्याला मी वठणीवर आणीन. दारू नाही सोडली तर गावातून हाकलून देईल. मग मरेना का? तिकडं दारू पिऊन पिऊन!

"जोहडवाले बाबा, तुला माहीत नाही माझी कहाणी! माझा पहिला नवरा दारूडा होता. त्यानं मला छळ छळ छळलं. म्हणून मी त्याला सोडून याच्याशी लग्न केलं. नंतरही त्या दारुड्यानं मला खूप त्रास दिला. कोर्टकचेऱ्या केल्या पण मी बधले नाही. त्या मेल्याला पुरून उरले. मी हिंमतवाली बाई आहे. मनात येईल ते करून दाखवीन. तू माझ्यावर भरवसा ठेव! थांब."

एवढं बोल बोल बोलून दडकी घरात गेली. आतून तिने चिंध्यात बांधून ठेवलेलं नोटांचं पुडकं आणलं. राजेंद्रच्या समोर ठेवून म्हणाली,

"पुरे दो हजार चार सौ आहेत. हे घे. आजपर्यंत पैसा पैसा जोडून नवऱ्यापासून लपवून ठेवले होते. एवढेच आहेत माझ्याजवळ, पुरतील का?"

तिने हात जोडले.

"नको माई, हात जोडू नका. तुम्ही फार थोर आहात. गावासाठी आयुष्यभर कष्ट करून जमवलेले पैसे दिलेत. बस झाले. यात संस्थेचे पैसे घालून काम सुरू करू. आम्ही सर्वजण तुमच्याबरोबर आहोत."

राजेंद्र म्हणाले. दडकीमाईच्या त्यागाचं मोल फार होतं, हे त्यांना ठाऊक होतं.

"बाबा रे! ही वेळ गेली तर जन्मभर पश्चात्ताप करावा लागेल. घोटभर पाण्यासाठी डोळ्यातून सारखं पाणी काढावं लागेल. माझा पैसा काय, मी मरताना बरोबर घेऊन जाणार नाही."

एवढी बेडर दडकी, पण तिच्या डोळ्यांतून आसू आले. ओढणीनं डोळे टिपून ती पुन्हा आत गेली आणि एका ताटलीत गुळाचे खडे घेऊन आली.

"घ्या बाबा, तोंड गोड करा."

म्हणत सर्वांच्या हातावर तिने गुळाचे खडे ठेवले.

आठ दिवसात काम सुरू होणार होतं. तोवर एक मोठी अडचण आली.

लिलुंड्याच्या जोहडसाठी लागणारे काही सामान ट्रॅक्टरमधून न्यावे लागणारे होते. सरिस्काच्या जंगलातूनच ट्रॅक्टरचा रस्ता होता. वनविभागाने त्यासाठी परवानगी नाकारली. हे दडकीला कळले तेव्हा ती क्रोधाने थरथरू लागली.

"पाहते मी, माझ्या ट्रॅक्टरला कोण कसे रोखतेय. ते आमच्यासारख्या गरीबांसाठी जोहड बांधायला घेतला तर हे जंगलवाले आडमुठेपणा करून वांधा घालतायेत काय?"

असे म्हणून ती सरिस्काच्या बाहेरच उभ्या असलेल्या ट्रॅक्टरजवळ गेली. ड्रायव्हरच्या शेजारच्या सीटवर बसून तिने फर्मावले.

"चला, ट्रॅक्टर सुरू करा! काय होतंय ते बघते मी."

ड्रायव्हरने ट्रॅक्टर सुरू केला. वनविभागाचे कार्यालय आले.

तिथल्या कर्मचाऱ्यांनी ट्रॅक्टर अडवले. दडकीमाई खाली उतरली. कमरेवर हात ठेवून तिने त्यांच्याकडे जळजळीतपणे पाहत म्हटले,

"अरे नालायकांनो, आमचा टॅक्टर अडवता काय? तेवढीच मर्दुमकी दिसते तुमच्यात! अरे, हिंमत असेल तर या सरिस्कात राजरोस चाललेली शिकार थांबवा! झाडांची तोड थांबवा. ते तुम्ही करणार नाही, कारण पैसे खाऊन तुम्ही गप्प बसता. मी हा ट्रॅक्टर घेऊन जाणार म्हणजे जाणार. कोणता माई का लाल अडवतोय, ते पाहतेच मी. ड्रायव्हर सुरू कर ट्रॅक्टर."

दडकीमाईने ट्रॅक्टरमध्ये बसून हुकूम केला. ट्रॅक्टर अडविणाऱ्या कर्मचाऱ्यांचे तांडे दडकीच्या भडिमारामुळे कसनुसे झाले. ट्रॅक्टर पुढे गेला. ते लोक पाहत राहिले. काही करण्याची हिंमत त्यांच्यात उरली नव्हती.

जोहडचे काम पूर्ण होईपर्यंत त्यानंतर कधीच ट्रॅक्टर अडविला गेला नाही.

जोहडचे काम सुरू झाले. जागा नक्की करून, मापं घेतल्यावर होमहवन, भूमिपूजन झालं. बांधकाम सुरू झालं. दगड डोंगरावर होतेच, खणल्यावर मातीही मिळाली. चुना वगैरे आणावा लागला. सारं आणेपर्यंत खूप त्रास झाला. पण एकदाचं सुरळीतपणे काम सुरू झालं. 'तरुण भारत संघा'चा तंत्रज्ञ, दगड टाकणारे त्यांचे काही कार्यकर्ते, लिलुंड्याच्या पंधरावीस बायका आणि आठ-दहा पुरुष!

दडकीमाई जणू या सर्वांची नेता झालेली. तशी ती होतीच. तिला ग्रामपंचायतीच्या निवडणुकीला पुन्हा एकदा उभं राहायचं होतं. मागे एकदा ती निवडणुकीत पडली होती. ती म्हणायची की, मी निवडून आले तर रस्ता करीन, शाळा काढीन आणि विधवा बायकांना मदत मिळवून देईन. आपण हरलो याचा अपमान तिच्या मनाला अजून डंख मारीत होता.

इथंही ती स्वत: टोकरीत दगड भरून द्यायची, इकडे तिकडे फिरून कामावर

देखरेख करायची, सर्वांवर नजर ठेवायची. थोडीदेखील दिरंगाई झालेली तिला खपायची नाही. कारण हा जोहड म्हणजे तिचं स्वप्न होतं. पूर्ण होऊ शकणारं..! या जोहडनं इथं पावसाचं मनमुक्त वाहणारं पाणी अडवलंय. वर्षभर इथं पाणी थांबलंय. उन्हाळ्यातही या पाण्याचा थंडावा पसरलाय. गुरंढोरं मनसोक्त पाणी पिऊन तृप्त होताहेत. हिरवा चाफा खाऊन हंबरताहेत. त्यांच्या धारा काढायला एवढ्याशा लोट्याऐवजी कळशी लागतेय. गायी-म्हशीची आंचळं दुधानं टटटली आहेत. रोज मूठभर खवा आटवण्याऐवजी मोठ्या चुलावण्यावरच्या कढाईत ती खवा आटवतेय. दिवसभर डोईवरून पाणी आणणाऱ्या बायकांना आता भरपूर उसंत मिळतेय. कारण हाताशीच भरपूर पाणी आहे. पाण्यावरून पाखरं भिरभिरतायेत. जोहडच्या पाण्यात पोरीबाळी आपलं रूप पाहताहेत. पाण्याचा शीतल स्पर्श अनुभवत सुखानं न्हात बसल्या आहेत.... माथ्यावरच्या रणरणत्या उन्हात कामं करतानाही दडकीच्या डोळ्यात ही स्वप्न तरळत होती.

या वयातही तिचा उत्साह क्षणोक्षणी वाढतच होती.

आज राजेंद्र लिलुंड्याला आलेले. इथलं काम सुरू झाल्यावर दुसऱ्या कामासाठी ते गोविंदपूरला गेले होते. तिथे तरुण शाळा सुरू करायची होती. त्या बाबतीत गावकऱ्यांशी बोलायचं होतं. त्यांना पाहून सर्वांच्याच चेहऱ्यावर तजेला आला.

दुपारी रोटी खाण्यासाठी सारेजण एकत्र बसले. इथे आता जात-पात, शिवाशिव कसलेही भेद शिल्लक राहिले नव्हते.

स्वत: रोटीवर शाक घालून दडकीने रोटी राजेंद्रच्या पुढे केली. ममतेने म्हणाली, "खा भैय्या."

हातात ती रोटी घेऊन राजेंद्रांनी रोटीचा घास घेतला. ती मायेनं दिलेलं रूखीसुखी रोटी खूपच गोड लागत होती. गेल्या काही वर्षांत अशा रोटीची सवयच झाली होती. हे लोक खातात मग आपल्यालाही असं खायला काहीच हरकत नाही, असं त्यांना वाटत होतं.

रोटी खाताना राजेंद्रांची नजर सर्वांच्यावरून फिरली. तिथे दाखडी तेवढी दिसली नाही. सुरुवातीपासूनच ती या जोहडच्या कामात सहभागी झाली नव्हती. एक-दोनदा सर्वांनी तिला सांगून पाहिलं, नंतर तो प्रयत्न सोडून दिला. या कामाच्या वेळी ती चराईत गुरं घेऊन जायची. एरवी तिची मुलगीदेखील गुरं न्यायची, पण दाखडीला काहीतरी निमित्त हवं होतं.

तिच्यावाचून काहीही अडलं नव्हतं. जोहडचं अर्ध काम पूर्ण झालं. पंधरा दिवसांत ते पूर्ण झालं असतं. दोन महिन्यावर पावसाळा होता. याखेपेस देवदयेनं दोनतीन पाऊस झाले असते तर जोहड भरलं असतं. लिलुंडावाल्यांचं भाग्य

कायमचं उजळलं असतं.

रोटी खाऊन झाल्यावर तिथं ठेवलेल्या मटक्यातलं घोट घोट पाणी पिऊन सारे पुन्हा कामाला लागले. राजेंद्र जोहडच्या बांधाजवळ थांबून दगडाच्या सांध्यातल्या चुन्याचा गिलावा व्यवस्थित झालाय का हे पाहत होते. तेवढ्यात त्यांच्याकडेच येणारी दाखडीची आकृती त्यांना दिसली.

डोईवरचा लाल घुंगट सावरीत हात जोडून ती म्हणाली,

"भैया, मी या जोहडच्या कामावर आले नाही, ही माझी चूक झाली. हा तर आमच्यासाठीच आहे. पण मी बेअकल होते. माझी कसूर माफ करणार."

"दाखडीभाबी, तुझी चुक तुला समजली हे ठीक. पण मी कोण तुला माफ करणारा."

राजेंद्रनी सांगितलं.

वाट चुकलेलं पाखरू पुन्हा आपल्या घरट्यात यावं तसं वाटलं त्यांना.

"भैय्या, मी आजपासून या कामावर येऊ का?"

दाखडीने विनवणी केली.

तेवढ्यात दाखडीला पाहून तिथे दडकी आली.

"दाखडी, तू इथं कशी गं? तुझा रस्ता चुकलाय वाटतं?"

दडकीमाई उपरोधिकपणे म्हणाली.

"दडकीमाई, खरंच मी पागल झाले होते. माझी चूक तू पदरात घे. मी आतापासून जोहडचे काम करते." दाखडी म्हणाली.

"वा गं वा शहाणे, म्हणे जोहडचे काम करू का? त्यावेळी दाताच्या कण्या होईपर्यंत तुला सांगितलं होतं, तेव्हा तुझी अक्कल कुठे शेण खायला गेली होती का? आणि आता आम्ही सारं काही तयार केल्यावर आलीस. तुला काय वाटलं, या दडकीला काही समजत नाही होय!"

"दडकीमाई, चूकभूल होते. दाखडीभाभीला आपली चूक कळलीय. तिला कामावर यायचंय. तर..."

राजेंद्र दडकीमाईची समजूत घालू लागले.

"ते काही नाही भैय्या, या एवढ्या बाबतीत तू मला काही सांगू नकोस. ना रे ना, जेव्हा गरज होती तेव्हा सारे गाव एकीकडे आणि ही मस्तीची दीडदमडीची दाखडी एकीकडे, आता कशाला आली? लाजलज्जा आहे का हिला? बघा बघा हिचे तोंड. हा जोहड पूर्ण होईल, पण या दाखडीचा हात याला लागायला नकोच. फार झाले तर जोहड भरल्यावर पाणी घ्यायला आणि गुरांना पाणी पाजायला आली तर येऊ देईन. खरं तर हिची एवढीही लायकी नाही. गावच्या कामाला सुरुवातीलाच नाट लावला होता हिनं."

दडकीमाई कडाडत होती. राजेंद्र अवाक् झाले. दडकीमाईचा त्वेष पाहून त्यांना काही बोलवेना. डोळ्यांतून घळघळा वाहणारे पाणी ओढणीने पुसून दाखडी मान खाली घालून माघारी वळली. पश्चात्ताप, अपमान याच्या खुणा तिच्या चेहऱ्यावर उमटल्या होत्या. कामावरचे सारेजण पाहत राहिले.

पण दडकीपुढे कुणी काही बोलू शकले नाही. शिवाय दडकीचं म्हणणं खरं होतं.

जड पावलांनी दूर जाणाऱ्या दाखडीकडे पाहत राजेंद्रना मनोमन वाटलं,

या चांगल्या कामाला गालबोट लागले. दाखडीला स्वत:ची चूक कळली होती. दडकीमाईंनी मोठ्या मनाने तिला क्षमा केली असती तर ते बरं झालं असतं. पण या गावात दडकीमाईचं राज्य आणि गावागावातून तिथल्या कर्तबगार बुजुर्गाचंच राज्य जणू सर्वांवर चालू होतं.

◆

। सहा ।

आसमंतात क्षितिजापर्यंत रोरावणारे, धडका मारणारे, कल्लोळ उठविणारे, उरात धडकी भरवणारे गढूळ मातकट रंगाचे पाणीच पाणी. त्यावाचून दृष्टीस दुसरं काही जाणवत नव्हतं. अगदी तसेही म्हणता येत नव्हतं; कारण रूपारेल, साबी नदी आणि या नद्यांना येऊन मिळणारे चुडसिद्धसारखे काही नाले यांना आलेल्या या पुरात वाहून जाणारी गुरंढोरं, बुडालेल्या घरांची छप्परं, घरातलं सामानसुमान, त्या रूद्रभीषण आवेगानं उसळणाऱ्या पाण्यातून दिसणारे झाडांचे शेंडे, एखाद्या पक्क्या घराच्या गच्चीवर जीव वाचविण्यासाठी उभी असलेली, भीतीने थरकापणारी माणसं, त्या पाण्यातून दिसणारा गावातल्या गुरूद्वाराचा नुसता ध्वज; हे दृश्य पाहणाऱ्यांच्या मनात भय, करूणा उत्पन्न करीत होते.

असे वाटत होते की, प्रलयकाळच आलाय. घरंदारं, माणसं, आयुष्यभार जिवापाड जपलेला संसार, गरजेच्या वस्तू सारं काही त्या जुलमी पाण्याने जणून गिळूनच टाकायचे ठरविलेले. आकाशच कोसळले होते. गावागावातून माणसे पुराच्या तडाख्यात सापडली होती. असहाय्यपणे प्राण वाचविण्यासाठी टाहो फोडणारी, आकांताने हाक मारणारी.

अशात एकच कालवा झाला.

"माझं बाळं, माझा लल्लूऽऽ" घराच्या छतावर उभ्या असलेल्या एका आईने टाहो फोडला. तिच्या डोळ्यादेखत तिचं बाळ वाहून चाललेलं. पाण्याच्या लोंढ्यानं त्या बाळाला उचललेलं.

काल दुपारपासून या पूरग्रस्त भागात मदतीसाठी आलेले राजेंद्रसिंह आणि त्यांचे सहकारी क्षणभर देखील उसंत न घेता, स्वत:च्या जिवाची पर्वा न करता या महाभयानक पुरात अडकलेल्या लोकांना वाचविण्याचं काम करीत होते.

काल पहाटे सारे गाव गाढ झोपेत असताना रूपारेल नदी खवळली. सारी बंधनं तोडून देऊन क्रुद्ध होऊन ती घरादारांचा, माणसांचा घास घेण्यासाठी गावात घुसली. बेभानपणे नागिणीसारखी फुसफुसू लागली. जणू काही तिला बदला घ्यायचा होता. पुराचं पाणी गावात, घरादारात शिरताच आक्रोश सुरू झाला. जीव वाचविण्यासठी धडपड सुरू झाली. काहींनी उंचावर सुरक्षित ठिकाणी

आश्रय घेतला. काहींना तेवढीही फुरसत मिळाली नाही. पुराच्या पाण्याने त्यांना ओढून नेले. ज्याला पोहायला येत होते, असे काही जण कसेबसे वाचले. त्यादिवशीची पहाट विनाश घेऊनच आली. जणू हाहाकार माजवला होता पुरानं.

भरतपूर आणि अलवर जिल्ह्यात पुराचे तांडव सुरू झाले. बिरानी, निमलाको, जालाका, धोकाका, दाईका, शेरपूर, श्यालोदा, सालकर, मिर्जापूर, गुड रायपूर, झाडको, भगेरीकला, जमालपूर, गांगापुरी, हरसोली, कतोपुरे, खानपुर बांधोली, जोखारा या गावांतून पुराचे पाणी घुसले होते.

भरतपूर आणि अलवर या शहरांनाही पुराने सोडले नाही.

मृग नक्षत्र निघून दहाबारा दिवस झाले. पाऊस सुरू झाला. राजस्थानात पाऊस म्हणजे आनंदाची पर्वणी. परंतु यावेळी सतत आठ दिवस झाले, पावसाला खंडच नव्हता. गेल्या तीन-चार दिवसांत अतिवृष्टी झाली. परवादिवशी चोवीस तासांत इतका पाऊस कोसळला की, नदीनाले भरभरून वाहू लागले. पाहता पाहता त्यांचे वेगवान प्रवाह विनाशकारी बनले.

या दोन्ही जिल्ह्यातील बंबोरा, जिंदोली, खानपूर, बांदाका येथील सरकारी बांध आधीच नादुरूस्त होते, ते या अतिवृष्टीत तुटून गेले. सरकारचे करोडो रुपये पाण्यात गेले. जर या बांधांची आधी दुरूस्ती झाली असती तर हा पूर एवढ्या भयंकर प्रमाणात आला नसता. कालपासून या बांधोली व इतर पूरग्रस्त गावांतून 'तरुण भारत संघा'चे मदतकार्य अखंडपणे चालले होते.

गावात पुराचा लोंढा शिरला होता. ते पाणी जणू आपल्या कराल जिभल्या चाटत होतं. संपूर्ण गाव जलमय झालं होतं. आजूबाजूच्या शेतातून पाच-सहा फूट पाणी होतं. शेतातल्या मका, बाजरा, पिकांचा सत्यानाश झाला. काही ठिकाणी भाजीपाल्याची लागवड केली होती. तीही वाया गेली. मेहनत व पैसा सारं पाण्यात गेलं. पुरानंतरचा हा प्रश्न बिकटच होता. परिस्थिती भयानक होती. पुरात सापडलेल्यांना वाचविणं हेच ध्येच होतं. प्राण वाचणं महत्त्वाचं.

दोन चार नावा, फळ्या बांधून केलेले काही तात्पुरते तराफे, दोर यांच्या सहाय्याने पुरात अडकलेल्यांना वाचविण्याचा प्रयत्न अव्याहतपणे चाललेला. त्यात यशही येऊ लागलेलं. ज्या कार्यकर्त्यांना उत्तम प्रकारे पोहायला येत होते, ते त्या खवळलेल्या पाण्यात उड्या घेऊन वाहून जाणाऱ्या गावकऱ्यांना, पशूंना वाचवीत होते.

"माझ्या बाळाला कुणीतरी वाचवा होऽऽ"

त्या बाईची ती हाक ऐकताक्षणी गळ्यापर्यंत आलेल्या पाण्यात उभे राहून धारेत सापडलेल्यांना वाचविणाऱ्या राजेंद्रसिंह, जगदीश आणि श्रवणचं लक्ष तिकडं वेधलं. आपल्या हातातल्या काठीने राजेंद्रांनी एका बकरीला अडविलं होतं

आणि जगदीश तिला दोर बांधून खेचून किनाऱ्याकडे ओढून नेत होता.

राजेंद्रांनी पाहिले, पुराच्या पाण्यातून एक पाळणा वाहत त्यांच्या दिशेने येत होता. त्यात पाच-सहा महिन्याचं बाळ होतं. पाळणा पाण्यावर अद्यापि तरंगत होता : पण कुठल्याही क्षणी त्या चक्रावत येणाऱ्या, रोरावणाऱ्या लालसर पाण्यानं त्या इवल्याशा बाळाचा घास घेतला असता. राजेंद्रांनी पुढे झेप घेतली आणि त्या पाळण्याचा दांडा पकडला. त्यांच्या मागे असलेल्या श्रवणने त्या बाळाला क्षणात उचलून खांद्यावर घेतलं. या हिसकाहिसकीत आणि थंडगार पाण्याच्या स्पर्शाने आता हे बाळ आकांतानं आक्रोश करू लागलं. पण राजेंद्रसिंहांच्या ओठावर तशा अवस्थेतही स्मित उलटलं. कारण त्या आईच्या बाळाला त्यांनी वाचवलं होतं. बाळाला खांद्यावर उंच पकडून श्रवण कसाबसा पाण्याबाहेर आला. तिथल्या कार्यकर्त्यांनी बाळाला उचलून घेतलं. काही वेळानं बाळाची आई तराफ्यावरून तिथे आली, तेव्हा आपल्या बाळाला आसासून जवळ घेताना तिच्या आनंदाश्रूंना भरती आली.

राजेंद्रसिंह आणि सहकाऱ्यांचं काम मध्यरात्र झाली तरीही चालूच होतं. तहान-भूक साऱ्यांचा विसर पडलेला.

बांधोली गाव तर पूर्णपणे वाहून गेलं. सगळी कच्ची घरे, झोपड्या ढासळल्या. त्यांची काही नावनिशाणीदेखील राहिली नाही. परंतु पुरामुळं गावातल्या पक्क्या घरांचीही वाताहत झालेली. या बांधोली गावातलेच वीस-पंचवीस जण पुरात वाहून गेले. त्यांच्या जिवंत राहण्याची शक्यता कमीच होती त्यातल्या एखादा आयुष्याची दोरी बळकट असल्याने किंवा ईश्वरी चमत्कारानंच वाचू शकला असता. जे व्हायचे ते या दोन दिवसात घडून गेले. पण पूर ओसरल्यानंतरची परिस्थिती फारच भयानक होती. सारीकडे चिखल, गाळ, मृत पशूंचे सडलेले देह, दुर्गंधी पसरलेली. गावातल्या विहिरीत पुराने वाहून आलेली आती भरून त्या विहिरी बुजून गेल्या. सखल भागात तुंबून राहिलेलं पाणी, शेतात, रानात सारीकडं पाणी, पण माणसांना प्यायला पाणी नव्हतं. पुराने सर्वांची दैना केली होती. सरकारी मदतकार्य सुरू झालं होतं. परंतु ती मदत अपुरी होती, आणि सर्वांपर्यंत पोहोचू शकत नव्हती. कारण पूरग्रस्तांची संख्या अफाट, आपल्या परीनं 'तरुण भारत संघा'चं काम सुरू होतं. त्यात शिस्त व आत्मीयता होती. पूरग्रस्तांना अन्न, कपडे, औषधं, निवास पुरविण्यासाठी त्यांचे आटोकाट प्रयत्न चालले होते.

गावापासून उंचावर असलेल्या कोरड्या जागी तात्पुरते निवारे त्यांनी उभे केले होते. रात्री कंदिलाच्या क्षीण उजेडात सर्वांना अन्न देण्याचं, त्यांची समजूत घालण्याचं काम सुरू होतं. त्या बेघरांच्या डोळ्यांतून अश्रू वाहत होते. त्यांची घर

उद्ध्वस्त झाली होतीच, परंतु मनंही उद्ध्वस्त झालेली. सारेच बे-सहारा झाले होते. आयुष्य उजाड झालं होतं. त्यांच्या डोळ्यांदेखत त्यांची गुरंढोरं. पैसापैसा जमवून उभा केलेला संसार, सारं काही वाहून गेलेलं. काही जण तर आपल्या जिवाभावाच्या माणसांना कायमचे मुकलेले. कुणाचा भाऊ, कुणाचा मुलगा, कुणाची बायको तर कुण्या एकीचा घरधनी या पुराने गिळंकृत करून त्यांची कायमची ताटातूट केली हाती.

या साऱ्या खेड्यापाड्यांतूनच काय पण अलवर आणि भरतपूर या शहरातही पुराने हैदोस घातला होता. तिथल्या रणजितनगर, सुरजमलनगर, रामनगर, हनुमाननगर. इतगाह कॉलनी, श्यामनगर, सहयोगनगर, आदर्शनगर या कॉलनीत पूर ओसरून दहाबारा दिवस झाले तरीही पाणी थांबलं होतं शहरातील जुने वाडे, घरांबरोबरचं आधुनिक बंगलेदेखील या पुराच्या पाण्यात बुडाले होते.

चार-पाच दिवस तर रेल्वेमार्गवरही पाणी असल्यानं रेल्वे वाहतूक बंद होती.

खेड्यापाड्यातल्या गरीब लोकांची हानी अपरिमित होती. त्यांचे दुःख अपार होते. झालेली हानी भरून निघण्यासारखी नव्हती. तरीही पुन्हा उभं राहायचं होतं, जगायचं होतं, पुन्हा एकदा घरकुल उभे करायचं होतं. पुन्हा एकदा शेत नांगरायचे होते. त्यासाठी हिंमत हरून चालणार नव्हतं. ही काळरात्र संपून नवी पहाट येणार होती. जीवनाशा स्फुरित होत होती. आपले माणूस सुखरूप दिसले, की कडकडून गळाभेटी व्हायच्या. वियोग झालेल्या स्वकीयांबद्दल शंकाकुशंका काळजाला बोचायच्या.

अश्रू आणि आनंदाश्रूंचे पूर वेळोवेळी उधाण आणित होते. या सर्वांतून त्यांच्यातल्या माणसाला जपण्याचे काम राजेंद्रसिंह आणि त्यांचे सहकारी करीत होते. त्यांच्यापुढे हे एक आव्हानच होते.

दुष्काळाचे संकट तर त्यांच्या नशिबालाच लागले होते. त्यातून अलीकडच्या काळात राजेंद्रसिंहाच्या पुढाकारानं झालेल्या जोहड- तलावामुळं परिस्थिती बदलली होती. लोक सुखाचा घास खाऊ लागले होते, तर हे महापुराचे संकट अनपेक्षितपणे आले. खरं म्हणजे इथे या राजस्थानात पूर येईल असे कधी स्वप्नातही वाटत नव्हतं. हे आश्चर्यच घडलं होतं. परंतु प्रत्यक्षात पूर येऊन गेला हे कटू वास्तव होतं.

सारीकडे चिखल, साठलेलं पाणी, उदध्वस्त घरं, भुकेली जनावरं. लोकांचे हाल. मैलोगणती प्रदेशात, गावागावात हीच परिस्थिती. सारेचं अनपेक्षित झालेले. या पुराने त्यांच्याजवळचं सारं काही ओरबाडून, हिसकावून नेलं होतं. त्यांचे संसार या नतद्रष्ट पुरानं गिळून टाकले होते.

वरून पिरपिर झिरपणारा रोगट पाऊस, भरून आलेले उदासवाणे आकाश,

खाली ओल, दलदल. अंगावरचा एखादाच कपडा उरलेला. तोही भिजून चिंब झालेला. त्यामुळं अंगात हुडहुडी भरलेली. निसर्गाच्या प्रकोपापुढे माणूस हतबल होतो, पण अशा वेळी माणसानंच माणसाला सावरायला हवं, सहाय्य करायला हवं, धीर द्यायला हवा. आणि हेच काम राजेंद्रसिंह तिथे करीत होते. भुकेल्यासाठी अन्न, प्रत्येकाला अंग झाकायला कपडा, थंडी, गारठा, ओलाव्यापासून रक्षण होण्यासाठी एखादे पांघरूण मिळावे यासाठी ते आणि त्यांचे सहकारी जिवाचे रान करीत होते.

पूर ओसरून काही दिवस झाल्यानंतर या साऱ्या परिसरात नव्या आपत्ती येऊ लागल्या. ताप, कॉलरा, मलेरिया या आजारांचं साम्राज्य पसरलं. पुरानं बरबादी झालीच होती. आता या जीवघेण्या आजारानं तिथली माणसं हवालदिल होऊन गेली. आजारानं अर्धमेली झाली. 'तरुण भारत संघा' तर्फे ठिकठिकाणी औषधे पुरविण्यासाठी केंद्रे काढली. त्यामुळं ते आजार हळूहळू आटोक्यात येऊ लागले.

पंधरावीस दिवसांनी पुन्हा एकदा लख्ख ऊन पडलं.

गावातली ओल त्या उन्हाने सुकू लागली. मेलेल्या मनांना पुन्हा जाग येऊ लागली. पुरानं सारं काही धुऊन नेलं, तरीही तिथं पुन्हा एकदा घरंदारं उभी करायची होती. जिथं जन्म गेला तिथंच आसरा घ्यायचा होता. जन्मभूमी सोडून जाण्याची कल्पना असह्य होती. राजेंद्रसिंहांनी त्या बेघरांना छत दिलं. पत्रे मागवून त्यांचे वाटप केलं. तेव्हा पुन्हा एकदा राबणारे हात एकत्र आले. चार भिंती चढल्या. वरती छप्पर चढलं. घरं उभी राहिली. फारशा अपेक्षा नव्हत्याच. ही मदत लाख मोलाची वाटली आणि होतीही.

तिथल्या बायका राबत होत्याच. मात्र त्यांच्यावर अनेक प्रकारची जबाबदारी होती. रोजच्या अन्नासाठी जळणं हवं म्हणून सुक्या काटक्या आणणं हे काम सर्वत्र पसरलेल्या ओलीमुळं अवघड झालं होतं जी गुरं वाचली होती त्यांच्यासाठी चारा आणणं, गुरांची देखभाल करणं, घर बांधण्यासाठी काम करणं, प्यायचं पाणी दूरवरून आणणं, कारण गावातल्या विहिरीत गाळ साचला होता. ही बायकांची काम वाढलीच होती. तरीही एक मात्र सुरू होतं की? आजपर्यंत संसाराचा गाडा आणि गावगाडा त्यांच्यामुळंच सुरळीत चाललाय व यापुढेही तो तसाच चालू राहणार होता. पुन्हा एकदा आपलं घर उभं राहिलं याचं आगळंच समाधान होतं!

हळूहळू दैनंदिन जीवन सुरू झालं. अत्यंत अपुऱ्या सामानात, अतीव कष्टानं पुन्हा एकदा संसार सुरू झाले. हलके हलके जखमा बुजू लागल्या. जनजीवन

पूर्ववत होऊ लागले, मात्र या पुराच्या कारणांच्या शोध घेण्याची प्रक्रिया 'तरुण भारत संघा' तर्फे राजेंद्रसिंहांनी सुरू केली आणि भविष्यात पुन्हा अशी वेळ येऊ नये म्हणून कोणती उपाययोजना केली पाहिजे. याचा विचार करण्यासाठी भरतपूर व दिल्ली येथे दोन चर्चासत्रे ठेवली. त्यात या परिस्थितीचा सर्वांगीण अभ्यास केला गेला. या चर्चासत्रात पत्रकार गुणाकार, धर्मपालजी मुळे, विक्रमभाई पारीक, अनुपम मिश्र. डॉ. संजय, कश्मिरा सिंह, राजवीरा सिंह, दुनू राय, उत्कर्षजी, दिग्विजयजी वगैरे प्रतिनिधींनी सहभाग घेतला होता. प्रत्येकानं आपले विचार मांडले. हे प्रतिनिधी हरियाणा, उत्तरप्रदेश, बिहार, राजस्थानाहून आले होते. सर्वांनी आपले अनुभव व विचार मांडले. सर्वांचे निष्कर्ष वेगवेगळे होते, परंतु प्रगतीच्या नावाखाली आपण ज्या चुका करतो आहोत, त्याचे हे फळ आहे, असे एकमुखाने म्हटले गेले. प्रत्येक ठिकाणी शहराबाहेरचा उंचसखल, भाग, छोट्या टेकड्या आदी सपाट करून त्यावर कॉलन्या उभ्या राहत आहेत. दिल्लीतदेखील यमुना नदीच्या उतारावर दहापंधरा फूट खालच्या बाजूला गृहरचना, सोसायट्या करून त्या कमी उत्पन्न गटातील लोकांना वाटण्यात आल्या. त्या लोकांवर कधी ना कधी असे पुराचे संकट येणार आहे याचा विचार तिथे कॉलन्या उठविताना केला गेला नाही. मोठ्या धरणामुळे खूप विनाश झालाय.

मागच्या दोन शतकात राजस्थानमधील राजे, महाराजांनी छोटे छोटे अनेक बांध बांधून पावसाचं पाणी अडवून जलसिंचनाचा विश्वविख्यात आदर्श दाखविला. भरतपूरच्या महाराजांनी बनविलेलं जलसिंचन तंत्र इतकं अपूर्व होतं की, ते पाहून आजदेखील प्रख्यात इंजिनीयर, तंत्रज्ञ आश्चर्य व्यक्त करतात. या योजनेत अतिरिक्त पाण्याचाही निचरा करण्याची व्यवस्था होती.

यावेळी राजेंद्रसिंह म्हणाले,

"नद्यांच्या आसपासचे जंगलाचे पट्टे नष्ट करणं म्हणजे पुराला आमंत्रण देणं आहे. जिथे जंगल आहे, त्याच्या आसपासच्या गावात पूर आला नाही. कारण जंगलात पावसाचं पाणी शोधून घेण्याची क्षमता असते. कुणालाही नैसर्गिक जलमार्गाचा निचरा बंद करून पाणी अडवून ठेवण्याचा अधिकार नाही. रेल्वे, सडक वगैरे मार्ग बनविताना पावसाच्या पाण्याचा निचरा होईल याकडं लक्ष दिलं गेलं पाहिजे.

त्या त्या भागातील बांधांच्या दुरूस्तीचे अधिकार त्या त्या गावच्या लोकांकडे दिले पाहिजेत आणि या हानीला जबाबदार असलेल्या दोषी लोकांना शिक्षा दिली पाहिजे.

जलसिंचन विभाग व पूरनियंत्रण विभाग वेगळे असले पाहिजेत.

या पुरामुळे लोक भयभीत झाले आहेत. एकीकडे पावसाची प्रतीक्षा आणि त्याचवेळी पावसाची भीती अशा विचित्र मन:स्थितीत लोक सापडले आहेत.

शिवाय वा पुराची सूचना नदी किनाऱ्यावरील लोकांना आधी दिली गेली नाही. हवामान खात्याचा अंदाजही चुकला. अधिकाऱ्यांनी वेळेवर संभाव्य पुराची सूचना दिली असती तर लोक आपली जनावरं, चीजवस्तू घेऊन सुरक्षित ठिकाणी गेले असते. आणि जीविताची, वित्ताची हानी वाचली असती.

मागच्या वर्षी जे बांध नादुरूस्त होते त्यांची दुरूस्ती केलीच नाही आणि सतत आठ दिवसांच्या अतिवृष्टीच्या वेळी बांधातून जास्तीचे पाणी सोडले गेले नाही.

काही मोठ्या गावातले पंप पाण्याचा निचरा करण्यासाठी पुराच्या वेळी सुरू करण्यात आले नाहीत. ते नादुरूस्तच होते.

हा भाग पूर्वी खाऱ्या पाण्याचा होता. त्यावर उपाय म्हणून तेव्हाच्या राजांनी दोन-तीनशे वर्षापूर्वी बांध बांधून तलाव निर्माण केले. त्यामुळे जमिनीचा खारेपणा कमी झालाय. पण तेव्हा बांधलेल्या बांधांची दुरुस्तीच होत नाही. म्हणूनच बंबोरा बांध फुटून महापूर आला. लहानमोठी तीन साडे-तीनशे गावं या पुरामुळं उद्ध्वस्त झाली. कित्येक माणसं अकाली मरण पावली. हजारो एकर शेतजमिनीचे नुकसान झाले. यापुढं असं होऊ नये म्हणून आपण दक्ष राहिले पाहिजे. आणि पूरग्रस्तांना नुकसानभरपाई मिळाली पाहिजे. त्यासाठी आपण प्रयत्नही केले पाहिजेत.

◆

। सात ।

सापासारखी वेड्यावाकड्या वळणानं जाणारी, मध्येच झाडाझुडपांमध्ये नाहीशी होणारी ती पाऊलवाट जयराम मीणाच्या सरावाचीच होती. त्यानं आकाशाकडं पाहिलं. संध्याकाळच्या सावल्या सरिस्काच्या जंगलावर उतरल्या होत्या. सूर्याचा तांबूस मणी अंधाराचा नाग हळूहळू गिळंकृत करीत होता. चारी दिशांनी अंधाराचं साम्राज्य सावधपणे खाली उतरू लागलेलं.

जयरामनं आभाळाकडं पाहिलं. क्षणाक्षणाला अधिक गर्द होत चाललेल्या संध्याकाळचा रंग त्यानं पाहिला आणि त्याचे अनवाणी पाय खडकाळ वाटेला झपझप चालताना मागे टाकू लागले. त्याच्या माथ्यावरच्या टोकरीत बाजारातून आणलेलं सामान होतं. त्याचं गाव सरिस्काच्या या जंगलात पूर्वेला होतं. उमरी हे त्याचं गाव म्हणजे छोटीशी वस्तीच.

जंगलात हरिपुरा, तारुंडा, बाबावाला, कांकवाडी, काळीधारी, चांद पहाडी, दुहारमाला, कुंडलका, मांडलवास, मथुरावट, कुशालगढ, माधोडाढ, बैरावास ही दुसरी गावंही होती. कधी काळापासून वसली होती कोण जाणे. जयरामलाही ते ठाऊक नव्हतं, मात्र हे जंगलच त्याचं सर्व काही होतं.

त्याच्या गावाला पोहोचेपर्यंत रात्र झाली असती. अजून दोन कोस जंगल तुडवायचं होतं. उमरी गावात त्याचा गौळीवाडा होता. गायी, म्हशी, शेळ्या ही जनावरं पाळून त्यांचं दूध विकणं हाच त्याचा व्यवसाय होता. जनावरं जंगलात चरत, त्यामुळं चारा विनासायास मिळायचा.

शिवाय सरिस्कामधली औषधी वनस्पती, जळणासाठी लाकूडफाटा गोळा करून विकल्यामुळे या जंगलात राहणाऱ्या लोकांचा संसार चाललेला. त्यांच्या बायका जनावराचा शेणगोठा करणं, धारा काढणं ही कामे करीत.

हे सरिस्काचे जंगलच त्यांचे अन्नदाता, मायबाप सारं काही. गेल्या कित्येक पिढ्या तिथंच तर राहत होते ते!

जंगलाबाहेरच्या गावाशी दूध विकून धान्य, तेल, कपडालत्ता आणण्यापुरतं संबंध. ही आतली गावं मीणा आणि बलाई व गुर्जर जमातीचीच होती. अशा जंगलात कायमची वस्ती करून राहणं तसं सोपं नव्हतंच. त्याला निधड्या

छातीची माणसंच लागतात. ही माणसं तिथली आदिवासीच.

जंगली जनावरांशी कधीही गाठ पडायची, परंतु आपल्याप्रमाणेच सरिस्का हे या प्राण्यांचहीं आहे, असं या गुर्जरांना व मीणांना वाटायचं. त्यातून गुर्जर तर केवळ शाक-भाजी खाणारे. खायला रोटी-शाक, झोपायला गवत बास, त्यांच्याकडून खाण्यासाठी म्हणून हरिणं, ससे, पक्षी यांची हत्या होणे अशक्यच!

या हवेशी, झाडाझुडपांशी त्यांचं जणू रक्ताचं नात जडलेलं. बाहेरचा श्वास घेताना जयरामचा जीव कसा कोंडल्यासारखा होई. त्याचं हे सरिस्का अत्यंत पवित्र. साक्षात हनुमानजींनी इथं वृद्धावस्थेत वास्तव्य केलं होतं. पांडव वनवासात असताना काही काळ इथं राहिले होते.

अलवर नरेशांनी हे जंगल अभयारण्यासाठी आरक्षित केलं होतं. जयसिंह नरेशांनी त्यात काही सुधारणा केल्या. परंतु अलीकडच्या पाच-पन्नास वर्षांत सरिस्कावासीयांचं दैव फिरलं होतं. अत्यंत कठीण काळ आला होता. त्यालाही तोंड देऊन कसंबसं जगणं भाग होतं.

जयराम चालतच होता. अजून गायी-म्हशींच्या धारा काढायच्या होत्या. चारापाणी ही कामं करायची होती. त्याला म्हणूनच घरी पोहोचायची घाई होती. त्याची बायको प्रेमली सारी कामं करू लागे. पण त्याची म्हातारी आई अजूनदेखील खूप काम करी. सत्तर-ऐंशी पावसाळे पाहिलेली ती बाई एखाद्या वठलेल्या झाडासारखी दिसे. परंतु अजूनपर्यंत तिला कसलाही आजार माहिती नव्हता. तिला जंगलातल्या वनौषधींची, जडीबुटीची खूप माहिती हेती. घरातल्यांना कसलाही आजार झाला की, म्हातारी जंगलातली हवी ती पाने, मुळ्या घेऊन येई आणि त्याचा काढा करून देई. लागलीच गुण येई.

परवाच तिच्या सुनेला अचानक अतिशय रक्तस्राव होऊ लागला. प्रेमली गळाठून गेली. पांढरी पडली. त्यावेळी तिनं रूखडीचं रोपच उपटून आणलं न् त्याच्या पानाचा रस प्रेमलीला पाजवला. तेव्हा दुसऱ्याच दिवशी तिचा तो त्रास एखादी जादू झाल्यासारखा नाहीसा झाला. एरवीदेखील कधी कुणाला जखम झाली तर हा रूखडीचा पाला नेहमीच हाताशी असे. हा पाला ठेचून जखमेवर लावला की, रक्त तर थांबेच पण जखम लागलीच भरून येई.

इथल्या बायकांना या गोष्टी माहिती होत्या. त्याचा उपयोग होई. परंतु कधी कधी मात्र काहीच उपयोग व्हायचा नाही, कारण तो आजार तसा असायचा.

इथं तर साधा वैद्यही नव्हता. मग दवाखाना कुठला? तरी निसर्गाशी एकरूप झालेले हे आदिवासी त्याची खंत करीत नसत.

जयराम डावीकडे वळला आणि जंगल विभागाचा माणूस समोर उभा राहिला. तो या लोकांच्या जाण्यायेण्याच्या वाटेवर टपून बसलेला असे. सरिस्कातून बाहेर

जाणाऱ्या न् आत येणाऱ्यांकडून तो दोन- चार रुपये बसून करीच. जणू काही सरकारी करच.

आताही जयरामला पाहून आडवा आला आणि म्हणाला, "पाच रुपये काढ चल."

"माझ्याकडे पाच रुपये कुठले? हे काय शिधा सामान खरेदी केलंय." जयराम अजिजीनं म्हणाला.

"मग दोन रुपये दे. काय रे! इथे जंगलात राहता ते राहता, इथली लाकडं चोरता! ते काय फुकट आहे का? तुम्ही चोऱ्या करता हे मला माहिती नाही काय? आं! तुमचं इथं राहणंच बेकायदा आहे. दोन रुपये बऱ्या बोलाने दे, नाहीतर दाखवतो तुला." तो दरडावून म्हणाला.

"सायेब, आमी तर पिढ्या न् पिढ्या इथंच राहतोय, आम्ही चोर आहोत का? आमच्या पूर्वजांनी इथं गाव वसवलं तेव्हा खुद्द अलवर नरेशांनी हरकत घेतली नव्हती."

"ते मला सांगू नकोस! आता तुझ्या या राजाचं राज्य नाही इथं. जादा वटवट नकोय. गुमान पैसे दे, नाहीतर उद्या तुझ्यावर खटलाच भरायला सांगतो मी. माजलेत लेकाचे."

कनवटीला लावलेल्या कशातून दोन रुपये काढून देऊन मनातल्या मनात त्या दैत्याला शिव्या घालीत जयराम पुढे निघाला. अलीकडे हे रोजचंच झालं होतं. या सरिस्कात जेवढी म्हणून गावं होती त्यातील रहिवाशांना ही डोकेदुखी होऊन बसलेली. कष्ट करून कसंबसं चार घास खायचे तर जाता येता ही माणसं त्यांना लुटायची.

किती दिवस हा त्रास सहन करायचा? रोजच जाता येताना यांना कशासाठी पैसे द्यायचे, हे कळत नव्हतं.

जर सरकारनं खरोखरंच असा कर बसविला असेल तर त्याची काही पोच पावती, चिठ्ठीचपाटी नको का?

हेच नव्हे तर आणखी किती तरी वाईट गोष्टी या सरिस्कात राजरोस चालल्या होत्या. गेली वीस-पंचवीस वर्षे इथं झाडाझुडपाचं हत्याकांड चाललेलं. इथला वनखात्याचा ऑफिसर आणि त्याच्या हाताखालचे नोकर या जंगलाचे रक्षक नसून भक्षक झाले होते. हे लोक बाहेरच्या लोकांकडून हजार पाचशे रुपये गुपचूप घ्यायचे आणि त्यांना हवी तेवढी झाडे तोडू द्यायचे. अर्धे जंगलच अशा अमानुष कत्तलींनी संपले होते. ओसाड होत चालले होते. सरिस्काचा अर्धे वैभव. ते हिरवे वैभव पूर्णपणे नष्ट व्हायच्या मार्गावर होते. कितीतरी दुर्मिळ वनस्पती व वृक्ष संपून गेले आणि वन्य प्राण्यांची शिकारही बेकायदेशीर असूनही याच मार्गाने

व्हायची. ते पाहून या आदिवासींचा जीव तुटायचा, परंतु जयरामसारखी साधी भोळी माणसं काही करू शकत नव्हती.

आताही जयराम त्याच विचारात होता. त्या नादात त्याचे पाय वाट चालत होते.

पण समोरचं दृश्य पाहून अचानक त्याचे पाय थांबले. क्षणभर त्याचा श्वासोच्छवास थांबला. जयराम एखाद्या पुतळ्यासारखा स्तब्ध उभा राहिला. त्याच्यापासून पंधरावीस हात अंतरावर वाघरू उभं होतं. आपल्या मिशा जिभेने चाटत त्यानं जयरामकडे एक नजर टाकली. त्याचा पिवळा जर्द, हळदीसारखा रंग, त्यावर शोभिवंत दिसणारे काळे पट्टे, चपळ शरीर, ताणलेले शेपूट. त्याला पाहताच वाघाने आपले कान टवकारले, शेपूट उंचावले, झेप घेण्यासाठी पवित्रा घेतला.

जयरामच्या अंगाचं पाणी पाणी झालं. आपला काळ आलाय, याच्या तावडीतून आपण आता सुटूच शकत नाही हे त्या क्षणी त्याला कळून चुकलं. त्यानं देवाचं नाव घ्यायला सुरुवात केली. हालचाल न करता तो एखाद्या वठलेल्या झाडासारखा उभा राहिला. वाघानं त्याच्याकडे तुच्छतेने पाहिल्यासारखं करून झेप घेतली आणि जयरामच्या पलीकडून दोन हात अंतरावरून तो डावीकडच्या झाडीत दिसेनासा झाला.

जयराम भानावर आला आणि वेगानं घराकडं जाऊ लागला. वाघाने नुकतीच शिकार खाल्ली असल्यानं त्याने जयरामर हल्ला केला नसेल. जयरामला मात्र देवाची कृपा म्हणून आपण वाचलो असं वाटलं. तरीही समोर वाघरू दिसल्यावर त्याच्या पायातलं त्राण गेलं होतं. देवानेच आपल्याला वाचवले याची त्याला खात्री वाटली आणि तशाही अवस्थेत त्यानं देवाला नमस्कार केला.

तरीही जंगलखात्याच्या माणसापेक्षा ही जंगली जनावरं दयाळू आहेत, असं वाटून त्यानं मघाच्या त्या वनरक्षकाला पुन्हा एकदा शिवी हासडली. घर आलं. झोपडीच्या दारात टाकलेल्या चारपाईवर तो बसला, तेव्हा अजूनही त्याची छाती धडधडत होती. त्याची चाहूल लागताच प्रेमलीने पाण्याचा पेला बाहेर आणून दिला. पाण्याचा घोट घेऊन तो म्हणाला,

"आज वाटेत वाघ भेटला होता."

"दैय्या रे...." प्रेमली घाबरून म्हणाली.

"त्यानं माझ्याकडं पाहिलं, मी त्याच्याकडे पाहिलं न् तो बेटा एखाद्या राजासारखा ऐटीत निघून गेला."

आता या क्षणी बायकोला हे सांगताना त्याला हसू फुटलं. तशी तर वाघाची चाहूल कधी कधी लागायची. कधी तो दिसायचाही, पण लांबून. एवढ्या समोरासमोर

आजच त्यांची प्रत्यक्ष भेट झाली होती.

"नशीब माझं, पण अलीकडे आपल्या गोठ्यापर्यंतही वाघ येऊन जातो." प्रेमली म्हणाली.

"त्यानं तरी काय करावं? त्यालादेखील पोट आहेच ना! आपलं हे सरिस्का पूर्वीसारखं कुठं राहिलंय? त्याला रहायला, हिंडाय-फिरायला जागा नको का? या जंगलात वनगाई, ससे, सांबरं तरी कितीशी राहिलीत? वाघांनी जगावं तरी कसं?" जयराम रोजच्या अनुभवातनं आलेली प्रचितीच सांगत होता.

"पंचवीस-तीस वर्षांपूर्वी आपल्या या सरिस्कात कितीतरी वाघ होते. आता फारच कमी उरलेत. ते पाजी शिकारी येतात ना! त्यांना इथं शिकार करू देणारी आणि त्यांच्याकडून पैसे उकळणारी ही जंगलखात्याची माणसं!" जयराम तळमळीनं सांगत होता.

"हो, ब्याह झाल्यावर मी इथे आले तेव्हा इथे खूप वाघ होते. एकदा तर चरताना मागे राहिलेल्या आपल्या गायीला वाघाने ओढून नेले होते." प्रेमलीने आठवण केली.

"असं होतं कधी कधी. पण आपण मीना व गुर्जेर असं समजतो की, वाघानं आपलं एखादं जनावरं नेलं तर देवाचं होतं ते देवानं नेलं. हंऽऽऽ"

"हा, पण आज तुम्ही त्याच्या तावडीतून वाचलात." प्रेमलीने निश्वास टाकला आणि कुलदेवीचे स्मरण केले.

"तो वाघ परवडला. पण या जंगलाखात्याच्या माणसांनी आपली रोज जी लूट चालवलीय ना, त्याचं काय करावं कळत नाही. तानाशाही चालवलीय या जंगलवाल्यांनी. जंगल को धूल में मिला दिये" जयरामच्या कपाळावर रेषा पडल्या.

"आजही भेटला का तो?" प्रेमली म्हणाली.

"तो तर गावातले लोक कधी येतात आणि कधी जातात याच्या पाळतीवरच असतो आणि नेमक्या मोक्याच्या जागी हटकतो. दोन-चार रुपये दिल्यावाचून सुटका नसते. आमच्याकडून असे पैसे उकळतो, जणू काही हे सरिस्का त्याचंच आहे. काय करावं समजत नाही."

कोपऱ्यातल्या लिंबाच्या झाडाखाली हात धुताना जयराम म्हणाला.

प्रेमलीने बाजरीची रोटी आणि खेजडीच्या शेंगाचं शाक त्यांच्यापुढं ठेवलं. ताकाचं लोटकंही सोबत होतं. प्रेमली नि तिची सासू जंगलातून जळणफाटा आणताना रोज खेजडीच्या शेंगाही आणीत. रोज जनावरांच्या वैरणीत त्या शेंगा घालीत. कारण या खेजडीच्या शेंगा खाऊन गायी, म्हशी, शेळ्या जास्ती दूध देतात, हे त्यांना माहीत होतं आणि त्याचे शाकही व्हायचे.

जेवता जेवता तो बायकोला म्हणाला,

"ते काही नाही, आता गप्प बसून चालणार नाही. उद्या सकाळीच हरिलाल आणि चार पाच लोकांना घेऊन थानागाजीला जावं म्हणतो. तिथं 'तरुण भारत संघा' च्या आश्रमात राजेंद्रभैय्या भेटतील, तर त्यांच्या कानावर आमचं गाऱ्हाणं घालावं म्हणतो. आजपर्यंत कधी पाहिलं नाही त्यांना, पण त्या देवमाणसाची कीर्ती ऐकून आहे मी. यावर काहीतरी मार्ग काढतीलच ते."

"जाच तुम्ही. गरीबांचे वाली आहेत ते. आणि तुम्ही जाताय तर इथं सरिस्कात जोहड बांधायचं बघा. आपल्या वस्तीवरच्या विहिरीत पाणी कुठं आहे? तिकडं झऱ्याचं पाणी आहे, पण किती लांब आहे ते? आणि रोज जीव मुठीत घेऊनच तिथलं पाणी आणावं लागतं. तिथंच तर जंगली जनावरं पाणी प्यायला येतात. सदा न् कदा वाघानं फाडण्याची भीती. त्या प्राण्यांनादेखील पाणी प्यायला दुसरे पाणवठे शिल्लक राहिले नाहीत. त्यांचा न् आमचा एकच पाणवठा आहे. देवाची कृपा आहे म्हणूनच आजपर्यंत वाघाच्या पोटात गेलो नाही. झालंच तर हमीरपूर आणि तिकडच्या गावच्या बायकांसाठी त्या भैय्यांनी खूप चांगलं काम केलंय म्हणे. आमच्यासाठीही त्यांना सांगून बघा."

कधी नाही ते प्रेमली एवढ्या मनमोकळेपणाने नवऱ्याशी बोलत होती.

रात्री गुरांना वैरण घालतानाही जयरामच्या मनात हाच विचार चालला होता आणि रात्री झोपेतेही त्याला तीच स्वप्ने पडत होती.

अमावस्या जवळ आली होती. माथ्यावरच्या अनंत अंधाऱ्या घुमटात लाख लाख तारे चमचमत होते, तरी त्यांच्या प्रकाश खाली नव्हताच. सरिस्काच्या जंगलावर काळोखाचे गारूड पसरले. झाडांच्या सावल्या एकमेकांत गुंतल्या होत्या. चंद्राचा प्रकाश असल्याने त्या सावल्या जाणवतही नव्हत्या. अंधारानं अंधारात मिसळून जावं तसं झालेलं. या अंधारातच अंतरंगातल्या रसरसणाऱ्या ठिणगीसारख्या जीवनेच्छेनं इथला आदिवासी जगत होता. जंगल जागं होतं, माणसं झोपली होती. पण पशू जागत होते.

वेगवेगळ्या झाडाझुडपांचा एक मिश्र तीव्र गंध तिथल्या वातावरणात मिसळलेला. पानांच्या सळसळीत रातकिड्यांची किरकिर सामावलेली. माजावर आलेल्या एखाद्या वानरीचा चीत्कार ऐकू येत होता.

तिथल्या पिंपराच्या झाडावर बांधलेल्या मचाणावर बाबू आणि सुलेमान दबा धरून बसले होते. हालचाल न करता, श्वासोच्छवासाचाही आवाज रोखून धरून. आवाजाचा वेध घेत. बाजूच्या झाडीत खुसफुस झाली तेव्हा बाबूच्या कानाशी सुलेमान कुजबुजला.

“बहुतेक शेर आलाय, पाणी प्यायला निघालाय.” त्या किर्रर अंधारातही सुलेमानच्या चेहऱ्यावरचे हास्य बाबूला जाणवले. काही क्षणातच समोरच्या झऱ्याच्या दिशेने निघालेल्या वाघाच्या पाचोळ्यावर पडलेल्या पावलांचा आवाज आला.

सरिस्कामध्ये या आणि मांडलवास जवळच्या दोनच पाणवठ्यात पाणी उरलं होतं. पाणी पिण्यासाठी प्राणी तिथंच जायचे. म्हणूनच सुलेमानसारख्यांचे फावले होते. गेल्या वर्षभरात त्यानं चार वाघ मारले होते. त्यांचे कातडे, दात, चरबीला भरपूर मागणी असल्याने सुलेमानला चांगलीच कमाई होत होती. परवाच दलाल येऊन गेला. वाघाच्या कातड्याला नेहमीपेक्षाही जास्ती भाव द्यायला तयार होता तो. म्हणूनच आज सुलेमान आपली बंदूक आणि सोबतीला बाबूला घेऊन जंगलात शिरला होता. कालच इथल्या माणसाच्या हातात त्यानं काही नोटा दिल्या होत्या.

नेहमीप्रमाणं त्यांच्या सहकार्यानं निर्विघ्नपणं चाललं होतं. सरिस्काच्या जंगलातला हा विभाग व्याघ्र प्रकल्प म्हणून जाहीर झाला होता. पण सुलेमानसारखे शिकारी पैशासाठी आणि काहीजण हौसेसाठी वाघाची शिकार करतीच होते. बेकायदा असूनही इथल्या वनरक्षकाच्या संगनमतानं शिकार चालूच होती.

पाणवठ्यावर चाहूल लागली तेव्हा बाबूने विजेरीचा झोत त्या दिशेने फेकला. झऱ्याच्या खालच्या खोलगट भागात झुकून वाघ पाणी पीत होता. सुलेमनाने गोळी झाडली. वाघाची आर्त किंकाळी जंगलात घुमली. ते निस्तब्ध जंगल हादरून गेले. झाडं थरथरली, पक्षी बावरले, पशू अस्वस्थ झाले.

त्या आवाजाने जयराम झोपेतून जागा झाला. खाटेवरून तो गोठ्याजवळ आला. काय करावे हे त्याला सुचेनासं झालं आणि वाघाची शिकार चोरूनमारून चाललेली. चोरून तरी कसं म्हणावं, वनरक्षकाच्या संगनमताने शिकारी बेधडकपणे, राजरोस शिकार करीत होते.

जयरामचा जीव व्याकूळ झाला. खाटेवरून उठून तो गोठ्याजवळ आला. काय करावे हे त्याला सुचेनासं झालं. आणि वाघाची शिकार झाल्यावर त्याच्या हाती काय होते? नाहीतरी त्याच्यासारख्या सामान्य माणूस या अन्यायाविरुद्ध काय करू शकणार? परंतु त्याने मनाशी ठरवलं, या जंगलवाल्याविरुद्ध तक्रार करायलाच पाहिजे. गप्प राहून चालायचं नाही.

पहाट पहाटेच त्यानं धानागाजीचा रस्ता धरला. सोबतीला वस्तीतली चार माणसं होती.

जयराम आला तेव्हा राजेंद्रभैय्या चारपाच जणांच्या घोळक्यात खूप आनंदात दिसत होते. मध्येच मनमोकळे हसत होते. त्यांच्या आनंदाचे कारण त्यांचे चार मित्र सत्येंद्र, हनुमान, नरेंद्र आणि केदार परत त्यांच्या कामात सहभागी व्हायला

आले होते. राजेंद्राच्या कामांची माहिती त्यांच्या कानावर पोहोचायला थोडाही वेळ लागला नाही. पण त्यांचा संकोच त्यांना दूरदूर नेत होता. शेवटी चौघांनी एके दिवशी राजेंद्रांना भेटायचे ठरविले. एका सायंकाळी ते भिकमपुऱ्यात आले. राजेंद्रसिंह नेहमीप्रमाणे कामात व्यग्र होते. निरंतरची साथ देणारा मांगू पटेलही त्यांच्या बरोबर होता. आपल्या मित्रांना पाहून राजेंद्राना आश्चर्य वाटले. आनंदही झाला. त्यांनी उठून सगळ्याचे मनापासून स्वागत केले. त्यांना काही बोलूच दिले नाही. ती रात्र थोडीफार गप्पागोष्टीत गेली. सकाळी उठताच जणू हे चारही सहकारी प्रथमपासूनच आपल्या बरोबर काम करताहेत अशा पद्धतीनं त्यांच्याही नकळत राजेंद्रभैय्यांनी त्यांना कामात गुंतवून टाकले.

"ये देखो जयरामभाई, असा कोणताही टॅक्स नाही की, जो तुमच्याकडून वसूल केला जातो."

राजेंद्रांनी या लोकांची कैफियत ऐकून सांगितलं.

"पण ते जंगलातले अफसर!"

हरिलालची भीती.

"हरिलाल, तुमच्या वस्तीवरच्या सर्वांना सांगून ठेवा की, यापुढे त्या माणसाला कुणीही पैसे द्यायचे नाहीत."

"त्याने आम्हाला त्रास दिला तर?"

"त्यांच्या दंड्याला न् बंदुकीलाही भिऊ नका.. चार दिवस काय होतंय ते पाहा. चार दिवसांनी मी, श्रवण आणि आमचे काही कार्यकर्ते तुमच्याकडे येऊ. तोपर्यंत काय परिस्थिती आहे ते कळेल. हा अन्याय तुम्ही किती दिवस सहन करणार? या अन्यायाविरुद्ध आवाज उठविला पाहिजे. वाईट गोष्टींचा प्रतिकार करायलाच हवा. आणि जयराम, हरिलाल हे तुम्हीच केलं पाहिजे. कारण अन्यायाचे बळी तुम्ही आहात. आम्ही तुमच्या पाठीशी आहोत."

राजेंद्र गंभीरपणे म्हणाले,

तुम्हाला काय सांगू भैय्या, हे वनरक्षक नाहीत तर भक्षक आहेत भक्षक. आमच्या सरिस्काचा सर्वनाश चालवलाय यांनी! काल दिसलेले झाड आज दिसत नाही. रोज झाडाची बेकायदा तोड चाललीय. लाच घेऊन झाडं तोडायचा ठेका देऊन टाकतात. पैसे घेऊन शिकार करू देतात. अर्धं सरिस्का ओसाड झालंय. जंगलातली जनावरं पाण्यासाठी, अन्नासाठी इकडं तिकडं भटकाताहेत.

आमच्या वस्तीतल्या विहिरीत आम्हाला प्यायला पाणी नाही. जनावरांना पाणी मुश्किलीनं मिळतं. पहाडावरचं जंगल तर नाहीसंच झालंय. पाऊस आला की, पावसाच्या पाण्याबरोबर दगडगोटे न् माती तेवढी खाली येते." जयराम तळमळीने सांगत होता.

"झाडं तोडली की जमिनीची, पहाडाची धूप होणारच." राजेंद्र म्हणाला.

"बलाई आणि गुर्जर शेती करतात. त्यांची शेती पिकत नाही. आम्ही गुरं पाळतो तर जनावरांना चारा मिळणं मुश्किल झालंय. हे वनरक्षक बाहेरची गुरं खुशाल आत घेतात. त्यांना काय पाच-पंचवीस रुपये सुटले की बास..!'

खरं सांगू का भैय्या? जेव्हापासून आमचं सरिस्का जंगल विभागाकडे गेलं, तेव्हापासून हा सत्यानाश सुरू झालाय."

हरिलाल आणि जयराम आपलं गाऱ्हाणं राजेंद्रभैय्या आणि 'तरुण भारत संघा'च्या कार्यकर्त्यांपुढे सांगत होते.

अशा स्थितीतही हालअपेष्टा सोसून सरिस्काबदलच्या प्रेमानं, त्या जन्मभूमीच्या ओढीनं आपली गाव, वस्ती न सोडणाऱ्या त्या आदिवासींकडे पाहून राजेंद्रचं हृदय भरून आलं.

सर्व प्रकारच्या संकटांना तोंड देऊन हे लोक चिवटपणे तिथेच राहत होते, याचं कौतुक वाटलं त्यांना.

या वीस-पंचवीस वर्षांत सरिस्काची होत आलेली दयनीय अवस्था राजेद्रांना माहीत होती. त्याच्या कारणांचा त्यांनी अभ्यासदेखील केला होता. गेली काही वर्षं ते या भागात काम करीत हेते. त्यामुळे सरिस्काच्या ऱ्हासाची कारणं त्यांना माहिती झाली होती. सरिस्काच्या हा नाश त्यांना थांबवायचा होता. जल, जमीन, जंगल आणि वन्यप्राण्यांचं संरक्षण केलं तरच इथल्या माणसांचे जीवन, भवितव्य जगण्यालायक राहिलं असतं. वेळीच सावध झाले पाहिजे, नाहीतर निसर्गाने कुणालाही क्षमा केली नसती. निसर्गाचं संरक्षण, उत्तम पर्यावरण आणि मानवी जीवनातील सुख यांचं अतूट नातं आहे, हे या साध्या-भोळ्या लोकांना कळतंय. पण सरकार याकडे डोळेझाक करतेय.

नाहीतर सरिस्कात राजरोसपणे चाललेली ही जंगलतोड वनखात्याने थांबविली नसती का?

संगमरवराच्या, ग्रनाईटच्या खाणीसाठी अरवली पर्वत आणि सरिस्कातील भूभागांचे पट्टे ठेकेदारांना दिले असते का?

या सर्व विचारात राजेंद्र मग्न झाले. सरिस्काच्या नाशामुळे होत चाललेल्या वेदना मनाला डंख मारू लागल्या.

"जयरामभाई, सरिस्कात किती खाणी सुरू आहेत?"

"मला मोजता येत नाहीत इतक्या आहेत. भैय्या हा तर कहरच आहे. त्यांना जणू पर्ण सरिस्काच नष्ट करायचाय.

आम्हाला उघड्या डोळ्यांनी ते पाहवत नाही. पण काय करणार? आम्ही गरीब माणसं! आम्ही काय करणार?"

“हरिलालजी, या खाणींनी सरिस्काला विद्रूप केलंय. या खाणी म्हणजे आमच्या सुंदर जंगलावर, भूमीवर घातलेले घाव आहेत. या खाणीतून निघालेल्या संगमरवरानं, ग्रॅनाईटनं तिकडे श्रीमंतांचे महाल, हॉटेल सजवतात. परंतु इकडं भूमीच्या उदरात जणू काही विनाशाचे महामार्ग तयार होताहेत.

खाणीसाठी लावलेल्या सुरूंगाच्या स्फोटाच्या आवाजाने जंगली जीव घाबरून सैरावैरा पळतात. त्यांनी कुठं जावं? पैशासाठी हे लोक सरिस्काचे स्मशान करू लागले.”

राजेंद्र दुःखाने, संतापाने बोलत होते.

“खरं आहे हे, पण तुम्हीच सांगा आम्ही काय करावं ते.”

“आधी आम्हाला त्या वनरक्षकाच्या तावडीतून वाचवा भैय्या.” हात जोडून जयराम म्हणाला.

“या क्षणापासून तुमचा लढा सुरू झालाय. परता जाताना त्याला पैसे देऊ नका. आज आहे शुक्रवार. आम्ही मंगळवारी येतो. काय सत्येंद्र?”

“होय भैय्या, मंगळवारी यांच्याकडे जाऊ.” सत्येंद्र म्हणाला.

“येतो भैय्या!”

जयराम, हरिलालने निरोप घेतला. परतताना त्यांच्या खचलेल्या मनात नवं बळ घेऊनच ते निघाले. त्यांच्या पाठीशी आता राजेंद्रभैय्या आणि ‘तरुण भारत संघ’ होता.

श्रवण, सत्येंद्र आणि सात-आठ कार्यकर्त्यांबरोबर राजेंद्र मंगळवारी सकाळीच जयरामच्या वस्तीवर पोहोचले. ते येणार म्हणून वाटच पाहत होता तो आणि दहाबारा वस्तीवाले. झाडाखाली कंबल अंथरली होती. तिथे सारेजण बसले. सर्वांना जयरामने ताजे दूध प्यायला दिले.

“जयरामभाई, दूध कशाला आणलंत?”

राजेंद्र संकोचत म्हणाले. कारण दहाबारा जणांसाठी दूध म्हणजे जयरामचे विकायचे तेवढे दूध कमी झाले.

“नाही भैय्या, तुम्ही घ्यायलाच पाहिजे हे दूध. आपल्या गायीचंच आहे.”

“बरं बाबा घेतो. पण इथल्या आजूबाजूच्या वस्त्यांवरील लोकांनाही जमवता का? म्हणजे बोलणं होईल.”

राजेंद्रांनी सांगितलं.

“होय भैय्या, तसं कळवतो.”

ताबडतोब ढोल वाजवण्यात आला. अर्धा-पाऊण तासात सत्तर- ऐंशी लोक जमले तिथं.

"काय झालं या चार दिवसांत? पैसे दिले का?"

"आमच्यापैकी काहीजण सोडले तर कुणीही त्यांना पैसे दिले नाहीत. म्हणून ते लोक आम्हाला धमक्या देताहेत. इथं राहायचंय का नाही? असं म्हणून भीती दाखवताहेत." जयराम म्हणाला.

"घालू दे भीती! पाहू काय करतात ते?" राजेंद्र म्हणाला.

"आम्हीही म्हटलं, वाघ म्हणालं तरी खातो आणि वाघोबा म्हणालं तरी खातोच. आता भ्यायचं नाही" हरिलाल म्हणाला.

"हा लढा तुम्हीच द्यायचाय. आमची तुम्हाला पूर्ण साथ असेल. आपण कुणावरही अन्याय करणं हे जसं पाप आहे, तसंच कुणाचाही अन्याय सहन करणं हे देखील पाप आहे. आणि सर्वात महत्त्वाचं म्हणजे या सरिस्काचं, या पवित्र अरण्याचं रक्षण करण्याची जबाबदारी तुमच्या आमच्यावरच आहे. या नद्या, डोंगर, झाडी यांच्याकडून आपण नुसतेच ओरबडून घेत असतो. अगदी त्याचा नाश होईपर्यंत, आणि त्यांना काहीच देत नाही. असं का? याचा आपण विचार करायला हवाय. या निसर्गाला जपायला हवंय. तरच तो टिकेल आणि आपणही टिकू. उद्या सारंच सरिस्का नष्ट झालं तर तुम्ही कुठं जाल? तुमची शेती, तुमची जनावरं काहीच उरणार नाही."

राजेंद्र आंतरिक तळमळीनं बोलत होते. भीषण भविष्याच्या काळजीनं. या सरिस्काच्या जंगलात जे काही चाललं आहे, त्याबद्दलची खंत त्यांच्या बोलण्यात जाणवत होती.

"सच, भैय्या. जे काही करायचं आहे ते आम्हालाच करावं लागेल. या सरिस्कानं पिढ्यान्‌पिढ्या आम्हाला आश्रय दिला, अन्न दिलं. ते आम्ही असं डोळ्यादेखत नष्ट होऊ देणार नाही."

जयरामच्या बोलण्यात निश्चय होता.

"आणखी एक, हे सरिस्का तर अभयारण्य आहे. इथे वाघांच्या शिकारीला बंदी आहे. तरीही इथे वाघांची शिकार होतेय. त्यांच्या हक्काच्या जागेत आपण आक्रमण करतो आणि त्यांना नष्टही करतोय."

सत्येंद्रानं सांगितलं.

"भैय्या, परवाच वाघाची शिकार झाली, तेव्हा खूप वाईट वाटलं आणि चीडही आली. म्हणून लागलीच तुमच्याकडे आलो." जयराम म्हणाला.

"हे शिकारी कोण आहेत हे माहिती आहेत तुम्हाला?"

"हो भैय्या, त्यांचा म्होरक्या म्हणजे सुलेमान. त्याच्या हाताशी बाबू, बिरजू हे असतात. शिवाय एखाद हौशी शिकारी येतोच. तो कधीतरी असतो. पण हा सुलेमान तर वाघांचा वैरीच झालाय. ही माणसं निर्ढावलीत खुल्लमखुल्ला लेनदेन

चाललेली असते. त्यांचा धंदाच झालाय हा.''

पेमाराम चिडून म्हणाला,

''पेमारामजी, या सरिस्कात जर वाघ असतील तरच तुमची शेती वाचेल. वनगाईची, सांबर यासारख्या जनावरांची वाघ शिकार करीत असतो. म्हणून त्यांची संख्या नियंत्रित राहते. तुमच्या शेतीची नासधूस होत नाही. पिकं शाबूत राहतात. आणि सर्वात महत्त्वाचं म्हणजे आपल्याला जसा जगायचा हक्क आहे, तसाच जंगलातल्या प्रत्येक प्राण्याला तो हक्क आहे. तसाच प्रत्येक झाडाझुडपालादेखील. झाडं असतील तर तुम्ही आम्ही जगू. झाडं असतील तर पाणी राहील, झाडं जगतील तरच तुमचं कल्याण आहे.''

''खरं आहे भैय्या, आम्हीही कधी विनाकारण झाडं तोडत नाही. जळणासाठी लाकूटफाटा घेताना सुका असेल तोच आणतो. पण जंगलवाले मात्र कोणतंही झाड तोडू देतात.''

''यापुढे हे सारं तुम्ही थांबवायचं आहे. बाहेरच्या गावची गुरंढोरं या सरिस्कात चरण्यासाठी येऊ द्यायची नाहीत. दिवाळीपर्यंत तिथं गुरं चरू द्यायची नाहीत. झाडं तोडायला जर कुणी आलं तर विरोध करायचा आणि वाघाच्या शिकारीची जर कुणकुण लागली तर आम्हाला कळवायचं.'' सत्येंद्र म्हणाला.

त्या वस्तीतील सारेजण प्रभावित झाले. आपण नेमकं काय करायला पाहिजे, ते त्यांना कळलं.

''जयरामजी, इथे वनौषधीची अनेक जातीची वृक्ष-झाडे आहेत. ते पाहावे म्हणतो.'' राजेंद्र म्हणाला.

''माझ्या आईला त्याबद्दलची माहिती आहे. ती प्रत्येक झाडाला ओळखते. त्यांची नावं तर तिला चांगली ठाऊक आहेतच, याशिवाय कोणल्या झाडाझुडपांची पानं, फुलं. मुळ्या कोणाला आजारात उपयोगी पडतात, हे देखील तिला माहिती आहे.''

''आपण त्यांना सोबत घेऊन जाऊ. इथल्या आयाबहिणींना देखील आपली साथ द्यावी लागेल. त्यांच्या सहकार्याशिवाय हे काम होणार नाही.''

झोपडीच्या दाराआडून ऐकणारी प्रेमली डोक्यावरचा घुंगट आणखी सावरून घेऊन पुढे येत म्हणाली,

''भैय्या, आमची पण अर्जी आहे.''

''सांगा बहेनजी.''

''सारीकडे झालेत तसे इथेही जोहड व्हायला हवेत. तरच आमचे न् जनावरांचे हाल कमी होतील.'' प्रेमली म्हणाली.

''तुम्ही सर्वांनी ठरवलं की सुरू करू. इथे जोहड झाल्याशिवाय पाण्याचा

प्रश्न सुटणार नाही. शिवाय वन्यप्राण्यांना पाणी प्यायला जागा होईल आणि नवी झाडं लावायचीत त्यासाठी जोहडच उपयोगी येईल. हे जंगल पुन्हा एकदा हिरवे व्हायला पाहिजे असेल तर जोहडविना दुसरा आधार नाही."

"आम्हीदेखील जोहड बांधू त्यासाठी काम करू." हरिलालनं सांगितलं. तसं सर्वांनीच ठरवलं.

"बहेनजी, तुम्ही काय काम करता?"

"आम्ही, गायीगुरांची देखभाल, धारा काढणं, जंगलातून चारा, जळण आणणं ही कामं करतो. शिवाय इथं मेंढ्या असतात. त्यांच्या केसांचे सूत काढतो."

"सूत काढता? मग छान! त्याच्यापासून कंबल तयार करायला आम्ही तुम्हाला शिकवू. म्हणजे सतरंजी विणायलाही शिकवू वीस-पंचवीस जणी असतील तर हे काम शिकवण्यासाठी महिनाभर दोघा शिक्षकांना पाठवतो. तुम्ही तयार केलेली कंबल आणि सतरंज्या शहरातल्या बाजारात विकल्या जातील."

राजेंद्रांनी माहिती दिल्यावर प्रेमलीचा चेहरा खुलला.

"भैय्या. मी उद्याच सर्व बायकांना बोलावते. त्यांना तुम्ही ही माहिती द्या आणि आम्हाला ते शिकविण्यासाठी लवकर त्या मास्तरनीला पाठवून द्या. आम्ही कंबल, सतरंजी विणायला शिकू. रोज जंगलातला लाकूडफाटा गोळा करायला जातो. ते विकून फार पैसेही मिळत नाहीत. त्याऐवजी हे काम केलं तर किती चांगलं होईल."

प्रेमली अत्यंत सुखावली.

सर्वजण उठले. आता औषधी झाडं-झुडपं पाहायची होती. जयरामची म्हातारी निघाली. प्रेमलीला राहवलं नाही.

"मीही येऊ का?" तिनं विचारलं.

राजेंद्रांनी जयराम, हरिलालकडं प्रश्नार्थक दृष्टीनं पाहिलं.

"चलो, मांजीबरोबर तुम्हीही निघा, आणखी कुणी येणार असतील तर येऊ या."

जयरामनं सांगितलं तेव्हा प्रेमलीचा चेहरा आनंदानं उजळला. पाच मिनिटांत सात-आठ जणी निघाल्या. राजेंद्रांनी आयुर्वेदाचा अभ्यास केला होता. आयुर्वेद व वृक्षवल्लरी यांचं नातं अतूट. यामुळेच वृक्षराजीचं निरीक्षण करताना त्यांना अत्यंत आनंद होई. म्हणूनच त्यांना सरिस्कातील विविध वृक्षांचं निरीक्षण, परीक्षण करायचं होतं. सरिस्काची नैसर्गिक संपत्ती आणि असीम वैभव असलेल्या वृक्षांत वनौषधीचा अनमोल खनिजा लपला होता. ते यासाठी की, इथल्या गुर्जर, मीणा, बलाई लोकांना या वनौषधींचा अधिक परिचय करून द्यायचा आणि कोणत्या

रोगावर कोणत्या वनौषधीचा वापर करायचा? तो किती प्रमाणात आणि कशाप्रकारे, हे सांगायचे. म्हणजे इथेच काही वैद्य तयार करायचे. साधारण रोगापासून त्यांच्या बचाव होईल. त्यासाठी काही लोकांना तरी याचं ज्ञान दिलं पाहिजे, असा त्यांचा हेतू होता. जयरामच्या आईसारख्या जुन्या पिढीतील वृद्धांना याची अधिक माहिती आहे. परंतु आपलं हे ज्ञान हे सहसा दुसऱ्यांना सांगत नाहीत. आज यांची समजूत घालून त्याचा उपयोग सर्वांसाठी व्हावा, असा प्रयत्न राजेंद्र करणार होते. ही जुनी-जाणती, अनुभवी माणसं म्हणजे चालती बोलती जिवंत अशी वैद्यकीय केंद्रेच आहेत, असा त्यांना विश्वास होता; आणि या वनौषधीत अनेक प्रकारच्या रोगांवर मात करण्याचे सामर्थ्य आहे : हे राजेंद्रांना अभ्यासानं माहीतच होतं.

"भैय्या, हे पाहिलं का बडी जरगा गवत, आणि ते बेरू, काली चरकली जातीचं गवत आहे."

"हो का? मी हे आजच पाहतोय."

"इकडे उजवीकडे अभयारण्याच्या आतील बाजूला भरुंद, भिंडर, बुहारी, डाब, अनजन, गांठिया, गुंडेर, गोरिया, गुनेरा, कांस, लापला, सेवन यांसारख्या वेगवेगळ्या प्रकारचे गवत आहे." हरिलाल.

"व्वा! नुसतं गवतच किती प्रकारचं आहे इथं!"

आपल्या डायरीत ही नावं नोंदवून घेत राजेंद्र आश्चर्यानं म्हणाले.

"भैय्या, इथं धोक, सालर, खैर, तेंदू, अर्जुन, गुरजन, बहेडा, अमलताश, बांबू चुरेल, ढाक, बील, बोल, रॉझ, हिंगोट, कीकर, निंब, शिशम, बड, पिंपळ, गुलर, जांभूळ, आवळा आणि खजुराची झाडं आहेत. पूर्वी तर खूपच होती. दिवसादेखील या जंगलात गर्द झाडीमुळे अंधार असायचा. पण आता यातील थोडे शिल्लक आहेत. आहेत ते साफ व्हायला काही वेळ लागणार नाही."

जयरामनं सांगितलं. जाता जाता वाटेत दिसणाऱ्या वृक्षांकडे पाहून त्याचे नाव जयराम सांगत होता. जे झाड जयरामलाही ओळखता यायचं नाही ते त्याची आई सांगायची. आता ती पुढे सरसावली कारण वनौषधींची झाडझुडपं दिसू लागली.

"हा पाहा चंद्रहास बेल, याला आम्ही गिलोयदेखील म्हणतो. याची पानं गोल आणि टोकदार आहेत. ताप, उलटी, जुलाब, खोकला, कोड यावर हा उपयोगी आहे." तिने सांगितले.

"रक्त शुद्ध करण्यासाठीही चंद्रहास उपयोगी असतो, बरं का?" राजेंद्र म्हणाले.

"हा पाहा सिंदुवार. आमच्या भाषेत याला आम्ही सिंभाळू म्हणतो. ही

पाहिली का याची पानं, पुढून हिरवी पण पाठीमागून पांढरी असतात. याच्या पानांचा रस घेतला तर केस वाढतात. नजर सुधारते, पोटातले किडे नाहीसे होतात, आणि जर कुठे सूज आली तर हा पाला वाटून लावायचा, लागलीच सूज उतरते.''

''हे माहीत नव्हते मला.'' राजेंद्र म्हणाला.

हे मयूराशीखाचे झुडूप. याला मोरपंखीदेखील म्हणतात. याची पाने मोराच्या तुऱ्यासारखी आहेत. यातही दोन प्रकार असतात. एक पिवळ्या फुलांची आणि दुसरी काळसर फुलांची. पित्त झाले तर आम्ही हे घेतो. लहान मूल आजारी पडले तर याचा काढा देतो.''

जयरामच्या आईने सांगितले.

''ही मोरपंखी पांथरीच्या रोगावर उपयोगी पडते. याची मुळं त्यासाठी वापरतात आणि पारा बद्ध करण्यासाठी देखील ही वनस्पती उपयुक्त आहे, हे राजेंद्रांना माहीत होतं. नंतर दिसली काळी गुनेसर ही वेल. हिला कृष्णसारिवाही नाव आहे. हिची पानं पुढून हिरवी आणि पाठीमागे काळसर रंगाची असतात. हिची फळं रसदार व खायला रुचकर लागतात.

''पण हिचा मुख्य औषधी गुण म्हणजे रक्तशुद्धी करणे. अरुची, वातरोग, मंदाग्नीवर हिचा उपयोग होतो. परंतु महत्त्वाचे म्हणजे या वेलीची मुळे सर्पविष उतरवण्यासाठी गारूडी लोक वापरतात.'' राजेंद्रांनी आपल्या माहितीची उजळणी केली.

काकमाजीचं झुडूप दिसलं. पुनर्नवा, हुलहुल, दुग्धिका, खरेटी, कटेली, अर्जुन, गोखरु, शाल्मली, आत्मगुपता, शतावरी, शंखपुष्पी, ब्राह्मी, आवळा, गुग्गुळ, बिल्व, अपामार्ग, अरणी, खदिर, कुटज, गंजा, वाराही कंद, द्रोणपुष्पी लांगलीकंद, पळस, चित्रक, सहदेवी, काकनाशा, कुरंड, भृंगराज, बावली, बेहडा, हिंगोट, नीला, झोझरू वगैरे कितीतरी वृक्षवेली आणि झुडपे पाहिली ज्यात अतिशय उपयुक्त अशी रोगहारक शक्ती आहे. प्रत्येकात कोणती ना कोणती औषधी आहे. निरनिराळ्या रोगांवर यांचा उपयोग होतो. आदिवासींना यातल्या कित्येक वनस्पतींचे औषधी गुण माहिती आहेत, पण कित्येकदा वानरं, पशू हे देखील त्यांचे स्वास्थ्य बिघडल्यावर याची पानं खातात याचं खूप आश्चर्य वाटतं.

यापैकी काही झाडं जयरामच्या आईने दाखविली व कोणत्या रोगावर ते उपयोगी आहे ते सांगितलं. तर काही झाडांना, वेलींना राजेंद्रांनी ओळखलं व त्याचा उपयोग सांगितला. बरोबर आलेले पुरुष व बायका अत्यंत उत्सुकतेनं या झाडाझुडपांना पाहत होते. त्याबद्दलची माहिती ऐकत होते.

"पाहा, यातली काही झाडं तर जुनी झालीत. एखादंच उरलंय. त्याची पुन्हा लागवड करायला हवी. नाहीतर पुन्हा हे वृक्ष आपल्याला कधीच दिसणार नाहीत. आपलं फार मोठं नुकसान होईल." राजेंद्र म्हणाले.

चालता चालता खाणीचा पहाड लागला. जणू काही नरकाचे भेसूर तोंडच. अशा कित्येक खाणी या सरिस्कात होत्या. या खाणी खणण्यासाठी त्या पट्ट्यावर असलेल्या अनेक सुंदर, हरित, दुर्मिळ झाडांचा बळी गेला होता. आणि खाणमालकांचे, ठेकेदारांचे व काही भ्रष्ट जंगल अधिकाऱ्यांचे उखळ पांढरे झाले होते. खाणीतून संगमरवर काढण्यासाठी या जंगलाचा नाश चालला होता. त्याचं सोयरसुतक या लोकांना नव्हतंच. या खाणी नव्हेत तर आपल्या आईच्या अंगावर झालेल्या विद्रूप जखमा आहेत, असं राजेंद्रांना वाटलं.

"जयरामभाई, या खाणीनं सरिस्काला विद्रूप केलंय. वरचं जंगल कायमचं नष्ट झालंय. पैशाच्या मोहानं माणसाला कशाचंही भान राहत नाही, विचार नाही. त्याला फक्त या क्षणाचा स्वार्थ दिसत असतो. इथं राहणाऱ्यांचा, निसर्गाचा, पर्यावरणाचा तो विचार करीत नाही."

"आम्हाला दुसरं काही कळत नाही, पण आमचं सरिस्का या खाणवाल्यांनी उजाड केलंय हे समोर दिसतंय. याला कसं थांबवणार?"

"सर्वांनी मिळून निश्चय केला, ठरवलं तर निदान यापुढचा विनाश तरी आपण थांबवू शकतो आतापर्यंत झाले ते झाले, परंतु यापुढं हे असंच चालू राहिलं तर फार लवकर विनाश ठरलेला आहे. हे थांबविण्यासाठी जालीम उपाय केला पाहिजे. आपण सर्वांनी मिळून या खाणमालकाविरुद्ध आंदोलन छेडलं पाहिजे. कठोर प्रतिकार केला पाहिजे, जिवाची बाजी लावून हे सारं रोकायला हवंच. आहे तयारी?"

राजेंद्रांनी आवाहन केलं.

"हा, आम्ही तयार आहोत, भैय्या, काय वाट्टेल ते होऊ दे." एकमुखानं आवाज आला. जणू त्यांच्या आतला आवाज बाहेर आला. त्यात प्रेमली, तिची सासू आणि बरोबर आलेल्या काही बायकांनी पण आपला आवाज मिसळला होता.

"सरिस्का बचाओ, खदान बंद करो, सरिस्का बचाओ." आपोआपच घोषणा झाल्या.

सरिस्कारचं ते जंगल या नाऱ्यांनी दुमदुमून गेलं. क्षणभर शहारलंही.

आज महिन्याचा शेवटचा शुक्रवार. समोर शुभ्र घुमट आणि मिनार असलेली

मशीद त्या वातावरणाचे गांभीर्य वाढवीत होती. कारण इथे मनोभावाने प्रार्थना व्हायची. नमाजासाठी इथे सारे जमायचे. मघाशीच सर्वजण आले होते. त्यात सुलेमानही होता. आज सुलेमानला गाठायचंच असं राजेंद्रांनी ठरविलं होतं. घाव मुळातच घातलेला बरा असतो हे त्यांना ठाऊक होतं. त्यांच्या नमाजाची वेळ साधूनच ते इकडे आले होते. ते आणि सत्येंद्र मशिदीत गेले.

त्यांना इथं पाहून त्या मुस्लीम मंडळींना आश्चर्य वाटलं. परंतु राजेंद्रना बहुतेक जण ओळखत होते. त्यामुळे आनंदही झाला.

"आईये राजेंद्रभैय्या."

त्यांच्यातल्या दोघातिघांनी स्वागत केलं.

"आज मी तुमच्याकडं काही मागायला आलोय." राजेंद्रनी सांगितलं.

"कहिये भैय्या."

"हे तुमचं गाव सरिस्काच्या सीमेला लागूनच आहे. सध्या सरिस्काचं जंगल आणि प्राणी नष्ट होत चाललेत. ते वाचवणं तुमचं-आमचं कर्तव्य आहे आणि ते आपल्याच हातात आहे. प्रत्येकाने त्याची जबाबदारी घ्यायला हवी."

"आपण सांगावे भैय्या."

"सरिस्कामधील वृक्ष तोड आणि बेकायदा शिकार थांबायला हवी. त्यासाठी तुम्ही लोकांनी लक्ष दिलं पाहिजे. कुऱ्हाड बंदी, चराई बंदी करावला हवी आणि जर कुणी सरिस्कामध्ये कुऱ्हाड घेऊन चालला असेल तर त्याला अडवून दंड केला पाहिजे. तरच तुमची इथली जिंदगी सुखाची होईल. नाहीतर आज जे हाल चाललेत त्याहूनही वाईट परिस्थिती होईल. समझ गये ना?"

"हां भैय्या! बात तो बरोबर है."

"तुम्ही सारे मिळून यासाठी प्रयत्न करायला हवा. बोला कबूल आहे?"

"हां, मंजूर."

"ते तुम्ही इथं या पवित्र स्थानी कबूल करताहात हे विसरू नका."

"नहीं भैय्या, तुम्ही आमच्याच हितासाठी सांगताहात."

"तर पुन्हा भेटू या पुढच्या जुम्म्याला. सुलेमानभाई, मला आज तुमच्याशी थोडी बातचीत करायचीय. आपण बाहेर थांबू या का?" राजेंद्र नम्रपणे म्हणाले.

सुलेमान दचकला. तो राजेंद्रना आणि त्यांच्या 'तरुण भारत संघा'च्या कार्यकर्त्यांना ओळखत होता. त्यातले काही कार्यकर्ते तर त्याच्या गावचेच होते. परंतु आपल्याला भेटायला ते आज असे अचानक येतील हे त्याला स्वप्नातही वाटलं नव्हतं.

या काही वर्षांत त्यांचं कार्य सुलेमाननं पाहिलं होतं. गावोगावी जोहड बांध बांधून त्यांनी पाण्याचा कायम भेडसावणारा प्रश्न ज्या तऱ्हेनं सोडवला होता,

शेतकरी, गावकरी व महिलांमध्ये जे संघटन, जागृती निर्माण केली होती त्याचं त्याला नेहमीच आश्चर्य वाटायचं. एखादा माणूस आपलं घरदार, संसार, स्वार्थ विसरून एका पैशाचीही अपेक्षा न करता, रात्रंदिवस कष्ट करून, संकटाशी लढा देऊन असं काही भव्य दिव्य कार्य उभं करू शकतो, यावर त्याचा आधी विश्वासच बसत नव्हता. परंतु त्यानं वेळोवेळी ते प्रत्यक्ष पाहिलं तेव्हा मात्र त्यांच्याविषयी आदराचीच भावना निर्माण झाली. राजेंद्रांचा न् त्याचा आत्तापर्यंत प्रत्यक्ष परिचय नव्हता, तरी त्यानं 'तरुण भारत संघा'च्या पदयात्रेच्या वेळी त्यांना पाहिलं होतं.

आज मात्र राजेंद्रांना पाहून तो अस्वस्थ झाला. कारण त्याने चोरून बेकायदेशीरपणे केलेल्या वाघाच्या शिकारी. त्याचं भय सतत मनात होतंच. न जाणो या 'तरुण भारत' वाल्यांचे संधान वरपर्यंत असले तर आपल्या हातात बेड्या पडायच्या.

"माझ्याशीऽऽ अंऽऽ बरं."

त्याच्या तोंडून कसेबसे हे शब्द निघाले. एवढा निधड्या छातीचा शिकारी सुलेमान. परंतु आज राजेंद्रांच्या छोट्याशा बोलण्यानं गांगरला.

"चला, बाहेर झाडाखाली बसूया." राजेंद्र म्हणाले.

मशिदीच्या आवारात असलेल्या झाडाखाली ते बसले. त्यांच्यामागे रस्सीने बांधला गेल्यासारखा सुलेमान ओढला गेला. मनात नसतानाही त्याला जावं लागलं. शक्य असते तर त्याने पळ काढला असता. पण तसे केले असते तर या सिंहच्या मनात आणखी शंका आली असती.

"बोला, गरिबाकडं काय काम काढलं आहे? बंदा हाजिर है।"

त्याच्याशेजारी बसत सुलेमान उसन्या नम्रतेनं म्हणाला.

"त्याचं असं आहे सुलेमानभाई, तुम्हाला माहीतच आहे की, आपले हे सरिस्का जंगल आहे ना, त्याचा दिवसेंदिवस सत्यानाश होऊ लागलाय."

"सच है साब."

"पंचवीस वर्षांपूर्वी सरिस्कात जितके वाघ होते त्यातील आता फारच थोडे शिल्लक उरलेत."

सुलेमानकडे रोखून पाहत राजेंद्र म्हणाले. त्यांची ती नजर त्याला बेचैन करीत गेली.

"होय साहेब."

त्याने मान हलविली.

"त्याचं महत्त्वाचं कारण म्हणजे सरिस्कात बंदी असतानाही चालू असलेली वाघांची शिकार."

"हां साहेब."

"होय ना, मग ही शिकार बंद व्हायला नको का?"

"हां, लेकिन?"

सुलेमानच्या तोंडातून याउपर शब्द फुटेना कारण त्यानंच कितीतरी वाघांची शिकार केली होती.

"देखो सुलेमानभाई, तुम्हीच वाघांची शिकार करता हे मला आणि सर्वांनाच माहिती आहे. कधी ना कधी तुम्ही पकडले जाल. पाप नेहमीच पचत नसते. त्या मुक्या प्राण्यांचा शाप लागणारच की? परत तुम्ही यात अडकला न् शिक्षा झाली तर तुमच्या बिबी- बच्च्यांचं काय? याचा विचार तुम्ही कधी केलाय का? कमीत कमी पाच-सात साल जेलमध्ये जावं लागेल. त्यापेक्षाही वाईट म्हणजे सरिस्कातील मीणा, बलाई, गुर्जर हे लोक आता फार भडकलेत. ते आता तुमची गय करणार नाहीत. तुम्ही त्यांच्या तावडीत सापडलात तर काय होईल याचा विचार करा.

परवाच ते लोक माझ्याकडे आले होते.. त्यांना मी कसंबसं शांत केलंय, थोपवून धरलंय. पण ते लोक गप्प बसणार नाहीत. समझ गये?"

"साहेब, चूक झाली. माफ करा. पुन्हा शिकार करणार नाही."

राजेंद्रांनी सांगितलेल्या संभाव्य परिणामांचा प्रथमच त्याने विचार केला आणि त्याला दरदरून घाम फुटला.

"कायदा मोडणारा प्रत्येकजण असंच म्हणत असतो. जोपर्यंत पकडला जात नाही, तोपर्यंत त्याला कशाचीही भीती वाटत नसते. पण....."

"साहेब, मी माझ्या बालबच्च्यांची कसम घेऊन सांगतो की, यापुढे मी शिकार करणार नाही."

"ठीक आहे, मी विश्वास ठेवतो. मी स्वतः तुमचे नाव सांगणार नाही किंवा तुमच्याविरुद्ध काही तक्रारीची कारवाई करणार नाही."

"बडी मेहरबानी होईल साहेब."

सुलेमाननं हात जोडले.

"मला माहिती आहे तुमच्याप्रमाणेच किशनलाल, गोवर्धन शर्मा, मुनीरा हे देखील शिकार करतात. शिवाय तुमच्याबरोबर बाबू वगैरे असतात."

"मी ते सारं सोडतो. पुन्हा कधीही त्यासाठी हातात बंदूक धरणार नाही. मी."

"शौर्य गाजवायचंय असेल तर सीमेवर लढण्यासाठी जावं. मुक्या प्राण्यांना मारण्यात काय अर्थ आहे?"

"माझं चुकलं साहेब, माफ करा. एक बार."

"सुलेमानभाई, तुम्ही बेकायदेशीपपणे वाघाची शिकार करता. त्याची भीती, पकडले जाण्याची चिंता तुमच्या मनात असतेच. तो वरून सारं पाहत असतो.

वाघांची शिकार लपून छपून करायची आणि चोरासारखं फिरायचं त्यापेक्षा शिकार करायचं सोडून देऊन राजासारखं मानानं जगा की''

राजेंद्रांचं म्हणणं खर होतं. सुलेमानला ते पूर्णपणे पटलं. कारण शिकार करताना, त्याची चोरून विल्हेवाट लावताना, वाघाचे कातडे दलालाला विकताना त्याच्या मनावर सदैव भीतीचे सावट असायचेच.

''साहेब, मी तुम्हाला वचन देतो. यापुढे मी शिकार करणार नाही. चोरासारखं जगण्यापेक्षा राजासारखे जगेन मी.''

''आपण जिथे बसलो आहोत ना, ती जागा मसजिदीची आहे. जे बोलायचं ते खरं बोलायचं.''

''हां, मालूम है, या क्षणापासून शिकार सोडली. हा माझा वादा आहे.''

राजेंद्रांनी क्षणभर सुलेमानकडं पाहिलं. क्षणभर शांतता.

''सुलेमानभाई, मी तुम्हाला एक काम सांगणार आहे.''

''कोणतेही काम सांगा साहेब, मी तयार आहे.''

''तुमच्यासारखे जे वाघाची, हरणांची शिकार करतात. त्यांना घेऊन पुढच्या जुम्म्याला इथे यावेळी यायचं. यापुढे तुमच्यावर मी एक महत्त्वाची जबाबदारीही सोपवतोय. सरिस्कातील वाघांच्या रक्षणाची. यापुढे एकाही वाघाची शिकार होऊ द्यायची नाही.''

''हो साहेब.''

''आणि सरिस्कातील वन्य प्राण्यांचं संरक्षण कसं करावं, याची माहिती देण्यासाठी पुढच्या महिन्यात इथे एक शिबिर 'तरुण भारत संघ' घेणार आहे. त्या शिबिराला तुम्ही आणि तुमच्या साथीदारांनी हजर राहायचंय.''

''त्यांना घेऊन येतो साहेब.''

सुलेमानचा निरोप घेऊन परताना राजेंद्रांना वाटत होतं की, या माणसावर विश्वास ठेवायला हवाय. आणि मशिदीतून घरी निघालेला सुलेमान तर पूर्णपणे बदलला होता.

या शिबिराचे आयोजन झाल्याची आणि सुलेमानच्या शरणागतीची बातमी भ्रष्ट वनअधिकाऱ्यांपर्यंत पोहोचली. जणू काही सापालाच कुणी डिवचले होते. याचा सूड घेण्यासाठी सूत्रे वेगाने फिरू लागली. आणि एक दिवस महामंत्री राजेंद्रसिंह, 'तरुण भारत संघ' यांच्या नावाने नोटीस आली.

जी व्यक्ती वन्यप्राण्यांच्याच काय, परंतु झाडाझुडपांच्या रक्षणासाठी जिवापाड प्रयत्न करीत होती, तिच्यावरच वाघाची बेकायदा शिकार केल्याचा आणि त्याचं कातडं विकल्याचा आरोप नोटिशीत केला होता. अत्यंत दुष्टपणानं, निर्लज्जपणानं

हे कारस्थान रचलं होतं. या बातमीनं सारीकडे हलकल्लोळ उडाला. लोकांचे जथेच्या जथे 'तरुण भारत संघा'च्या आश्रमाकडे येऊ लागले. जुलमी, नीच वनाधिकाऱ्यांच्या निषेधाच्या घोषणा देऊ लागले.

राजेंद्रांनी सर्वांना शांत केले.

कोर्ट कारवाई सुरू झाली. ज्या दिवशी शिकार केल्याचा आरोप राजेंद्रावर केला होता, त्यादिवशी गोपालपुरामध्ये मीटिंग होती. त्यामुळे त्यांचा मुक्काम दोन दिवस तिथेच होता. मीटिंगसाठी तीन-चारशे पुरुष, महिला आणि काही पोलीसदेखील उपस्थित होते. त्या पोलिसांनीच या खोट्या तक्रारीची दखल घेतली आणि आपण त्यादिवशी राजेंद्रसिंहाबरोबर होतो, अशी साक्ष कोर्टात दिली. त्या खोट्या केसचा बोजवारा उडाला. बाहेर उभ्या असलेल्या शेकडो गावकऱ्यांनी तो निकाल ऐकताच जल्लोष केला आणि मिरवणुकीची तयारी केली. परंतु त्याला नकार देऊन राजेंद्र दुसऱ्या वाटेने किशोरीला निघून गेले.

◆

। आठ ।

भिकमपुऱ्याच्या ‘तरुण भारत’च्या आश्रमामधली वर्दळ कमी झाली होती. दोन-चार कार्यकर्ते एवढेच वस्तीला होते. आज पौर्णिमा. दर अमावस्या नि पौर्णिमेला इथे ग्रामसभा भरायची. गावकरी जमायचे. गेल्या पंधरवड्यात कोणती कामं झाली, पुढच्या पंधरा दिवसात काय करायचे? याची चर्चा इथं सारे मिळून करायचे. इतके दिवस फक्त पुरुषच या ग्रामसभेला यायचे. परंतु आज घरच्या महिलांना घेऊन यायला राजेंद्रजींनी सांगितलं होतं.

गावकरी जमू लागले. पाच-सहा बायका आल्या. संकोचून नाकापर्यंत घुंगट घेऊन कोपऱ्यात बसल्या. आधी पुरुषांचे बोलणे झाले. काही जणांच्या शेतात बांध घालून मेढबंदी करायची होती. त्याबद्दल त्यांनी विचारलं.

“आपल्याला वर्षभराचा धान्यसाठा करून ठेवायचाय. प्रत्येक गावाचा ग्रामकोष त्यासाठी करायचाय. म्हणजे उन्हाळ्यातही धान्याची अडचण पडणार नाही आणि त्यावेळी वाढत्या भावानं धान्य घ्यावं लागणार नाही.”

राजेंद्र म्हणाले.

“फार चांगले होईल भैय्या! दरवर्षी अडचण पडतेच आम्हाला. बदरी म्हणाला.

सर्वांनाच ते पटले.

“त्यासाठी मी सरकारी अन्नविभागाकडे मागणी केली होती. आपली मागणी मंजूर झालीय. आणि त्यासाठी पाचशे पिंपं ते देणार आहेत. म्हणजे धान्य सुरक्षितपणे साठविण्याची काळजी संपली.”

“हां भैय्या!”

“आपल्याला पुढच्या वर्षासाठी बी बियाणंही ठेवायचंय. आपलं देशी बियाणं राखून ठेवलंच पाहिजे. आणि पुढच्या आठवड्यात रविवारी सकाळी नऊला सर्वांनी बदरीजीच्या शेतावर जमायचंय. तिथे शेणखत कसं तयार करायचं ते संघाचे कार्यकर्ते दाखवणार आहेत. त्याचा वापर कसा करायचा ते आपल्याला माहिती आहेच. या खताचा वापर केला तर आपली जमीन खराब होत नाही. तुमची गुरं आहेतच. त्यांच्या शेणापासून उत्तम खत तुमचं तुम्हीच नक्कीच तयार करायचं.”

राजेंद्र समजावून देत होते.

पुरुषांशी बोलणे संपले तेव्हा राजेंद्रांनी महिलांना विचारले,

"माई, तुमच्या घरी किती गायी-म्हशी आहेत?"

"माझ्याकडे एक गाय आहे."

रामकली घाबतरच म्हणाली,

"माझ्याकडे एक म्हैस, एक गाय आहे."

प्यारीनं सांगितलं.

"आमच्याकडं फक्त तीन शेळ्या आहेत."

आणखी एक घुंगटमधून आवाज आला.

"पाच-सहा गायी म्हशी तुम्हाला सांभाळता येतील का?"

राजेंद्रांनी विचारलं.

"हांऽऽ" पुन्हा घुंगटामधून आवाज आला.

"तुम्ही इथं दूध डेअरी चालवायची आहे."

"आम्ही आणि दूध डेअरी! आम्ही काय करणार?"

बायकांच्या कुजबुजीतून एकीने सांगितले.

"का नाही करणार? जनावरांचं वैरण, पाणी, गोठा स्वच्छ करणं, धारा काढणं ही कामं रोज तुम्ही महिलाच करता की, आमचे हे भाऊ ही कामं करतात?"

"हां भैय्या, आम्हीच करतो."

"डेअरीसाठी आपल्या या गावात कितीजणी तयार होतील?"

राजेंद्रांनी विचारलं.

"पन्नास-साठ जणी तरी तयार होतील. पण पैसा कुठून आणणार? आणि एवढ्या जनावरांचा चारा म्हणजे!"

रामकली म्हणाली. तिला आता बराच धीर आलेला.

"बहेनजी, चांगल्या जातीच्या, भरपूर दूध देणाऱ्या गायी म्हशी आमचा 'तरुण भारत संघ' तुम्हाला आणून देईल. चाऱ्यासाठी पैसे कर्जाऊ देऊ. तुम्ही डेअरीला रोज दूध घालाल. त्यातले काही पैसे मोडून घेऊन त्यातून हळूहळू कर्ज फेडायचं. पैशाला व्याज नाही."

राजेंद्रनी योजना सांगितली.

"हां, पण"

"माई कसलीही काळजी करू नका. तुमच्या गायी-म्हशींच्या दुधाला चांगला भाव मिळेल. दर आठ दिवसाला अलवरवरून जनावरांचा डॉक्टर येऊन तुमच्या जनावरांना तपासून जाईल."

"आणि भैय्या, आमच्या हातून कर्ज फिटलं नाही तर!"

रामप्यारीने शंका बोलून दाखवली.

"तसं होणार नाही, सारं काही व्यवस्थित होईल."

"मग आम्ही तयार आहोत."

"नवऱ्याला विचारायचं नाही का?"

राजेंद्र मिश्किलपणे म्हणाले.

"ना, ना! तुम्ही कर्ज देणार, कष्ट आम्ही करणार, कर्ज फेडणारही आम्हीच, मग नवऱ्याला विचारून तरी काय उपयोग?"

पलीकडे बसलेल्या आपल्या नवऱ्याकडे घुंगटमधूनच एक नजर टाकीत रामकली म्हणाली.

"काय रामजीभाई? काय म्हणतेय आमची बहेन." राजेंद्रांनी विचारलं.

"भैय्या. करू दे त्यांना, रात्रंदिवस राबतात त्या, चार पैसे मिळू द्या, माझी कशाला हरकत?"

रामजी बोलला. त्यालादेखील ही योजना फारच पसंत पडली. कारण पदरचा एक पैसाही खर्च न होता सारं होणार होतं. सारं काही 'तरुण भारत संघ' च करणार होता.

"बहेनजी, उद्या गावातल्या सर्व महिलांना इथं याचवेळी घेऊन या, मग ठरवू. कारण या कामात साऱ्यांनी एकत्र यावं म्हणजे एक चांगली संघटना तयार होईल.. हा, पण त्यातही एक बात आहे."

राजेंद्रनी सांगितली.

"ती कोणती?"

प्यारीनं धसका घेतल्यासारखं विचारलं. या काही क्षणातच तिचं मन पुढची स्वप्नं पाहत होतं आठ-दहा म्हशी फुकटच मिळणार, कष्ट तर आताही करावेच लागतात. तेव्हाही करू. एवढ्या म्हशींचं दूध विकलं म्हणजे रोज एवढे पैसे मिळतील. ते पैसे साठवून आपल्याला काय करता येईल...

राजेंद्रभैय्याच्या बोलण्यानं तिचं ते स्वप्नरंजन मध्येच तुटलं.

"या डेअरीसाठी 'तरुण भारत संघ' सारी मदत करील हे मी मघाशी सांगितलेलंच आहे. बाकीचं तुमचं तुम्हाला करायचंय. तुम्ही ते कराल याचा मला भरवसा आहे."

पण दोन गोष्टी आहेत. एक म्हणजे ज्या महिला या दूध डेअरीच्या सभासद होतील, त्यांनी आपल्या मुलांना आणि मुलींनादेखील आमच्या 'तरुण शाळेत' पाठवायचंय आणि तुम्हा सभासदांची एक पतपेढी होईल त्यात..."

"भैय्या. पतपेढी म्हणजे काय?"

रामकलीन विचारलं,

"सांगतो. पतपेढी म्हणजे तुम्ही सर्व महिलांनी बचत करून त्यात प्रत्येकी काही रुपये ठेवायचे, आणि त्या पैशातून जिला गरज आहे तिला कमी व्याजात कर्ज द्यायचे. तिनं नंतर ते हळूहळू फेडायचं. शिवाय जिचे पैसे जमा असतील

तिला व्याज मिळतं. बँकेचे नाव माहिती आहे ना? तशी ही तुमची. तुमच्यासाठी आणि तुम्हीच चालवायची छोटीशी बँकच म्हणायची.''

''अरी दैय्या! हमरी बँक''

प्यारीला हसू आलं.

''कळलं ना पतपेढी म्हणजे काय ते? तर... त्या पतपेढीत दूध विकून आलेल्या पैशातले काही पैसे रोज टाकायचे. म्हणजे म्हशी-गायीचे कर्जही फिटेल आणि पतपेढीत तुमचे पैसे शिल्लकदेखील पडतील. मंजूर है?''

''भैय्या, मंजूर न व्हायला काय झालं? दूध विकून आलेले सर्व पैसे जर आमच्या हातात मिळाले तर ते खर्चात कुठल्या कुठे उडून जातील. समजणार देखील नाही. त्यातून पुन्हा नवऱ्याने मागितले तर द्यावेच लागणार नाहीत का?''

आता मात्र रामकली फारच शहाणपणानं आणि धिटाईनं बोलली. कारण पुढचं सारं दृश्य तिला आताच डोळ्यासमोर दिसू लागलं होतं. सारं वातावरणच आशादायक आणि प्रफुल्ल झालं.

''अजून दोन महिन्यांनी गोकुळाष्टमी येईल ना, त्यादिवशी दूधडेअरी सुरू करू. नाव काय ठेवायचं तुमच्या डेअरीचं?''

''गोकुळ ठेवायचं का यशोदामैय्या?''

प्यारी म्हणाली,

''उद्या सर्वजणी आल्यावर ठरवा, गोकुळ चांगले वाटतेय. रोज तुमच्या घरी स्वच्छ भांड्यात दूध काढून डेअरीत आणायचं. नंतर ते दूध अलवरला जाईल, कौसला जाईल, पण त्या दुधाचे पैसे तुम्हाला माप घातल्या घातल्या मिळतील.....

... हां, दुधात पाणी किंवा म्हशीच्या दुधात गायीचं, शेळीच दूध मिसळायचं नाही. तसं झालं तर दूध परत. कारण दूध तपासण्याचे मशीन डेअरीत असणार आहे. ते मशीन फसू शकत नाही.'' राजेंद्र म्हणाला.

''ना बाबा ना, आम्ही खोटंनाटं वागून फसवणार नाही.''

आपल्या गालावर हात मारून घेत प्यारी म्हणाली. त्या चार-पाच जणी परतल्या ते मनात आशा, आनंद, उत्साह घेऊनच आणि उद्या साऱ्या बायकांना इथं आश्रमात आणायचा निश्चय करूनच. या योजनेच्या कल्पनेनेच त्यांच्यात एक विलक्षण धाडस, जिद्द निर्माण झाली होती.

''भैय्या, आमच्या बायका किती शहाण्या होत आहेत पाहिले का?''

रामजी कौतुकानं हसत राजेंद्रांना म्हणाला.

त्या सर्वांनाच ही योजना आवडली. गावात जोहड बांधल्यापासून या गावात दोन-तीन वर्षांत मुबलक चारा आणि पाणी झालं होतं. तेव्हा दुभती जनावरं सांभाळण्यात फारशी अडचण आली नसती. शिवाय गायी-म्हशी तर 'तरुण

भारत संघ'च देणार होता.

"रामजी, हे बायकांसाठी झालं पण तुम्हीही काही केले पाहिजे."

त्या गावकऱ्यांकडं पाहून अंदाज घेत राजेंद्र म्हणाले,

"तुम्ही सांगाल ते आम्ही करू भैय्या."

"आता गावातल्या शंभरेक घरात पाच-दहा जनावरं येणार. आधीची गुरं आहेतच. मघाशी मी सांगितल्याप्रमाणं आपण एकत्रित शेणखत करायला पाहिजे. परवा रविवारी बदरीजीच्या शेतावर जमायचं, परंतु त्यानंतर हे काम अगदी नियमाने व्हायला हवंय. तुम्ही सर्वांनी त्यासाठी लक्ष घालून ते केलं पाहिजे. झालेच तर ग्रामकोषाचं कामदेखील अत्यंत महत्त्वाचं आहे. मागच्या सुगीत नेहमीपेक्षा जास्ती पीक आलेय ना!"

"हा, पूर्वी माझ्या शेतात तीन-चार मणच धान्य, शाळी, मका यायचा. यंदा साठ मण आलंय." रूपचंद म्हणाला,

"म्हणूनच प्रत्येकाच्या शेतातल्या आलेल्या धान्यातले काही धान्य कोठारात ठेवायचे. उरलेले विकायचे म्हणजे वर्षभर धान्याचा तुटवडा पडणार नाही. हातात आलेले पैसे आणि धान्य सगळे संपवायचे नाही, तर त्यातला काही भाग राखून ठेवायचा असतो म्हणजे उद्याची चिंता नसते."

"हा भैय्या, आता देवदयेने भरपूर पीक येतेय, तर तुमच्या सांगण्याप्रमाणं करतो. म्हणजे वर्षभर पोटाची काळजी नाही."

रामजीभाई म्हणाला.

नमस्कार करून सारेजण गेले. रोटी-शाक खाऊन आले. आश्रमात तीनचार जणच वस्तीला होते. तेही झोपले.

आश्रमाच्या अंगणातल्या खाटेवर पडलेल्या राजेंद्रांची झोप कुठे हरवली होती कुणास ठाऊक? ते माथ्यावरच्या अनंत आकाशाकडे पाहू लागले. त्यांची दृष्टी तिथं खिळली. पौर्णिमेचा पूर्णचंद्र बाजूला झुकला होता. त्याच्या चांदण्याने सारा परिसर धूसर, मंतरल्यासारखा झाला होता. त्या चांदण्याने ताऱ्यांची शोभा हिरावून घेतली होती. कुठेतरी एखादा चुकार तारा लुकलुकत होता. मधूनच एखाद्या रातकिड्याच्या आवाजाने शांततेचा भंग होत होता.

काळ्याभोर आकाशातून एखाद्या नौकेसारखा संथ चाललेल्या चंद्रावरून ढगांची छाया सरत गेली. वातावरण स्तब्ध, गारूडाने भरल्यासारखे.

त्या अवकाशात लागलेली नजर शून्यात हरवली.

काही क्षण असेच सरकले. या अथांग अवकाशात झगमगणाऱ्या चंद्राच्या दर्शनाने मन पुलकित झाले. हे आकाशाचे विशाल छत्र, सारं विश्वच त्यात सामावलेलं. या अंतहीन छताखाली आपल्यासारखी असंख्य माणसे राहतात.

सागरातल्या एखाद्या बिंदूसारखी नगण्य. या विश्वातल्या पसाऱ्यात आपण कुठे आहोत? कसे आहोत? एखादा धुळीचा कण असावा तसे. सूक्ष्म, सूक्ष्म.. तरीही प्रत्येक जिवाचे अस्तित्व, कर्तृत्व स्वतंत्र आहे. हा मानव ब्रह्मांडाचा भेद जाणू इच्छितो. तारकांच्या पलीकडे पाहू इच्छितो. या जगात संस्कृतीचे सुंदरतम नवविश्व निर्माण करू शकतो. नवनवीन शोध लावतो. ऐहिक, भौतिक सुखासाठी सर्वस्व पणाला लावतो. पण आपल्यासारख्या दुसऱ्या जिवाला जाणू शकत नाही तो कधी कधी..

प्रत्येक जीव मग तो मानव असो वा पशुपक्षी. तो चैतन्याने भारलेला. जगण्याच्या ऊर्मींनी मंत्रित. भावभावनाच्या, सुखदु:खाच्या अनुभवाचे सहित. सृजनशील.

आपण कोण?.... आपण एखाद्या पावसाच्या थेंबासारखे. तो शेतात पडला तर पीक येईल, सागरात पडला तर खारट होऊन जाईल, सर्पाच्या तोंडी पडला तर विष होईल आणि स्वातीनक्षत्रात एखाद्या उघड्या शिंपल्यात पडला तर त्या थेंबाचा मोती होईल. आपलं जीवनही असंच नाही का? कुणाचे व्यर्थ जाईल, कुणाचे उपभोगात जाईल. तर कुणाचे ध्येय प्राप्तीसाठी कारणी लागेल. विचारच विचार. राजेंद्रांचे मन विचाराने घेरले. हृदयातल्या हृदयात कंपने उठली.

या आकाशाच्या छताखालीच आपली मीना आहे. तेव्हा मने जुळली नाहीत. आपलं हे असं धडपडणं, सुखाची, स्थैर्याची नोकरी सोडून या भूमीसाठी. इथल्या माणसांसाठी माझं अनिकेत होणं ती समजू शकली नाही. आपणही तिला हवं तसं घरकुल, मनासारखा संसार देऊ शकलो नाही. तिचं श्रेयस वेगळंच होतं आणि माझं वेगळंच. तिची स्वप्न वेगळी आणि माझी निराळीच. तिच्या इच्छा चारचौघींसारख्या. अपेक्षा साध्यासुध्या, परंतु त्या मी पूर्ण करू शकत नाही.

खरं तर आपण तिच्यावर अन्याय केला का? आपण तिचे अपराधी आहोत का? कदाचित लग्नाआधीच जर एकमेकांना समजून घेतले असते तर ही वेळ आली नसती. कुणास ठाऊक?

परंतु काही मिळवायचं असेल तर काही गमवावं लागतं, हा इथला न्यायच आहे. आपल्याला मीनाला दुखवायचे नव्हते. तिची साथ हवी होती या कामाला. परंतु तसं घडलं नाही. आपले मार्ग समांतरच राहिले.

गौतमाला आपले राजवैभव, यशोधरेसारखी स्वरूपसुंदर राज्ञी आणि पुत्र राहुलचा त्याग करून जाताना मध्यरात्रीच्या त्या गूढगंभीर, परिवर्तनशील क्षणाला काय वाटले असेल?

चिरंतन सत्याच्या, बोधीज्ञानाच्या शोधार्थ वनाच्या दिशेने जाताना त्याचं पाऊल क्षणभर तरी अडलं नसेल का?

अंदमानात जन्मठेप भोगताना, देशासाठी सर्वस्वाचा त्याग करताना, स्वातंत्र्यासाठी

प्राण पणाला लावताना देशभक्तांनी घरचा, सुखाचा विचार केला होता का?

राजेंद्रांच्या हृदयात या विचारांचे कल्लोळ उठले. तो आवेग ओसरल्यावर वाटलं की, आपल्याला मनोमनी जे करायचं होतं, जो ध्यास होता ते आपण करतो आहोत. हे पाच-पन्नास वर्षांचं क्षुद्र जीवन, हा तरुण देह, इच्छाशक्ती इथल्या आपल्या या भावांसाठी सार्थकी लागते आहे. केवळ स्वत:चा स्वार्थ न पाहता त्याच्या पलीकडे जाऊन आपल्याला काही करायला मिळते आहे, याचे समाधान आहे. आपला संसार हाच आहे.

मन शांत झालं. डोळे मिटून घेतले. तेवढ्यात चाहूल लागली. बाहेरून कुणीतरी हाक मारत होते.

बन्सीलाल पलीकडेच झोपला होता. तो उठला. राजेंद्रही खाटेखाली उतरले. इथे आश्रमात वेळी अवेळी नेहमीच कुणी, ना कुणी यायचे. काहीतरी आकस्मिक अडचण आलेली असायची. आणि मग लोक इकडे धाव घ्यायचे. आणि मला तशा रात्री अपरात्रदेखील राजेंद्र आणि त्यांचे सहकारी कार्यकर्ते मदतीला जात.

आताही कुणीतरी अशाच काही कारणासाठी आले असेल, असे वाटले म्हणून राजेंद्र चार पावले पुढे गेले.

समोरच मीना उभी होती. शेजारी तिचा आऊ. तिला पाहून आश्चर्य वाटलं. अनपेक्षितपणे तिचं असं येणं हे धक्कादायक होतं. तरी स्वत:ला सावरीत राजेंद्र म्हणाले, "आधी कळवायचं तरी. कधी निघालात?"

"सकाळीच निघालो." त्यांचा मेहुणा म्हणाला. बन्सीलालनं त्यांच्या हातातलं सामान घेतलं. आतल्या खोलीत नेऊन ठेवले.

"बसा, पाणी आण बन्सी मेहमानांसाठी."

मीना तिथं बसली. संकोचून, मनातले शब्द ओठावर आणण्याचा प्रयत्न करीत.

"ठीक आहेस ना." राजेंद्रांनी विचारलं.

तिच्या संकोचाचा बांध फुटला.

"मी तुमच्याजवळ आलेय, नेहमीसाठी. माझी चूक मला समजलीय. तुम्ही हे जे काम करता आहात, ते किती मौलिक आहे हे मला कळलंय. तुमचा मला अभिमान वाटतोय."

ती हळूवारपणे बोलत होती. राजेंद्रांनी तिच्याकडं पाहिलं. तिच्या डोळ्यात त्यांच्याविषयीचं प्रेम, आदर प्रतिबिंबित झालं होतं.

दोन प्रवाह पुन्हा एकत्र आले होते. मनाची खूण अंतरी पटली होती. मघाशी ढगाआड गेलेला चंद्र बाहेर आला होता आणि चांदण्याचा वर्षाव करीत होता.

◆

। नऊ ।

"श्रवण, काम अजबगढचा रहीम आणि त्याच्याबरोबर पाच-सहाजण आले होते. त्यांनी सांगितलं की, गेल्या महिन्यात सात-आठ खाणमजूर मेले आजाराने. अगदी तरणेताठे होते ते. त्यांची बायकामुलं उघडी पडली बघ."

राजेंद्र श्रवणला म्हणाले. भिकमअपुराच्या या 'तरुण भारत संघा'च्या मुख्य आश्रमात नेहमीच लोकांचे येणे जाणे असे. काही ना काही काम घेऊन, समस्या अडचणी घेऊन लोक यायचे. कारण आपल्या अडचणींची इथे केवळ दखलच घेतली जाते असे नाही, तर आपल्यासाठी मदतीचा हात नेहमीच तत्पर असतो, याचा अनुभव गेली काही वर्षे राजस्थानातल्या या भागात राहणाऱ्या गावकऱ्यांना होता. काल आलेले काही त्यासाठीच आलेले. खाणमजूर होते ते. तीस-पस्तीस वर्षांचे होते, परंतु खोकला, दमा यासारखे विकार त्या पाच-सहा जणांपैकी तीन जणांत दिसले. त्यांनी सांगितलेल्या त्या बातमीने राजेंद्र चिंतित झाले. आपण तिथे जाऊन प्रत्यक्ष परिस्थिती पहावी असे त्यांना प्रकर्षाने वाटले. श्रवण आणि मूलचंदबरोबर ते सरिस्काकडे निघाले.

अरवली पर्वताच्या कुशीत बसलेलं सरिस्का दिसू लागलं. त्या पर्वताचे उघडे बोडके रूप पाहून राजेंद्र खंतावले. अरवली पर्वतराजीचा इतिहास त्यांच्या मनासमोर त्याक्षणी उभा राहिला.

जगातील एक प्राचीन अशी ही पर्वतशृंखला चार राज्यात पसरलेली आहे. गुजरातच्या दोन जिल्ह्यात पाच हजार चारशे सहासष्ट चौरस किलोमीटर, हरियाणाच्या तीन जिल्ह्यात व दिल्लीच्या मेहरोली क्षेत्रात अरवलीचा विस्तार सुमारे सत्तावीस हजार चौरस किलोमीटर आणि राजस्थानच्या सोळा जिल्ह्यात त्रेचाळीस हजार तीनशे पंधरा चौरस किलोमीटर, असा अरवलीच्या ऐसपैस विस्तार आहे. यातील सुमारे सत्तावीस हजार चौरस किलोमीटरचे क्षेत्र हे वनक्षेत्र म्हणून घोषित केले गेले आहे. त्यात पाच राष्ट्रीय उद्याने, वाघांसाठी असलेली चार अभयारण्ये व वन्य प्राण्यांसाठी राखीव अशी सतरा अभयारण्ये आहेत. आणि बाकीची मैलोगणती पसरलेली. राज्याचे एक महत्त्वपूर्ण अंग असलेली अरवलीची पर्वतराजी दिवसेंदिवस

उघडी नागडी होऊ लागलेली. त्यामुळे होणारा पर्यावरणाचा नाश, वृक्षांची महाभयंकर वेगाने होणारी हत्या पाहून राजेंद्र चिंतित होत होते. हा अरवली वाचला तर इथले आदिवासी, गावकरी वाचणार हे सत्य त्यांना जाणवत होतं.

अभयारण्ये, वनविभाग हा तरी कुठे सुरक्षित राहिला होता? यांच्या रक्षणासाठी सरकारनं जे कायदे केले होते ते, याच जंगलात राजरोस तोडले जात होते. राष्ट्रीय पार्क असलेल्या आणि वाघांसाठी राखलेल्या अभयारण्यात आज हजारो खाणींचे काम चाललेच होते. या क्षेत्रात एकूण अठ्ठावीस हजार खाणी सुरू होत्या. त्यातील अनेक बेकायदा होत्या. त्यासाठी या खाणमालकांना काही राजकीय पुढाऱ्यांचा वरदहस्त लाभला होता.

या भागात जिप्सम, कॉपर, लिग्नाईट स्टोन, मार्बल, लाईम स्टोन, सँड स्टोन, सॉफ्ट स्टोन, कोटा स्टोन इत्यादींच्या खाणी आहेत. त्याच्या मोहानच अरवलीला ओरबाडलं जाऊ लागलं होतं. प्रवासात हे विचार राजेद्रांच्या मनात रूंजी घालू लागले. त्या तंद्रीत असतानाच खाण मजुरांच्या झोपड्या दिसू लागल्या. जीप थांबली. त्यांना उतरताना पाहून काही मजूर पुढे आले.

"आवो भैय्या."

म्हणून त्यांनी स्वागत केले.

"मी चार दिवस इथे राहण्यासाठी आलोय. तुमच्यातली एक झोपडी द्या." राजेंद्र म्हणाले.

"हा भैय्या, पण असल्या झोपडीत तुम्ही कसे राहाल?" संकोचून एकजण म्हणाला.

"मला चालेल, तुमची काही हरकत नाही ना?" त्यांनी हसून विचारलं. रात्र होत आलेली. तिथे मजूर राजेंद्रभोवती जमले. विचारपूस होऊ लागली. पूर्वी राजेंद्रांना असं वाटायचं की, या खाणीमुळे स्थानिक गोरगरीबांना रोजगार मिळतोय ते ठीक आहे. परंतु गेल्या काही महिन्यांत या भागात फिरताना खाणीमुळे होणारे भयावह दुष्परिणाम त्यांना जाणवू लागलेले.

दुसऱ्या दिवशीच्या सकाळपासून आजूबाजूच्या वस्त्यांवर भटकंती सुरू झाली. आधी शेती, जनावरं पाळणारे हे आदिवासी आता खाणमजूर बनलेले. तिथल्या कित्येक घरांतून भुतासारख्या वावरणाऱ्या बायकाच दिसत होत्या. या दृश्याने ते गंभीर झाले. इथला माणूस जिवंतपणीच नरकयातना भोगीत होता. रात्री मुक्कामावरून परत आल्यावर कितीतरी वेळ ते जागेच होते. झोप येईना. पहाटे पहाटे डोळा लागला. शेजारच्या झोपडीतून उठलेल्या आक्रोशाने त्यांना जाग आली. त्यांनी तिकडे धाव घेतली. तिथल्या सेवारामने जगाचा निरोप घेतला होता. वयाच्या केवळ छत्तीसाव्या वर्षी. हमसून रडणारी, हंबरडा फोडणारी त्याची बायको आणि

भेदरून बाजूला उभी असलेली तीन लहानगी मुलं. अखेर मृत्यूनेच कष्ट, उपासमार, आजारातून सेवारामची सुटका केली होती. राजेंद्र हतबुद्ध होऊन पाहात होते. आजूबाजूच्या झोपड्यातील माणसं जमली. त्यापैकी काही जणांना पाहून त्यांना वाटलं वेळीच उपचार मिळाले नाहीत तर या मजुरांवरही सेवारामच्या वाटेनं जायची वेळ येईल. त्यांचे ओढलेले चेहरे, धपापणारी छाती, सुकत चाललेली सापळ्यासारखी शरीरे, सारं पाहून त्यांचं मन चरकलं, अस्वस्थ झालं.

नंतरच्या आठ दिवसात आणखी तिघा मजुरांवर मृत्यूचा घाला पडला. आता खाणमजुरांच्या या वस्त्यावस्त्यांवर मृत्यू घिरट्या घालीत होता. ज्याला इथं भक्ष्य मिळत होतं. आता मात्र राजेंद्रनी ठरवलं की, या बाबतीत निश्चित अशी उपाययोजना लागलीच केली पाहिजे, नाहीतर या सरिस्काच्या भूमीचे स्मशान होईल. मृत्यूचे हे भीषण तांडव तीव्र होण्यापूर्वीच त्याचे आक्रमण रोखण्याच्या प्रयत्न केला पाहिजे. त्या रात्री त्यांनी आजूबाजूच्या सर्व मजुरांना एकत्र बोलवलं. त्यांची तपासणी केली तेव्हा लक्षात आलं की, यातील कित्येकजण सिलिकोसीस या आजाराने पीडित आहेत आणि या खाणकामगारांच्या अकाली मरणाचे कारणही हेच आहे.

या आजाराची वरवरची लक्षणे टी.बी. सारखीच दिसतात म्हणून झालेच तर यावरही टी.बी. चेच उपचार चालू असतात. परंतु त्याचा उपयोग होत नाही, कारण रोग एक आणि इलाज दुसराच. तांबे आणि संगमरवराच्या खाणीत काम करणारे मजूर या रोगाला बळी पडतात. परंतु राजेंद्रना याचा धक्का बसला की, या खाणीत पाच-सहा वर्षे काम केलं की, या मजुरांना मरणाशी गळाभेट घ्यावी लागते. या समस्येचा आता ताबडतोब गांभीर्याने विचार करायला हवा होता. दुसऱ्याच रात्री पुन्हा त्यांनी कामगारांना तिथं बोलावलं. जवळजवळ सर्व मजूर आणि काही बायका जमल्या. ना दिवा ना लाईट, अष्टमीचा चंद्राचा प्रकाश त्या आसमंतात पडला होता. त्या प्रकाशात बैठक सुरू झाली. राजेंद्र, त्यांचे सहकारी व दीडदोनशे खाण कामगार. काही क्षण भीषण शांतता. मर्तिक करून आले होते ते.

राजेंद्रनी सुरुवात केली.

"तुम्ही सारेच खाणीत काम करता का?"

"हो."

"बायका पण करतात"

"हां, आमच्या काही बायका आणि मुलंदेखील तिथं काम करतात."

"किती जण आजारी आहेत?"

त्यावर मिनिटभर शांतता. लागलीच उत्तर द्यायचे धाडस नव्हते.

"हां भैय्या, कितीतरी जण बिमार आहेत?"

"दवा घेतात का ते?"

"दवा कुठून घेणार? रोजच्या मजुरीत पोट भागत नाही, मग दवादारूचा खर्च कसा भागणार?"

"म्हणून काय असंच मरायचं? तुमच्या लक्षात येत नाही का की, खाणीत काम करू लागलं की, वर्षभरात ही बिमारी होते आणि नंतर पाच-सहा वर्षातच तो माणूस मरतो."

"सच है भैय्या. पण काय करणार?"

"तुमच्या खाणमालकांनी औषध उपचाराची काही सोय केली आहे का?" राजेंद्रांनी चौकशी केली.

"नाही, तिथे काहीच सोय नाही. कुणाला काही लागलं तर मलमपट्टीची सोयदेखील नाही. रोजच कुणाला तरी लागतेच. हे पाहा, पंधरा दिवसांखाली खणताना दगड लागलाय."

आपल्या खांद्यावरची जखम दाखवून हसन म्हणाला.

"भैय्या, जमुखारागढमध्ये दोन महिन्यापूर्वी खाण खचली. त्यात तीन मजूर गाडले गेले. त्यांचे मुडदे त्या खाणीतून वर काढायला पोलिसांना तीन दिवस लागले. त्यावेळी तो खाणमालक पळून गेलाय, ते त्याचा अजून पत्ता नाही."

'तरुण भारत संघ' चा कार्यकर्ता असलेल्या प्रभातरामनं सांगितलं.

"या मजुरांच्या विधवांना काही भरपाईदेखील मिळत नाही. बहुतेक मिळतच नाही, पण मागच्या वर्षी निझराच्या ढाणीच्या खाणीत एक मजूर अपघातात मेला. तेव्हाही त्याच्या विधवेला खाणमालकाने नुकसानभरपाई दिली नाही. त्यावेळी मात्र मजूरवर्ग खडबडून जागा झाला. असे अपघात खाणीत नेहमीच होतात. उद्या आपल्यावर ही वेळ येणार नाही कशावरून? या विचाराने ते मजूर संघटित झाले आणि त्या मजुराच्या विधवेला काहीतरी रक्कम दिल्याशिवाय कामावर जायचेच नाही असा निर्णय त्यांनी घेतला. दहा दिवस खाण बंद पाडली तेव्हा कुठे त्या खाणमालकाने त्या विधवेला पन्नास हजार रुपये दिले."

आता एकेकजण बोलू लागला. त्यांच्या दुःखाला वाचा फुटली होती.

"इथं विम्याची व्यवस्थादेखील नसते. परंतु मला या मजुरांसाठी विम्याचा विचार पटत नाही. कारण विमायोजना म्हणजे बाजारीकरणच. जो पैसा देऊ शकतो तोच विम्याचा फायदा विकत घेऊ शकतो. हे गरीब बिचारे मजूर विम्याचे हप्ते कसे भरणार?"

राजेंद्रसिंह श्रवणला म्हणाले,

"राजेंद्र भैय्या, या खाणींमुळं अन्न. पाणी, हवं सारं काही दूषित होतंय. याची पाहणी करायला हवी. पण सरकारला जाग येत नाही. खाणीमुळे बिघडणाऱ्या पर्यावरणाची तपासणी व्हावी, असा प्रयत्न हनुमान, मीणाने खूपदा केला. पण झालं काय तर खाणमालकांच्या गुंडांनी त्याच्यावर हल्ला केला. त्याचे डोके

फुटले, सतरा टाके पडले. नशीब बलवत्तर होतं म्हणूनच तो वाचला.''

राजेंद्रांना ते ठाऊक होतं. परंतु या मजुरांसमोर या गोष्टी यायला पाहिजेत, असे त्यांना वाटले.

''भैय्या, हा बोधन गुर्जर आहे ना, याला कुठल्याच खाणीत काम मिळत नाही.'' एक आवाज आला.

''का रे बोधन, खरं आहे का हे?''

पोरगेल्याशा दिसणाऱ्या बोधनला राजेंद्रांनी विचारलं.

''होय, भैय्या, खरं आहे. माझा गुन्हा एवढा होता की, काम करताना मी बरोबरच्या मजुराबरोबर बोलत होतो. तेवढंच कामाचं ओझं कमी वाटतं म्हणून बोलायचो. पण त्या मालकाच्या चमच्यांना वाटले की, मी त्या मजुरांना बहकावतोय आणि त्या मालकानं मला कामावरूनच काढलंच, पण इथल्या कुठल्याही खाणीत काम मिळू दिलं नाही. भैय्या हे सारे खाणवाले एकमेकांना बांधील आहेत.''

चिंतामग्न होऊन राजेंद्र त्याची कहाणी ऐकत होते. तेवढ्यात हरिचरणनं सांगितलं,

''भैय्या या खाणमालकांच्या मनमानीला कोण पायबंद घालणार? परवाच समराच्या खाणीतल्या मजुरांना एकत्र करण्यासाठी छोटेलाल मीणाने प्रयत्न केले. तेव्हा त्यांची दमदटी सुरू झाली. त्याला धमक्या येऊ लागल्या. अखेर बिचाऱ्यावर गाव सोडायची पाळी आली.''

''या खाणमालकांना फक्त स्वत:चा फायदा कळतो. त्यासाठी तुम्ही आम्ही बळी गेलो तरी त्यांना त्याचे काहीही सोयरसुतक नाही. मजुरांसाठी असलेले कोणतेही कायदेकानून ते पाळीत नाहीत. तुम्हाला पुरी मजुरीदेखील देत नाहीत. किती मिळते मजुरी?''

राजेंद्रचा प्रश्न.

''इथल्या आदिवासींना रोज अठ्ठावीस रुपये, अनुसूचित जातवाल्यांना बत्तीस. जाट गुर्जराना पस्तीस आणि राजपुतांना पंचेचाळीस रुपये मजुरी मिळते.'' हरिचरण म्हणाला.

''व्वा इथे देखील खाणमालकांनी वर्णव्यवस्था केलीय की.'' राजेंद्र म्हणाले.

''हां, तसेच आहे.''

''या खाणी सुरू व्हायच्या आधी तुम्ही काय करीत होता?''

''काही जण शेती करीत होतो, गुरं पाळत होतो. दूध, तूप, विकत होतो.''

''मग?''

''या खाणी सुरू झाल्या. सारीकडे खाणीचे पट्टे. गुरांना चरायला मोकळी रानं पण उरली नाहीत. या खाणीच्या खंदकात पडून आमची कितीतरी गुरं मेली,

वाघ. सांबरदेखील मेलेत. आमची शेती तर संपलीच.''

''भैय्या, या खाणी नाहीत. मरणाची तोंडं झालीत बघा.''

''म्हणजे आधी तुम्ही स्वत: मालक होता. आता गुलाम झालात.''

''असंच झालंय. आम्ही रोज देवाला साकडं घालतो, पण आमचे दु:ख भोग संपत नाहीत, त्यापासून सुटका नाही. त्यात हे आजार, एकदा पाठी लागले की गिळल्याशिवाय रहात नाहीत. बरबादी आहे नुसती बरबादी.''

तुटणारं आतडं बोलत होतं.

हे सारं ऐकताना त्या मजुरांचे डोळे भरून आले. खाणीच्या रूपानं त्यांचं मरणच जणू वाट पाहात असायचं. ही भावना छळू लागली. बैठकीला आलेल्या विधवा बायकांच्या डोळ्यातून अश्रू वाहू लागले.

राजेंद्राचे हृदय हेलावले. या खाणींनी हजारो मजूरांची दुर्दशा केलीय. माणूस म्हणून जगण्याचा त्यांचा हक्क हिसकावून घेतलाय. वरती मरणाच्या दारात पोहोचवायची व्यवस्था केलीय. शिवाय या सरिस्काचं स्मशान करताहेत. या गरीब मजूरांचं सध्याचं जगणं हे मरणापेक्षाही भयंकर आहे. इथं मरण रोजगाराच्या मोबदल्यात फुकट मिळतंय. इतकं ते स्वस्त झालंय. राजेंद्र विचार करू लागले.

''भैय्या तिकडं धौलापूरला लाल दगडांच्या खाणी आहेत ना, तिथे खाणीतून काढल्यावर त्या दगडांना घासण्याचं काम करतात. त्या मजुरांना फुफ्फुसाचं दुखणं होतंय.''

''आणि त्या मजूरांना खाणमालकांनी दारूचं व्यसन लावलंय, होय ना?''

राजेंद्रांनी पुढचं सांगून टाकलं.

''सारीकडे असंच आहे. एखाद्यानं कामाचं पैसे आगाऊ घेतले न् वेळेवर परत करणं झालं नाही, तर त्याला ताब्यात घेतलं जातं आणि त्याचे नातेवाईक जोपर्यंत पैसे भरत नाहीत तोपर्यंत त्याला सोडत नाहीत''

दुसऱ्याने सांगितले.

''बरं, मला सांग, तुम्हाला काय पाहिजे?''

राजेंद्रांनी आजूबाजूला बसलेल्या त्या मजूरांना प्रश्न केला.

''आम्हाला या नरकयातनांतून सुटका पाहिजे! त्यासाठी तुम्ही सांगाल ते करू, भैय्या.''

''पाहा, लढा द्यावा लागेल. सत्याग्रह करावा लागेल. खाणमालक आपल्या जिवावरही उठतील. विचार करा.''

''जे काही व्हायचं असेल ते होऊ दे. नाहीतरी आम्ही या खाणीत काम केल्यामुळे रोग होऊन कुजून मरत आहोतच. त्यापेक्षा त्यांच्याशी झगडा करताना मेलो तरी चालेल.''

"काहीतरी होईल, पण काय करावं सांगा?"

जमावातून एकेकजण बोलत होता. त्यांच्या दु:खाला, भयाला, वेदनेला वाचा फुटली होती. होरपळलेल्या जिवावर फुंकर घातली गेली होती.

"तो सुनो, आज सर्वांनी ठरवायचंय, उद्यापासून कुणीही कामावर जायचं नाही," राजेंद्र निर्धाराने म्हणाले.

"पण आम्ही खाणार काय?"

"तुम्ही कामाला गेला नाहीत तर खाणी बंद पडतील ही चांगली गोष्ट होईल. कारण या खाणी बंद कराव्यात यासाठी आमची कानूनी लढाई चाललीय. मागच्या महिन्यातच कोर्टाचा हुकूम आलाय की, या सरिस्का वनिवभागातल्या वाघ अभयारण्यातल्या खाणी ताबडतोब बंद करा. तरीही हे खाणमालक ऐकत नाहीत. सरिस्का वाचवण्यासाठी कामावर न जाणे हाच एक मार्ग आहे...."

... आणि तुमच्या रोजीरोटीसाठी म्हणाल तर लवकरच या सरिस्कात, आसपास, जोहड, अनिकटचे काम आमचा 'तरुण भारत संघ' आणि तुम्ही मिळून करू. तुम्हाला पोटापुरती मजुरी मिळेल. परंतु तुमचा जीव वाचेल आणि दोन-तीन वर्षे मेहनत केली तर सरिस्का अरण्याचे रूप बदललेल. पुन्हा त्याला आणि तुम्हाला सुखाचे दिवस येतील. या भूमीला आपल्या श्रमाचे, घामाचे खतपाणी घातले तर ती प्रसन्न होईल. पुन्हा एकदा ती प्राणदायिनी, वरदायिनी होईल. हिरवाईने श्रीमंत होईल आणि आपल्यालाही श्रीमंत करील.

भाई, हे इथला अरवलीचे पहाड पाहता ना? पूर्वी कसे होते आणि आता कसे आहेत? कुठंतरी झाडंझुडपं दिसतात का? कुणीतरी झाडू मारल्यासारखे भकास झालेत.

जिथं पाहावं तिथं या अरवलीच्या छातीला भगदाडं पाडणारी, भोसकणारी खाणीची यंत्रं. अरवलीचे रक्त काढताहेत ते! अरवली अश्रू वाहतोय. वा कित्येक पहाडांचा चुरा चुरा करून टाकलाय या खाणवाल्यांनी. या खाणीतून निघालेल्या सगंमरवरांनी बंगले समजाहेत, हॉटेल बांधताहेत. पण त्यासाठी क्रूरपणानं रात्रंदिवस या आमच्या अरवलीला संपवताहेत ते. हा कुठला न्याय?

... हे जे उरलंय ते तरी आपण वाचवायलाच पाहिजे. त्यासाठी आपण सारे शपथ घेऊ. संघर्ष करू. तुम्ही विश्वास ठेवा की, हे फक्त तुम्हीच करू शकता, तुम्हीच."

"आहे कबूल? बोला!"

"तन कबूल है के बोल?"

सारीकडून उत्स्फूर्त होकार. घोषणा, हृदयातून, अंतरात्म्यातून.

'तरुण भारत संघा' नं कामं सुरू केली. सरिस्कात योग्य जागा पाहून नवे जोहड, अनिकट बांधण्याची सुरुवात झाली. प्रत्येक काम सुरू व्हायच्या आधी

होमहवन, पूजा केली गेली. ईश्वराच्या साक्षीनेच हे सत्कृत्य करायचं होतं. त्यानं निश्चितपणे बळ दिलं असतं, अशी श्रद्धा होती. दूध आणि गंगाजल, केशर मिसळून त्या परिसराच्या सीमारेषा पवित्र बंधनाने आखून घेतल्या. त्यात रोपं लावायची होती.

या सर्व कामासाठी राजेंद्रांनी स्वयंसेवी संस्थांची मदत मिळविली होती. त्यासाठी काही परदेशी संस्थांनीही आर्थिक मदतीचा हात पुढे केला होता.

काम सुरू झाले. नव्या जोमाने, नव्या आशेने शेकडी हात राबू लागले. या लोकांचेच तर हे काम होते. तरीही मजुरी म्हणून प्रत्येकी आठ किलो गहू रोज देण्यात येऊ लागला.

सरिस्कातल्या खाणींचे काम बंद झाले. या मजूरांनी बंद पाडले. तिकडे कुणीही फिरकले नाही. खाणमालकांचे धाबे दणाणले. त्यांच्याशी संगनमत असलेल्या काही वन कर्मचाऱ्यांच्या मनात द्वेषाचा, सूडाचा वणवा पेटला. त्यांच्या खाणी बंद पडल्या. पैशाचा पूर ओसरला.

या य:कश्चित मजुरांत, आदिवासींत ही एवढी हिंमत कुठून आली? आपल्याशी झुंज देण्याची शक्ती कुठून आली, याचे आश्चर्य त्या खाणवाल्यांना वाटले. परंतु त्यांना चिथावणी देणारा तो 'तरुण भारत संघा'च्या महामंत्री राजेंद्रसिंहच आहे, हे समजायला वेळ लागला नाही. या सर्वांमागे तोच आहे हे प्रखर सत्य होते.

त्याच्याकडे आणि त्या मजूरांकडे आता पाहिलेच पाहिजे, त्यांना जन्माची अद्दल घडवली पाहिजे, आता स्वस्थ बसलो तर आपलाच नाश होईल. त्यावर लागलीच जालीम उपाय केला पाहिजे, असं दोघांनी ठरवलं.

त्या दिवसापासून सरिस्कातील रहिवाशांच्या, लोकांचा छळ सुरू झाला. कामावर जाता येताना अडवायचे, डंडे मारायचे. कित्येकांनी मार खाल्ला: कितीतरी लोकांना जखमा झाल्या. रात्रीबेरात्री अंधाराआड दडून त्यांच्या झोपड्यांवर दगडफेक होऊ लागली. पण सरिस्काची ही लेकरं जिवाला भ्यायली नाहीत. कारण त्यांना नरकातून बाहेर पडायचं होतं, त्यांचा जीवनाधार असलेल्या सरिस्काला आणि अरवलीला वाचवायचं होतं. सरिस्का वाचवले तरच ते तरणार होते. त्यांच्या पोराबाळांना भविष्यात तरी सुखाचे चार घास खाता आले असते. हा मार्ग दाखवला होता त्यांचे आवडते, जिवाचा जीव झालेले राजेंद्रभैय्या, पानीवाला बाबा, जोहडवाला बाबा यांनी. आता कशाचीही पर्वा नव्हती. कुणालाही भ्यायचं नव्हतं. भैय्यांनी नव्या जीवनाचा रस्ता दाखवला होता. आता पोटापाण्याची चिंताही नव्हती. जगायचं ते मानानं, आपल्या भूमीसाठी असा निश्चय झालेला. बस्स् आता मागे फिरायचं नाही, असं त्यांनी ठरवलेलं.

◆

। दहा ।

‘अरवली वाचवा’ आंदोलनाची पूर्वतयारी म्हणून एक दिवसाचं शिबिर भिकमपुरामध्ये ‘तरुण भारत संघा’ तर्फे राजेंद्रसिंहांनी आयोजित केलं होतं. सकाळपासूनच नियोजित स्थळी लोकांचे, गावकऱ्यांचे, वनवासी, आदिवासींचे लोंढे येऊ लागले. राजेंद्र तिथं आले. जमलेल्या शेकडो ग्रामस्थांना पाहून त्यांच्या मनातली आशा उत्फुल्लित झाली. निसर्गाचे, झाडांचे, जंगलाचे मोल या लोकांना कळलंय तेवढं शहरातल्या सुशिक्षित लोकांनाही कळणार नाही, असं त्यांना वाटलं. त्यासाठी कराव्या लागणाऱ्या आंदोलनाची मुहूर्तमेढ आज करायची होती.

समोरच त्यांना हरिचरण, प्रभातीराम दिसले. त्यांच्या दिशेने ते पुढे आले. तेवढ्यात त्या वनवासी मजूरांपैकी काही जणांना अचानक दिसले की, हातात काठ्या, तलवारी, घेऊन काही गुंड राजेंद्र भैय्यांच्या दिशेने येताहेत. ते हल्ला करणार तेवढ्यात सरिस्कातल्या त्या आदिवासींनी प्रसंगाचे गांभीर्य ओळखून क्षणार्धात राजेंद्र भैय्यांभोवती वेढा घातला. आपल्या देहाची ढाल त्यांनी आपल्या प्राणप्रिय भैय्यांसाठी केली, स्वतःच्या प्राणाची पर्वा न करता. गुंडांनी हल्ला केला. काही लोकांना मार बसला. तरीही राजेंद्रांच्या हातावर तलवारीचा निसटता वार झाला. तोपर्यंत या परिस्थितीचा अंदाज सर्वांना आला. सारे त्या भाडोत्री गुंडांवर तुटून पडले. त्यांना पळता भुई थोडी झाली. सारे वातावरण दुःखाने, क्रोधाने, आवेशाने भरून गेले.

“भैय्या. चलो, अलवरला जाऊ, मार लागलाय तुम्हाला.”

“नै, नै, मने काओी हुयी कोनी.”

“नको आधी हे शिबिर पूर्ण होऊ दे. मगच पाहू. तुम्ही पट्टी बांधा, बास. काही होत नाही. घाबरू नका. तू डर मत.”

राजेंद्र आपला हात पुढं करून म्हणाले.

प्रभातीनं आपल्या माथ्याची पगडी काढली. ती फाडून पट्टी केली आणि आपल्या भैय्याच्या हातावरच्या जखमेवर बांधू लागला त्याच्या डोळ्यांतलं पाणी राजेंद्रांच्या हातावर टपटपलं. त्या अश्रूंच्या उष्ण स्पर्शाने राजेंद्रांचं मन गहिरवलं. त्यांचा इथेच थांबण्याचा निश्चय दृढ झाला.

शिबीराला सुरुवात झाली. जखमी राजेंद्र तशा स्थितीतच उभे राहून मार्गदर्शन करू लागले.

एखाद्या तरुण ऋषीसारखे भासणारे त्यांचे व्यक्तिमत्त्व. निर्धार, आशा, निष्पापतेने चमचमणारे त्यांचे ते भावपूर्ण डोळे. साधा झब्बा पायजमा घातलेली खांद्यावर शाल घेतलेली त्यांची ती चैतन्यमूर्ती आणि एखादा निर्झर संथपणे खळखळत रहावा, मंदिरात घंटा वाजविल्यावर निनादत असणारा आवाज असावा तसा मधुर, आश्वासक आवाज. त्यांच्या शब्दात हृदयातून आलेली ती तळमळ, अन्याविरूध्दाचा त्वेष आणि जल, जमीन, जंगल, जंगलवासी व जंगली जनावरांबद्दलचे प्रेम, सारं सारं सहजपणे व्यक्त होत होतं आणि समोरच्यांच्या हृदयाचा ठाव घेत होतं.

मार्गदर्शन, सूचना चालू होत्या. जमावातून शंका विचारल्या जात होत्या. अडचणी मांडल्या जात होत्या. राजेंद्रांनी सांगितली की, आपला विरोध अन्यायाला आहे, व्यक्तीला नाही. तेव्हा आपण जो लढा देणार आहोत तो तत्त्वासाठीच देऊ.

शिबिर सुरू होते. तेवढ्यात बाहेर जीप थांबल्याचा आवाज आला. पोलिस येऊन धडकले. आत घुसले. पोलिसांनी तेथील तीनशे सत्त्याहत्तर लोकांना पकडून नेले. त्यांच्यावर खाणमालकांनी केस केली होती. काहीच कारण नसताना आकसानं हे निंद्य काम केलं होतं. कारण सारे उपाय करून झाले पण हे लोक कशालाच बधले नव्हते. आता खाणवाल्यांचाच सत्यानाश व्हायची वेळ आली होती. त्याचा सूड त्यांनी या पद्धतीने घेतला.

राजेंद्रजींना तर सर्वात आधी पकडलं होतं. असं एक ना एक दिवस होणार याची त्यांना कल्पना होतीच. म्हणजे आपल्याला संपवायचा त्यांच्या हेतू असणार हे ओळखून तशी मानसिक तयारी त्यांनी ठेवलीच होती. कारण त्यांनी विषारी नागाला डिवचले होते. तो चवताळणारच. पण असे इतक्या लोकांना काहीही कारणाविना पोलिस पकडतील आणि कारवाई करतील असे वाटले नव्हते. या लोकांनी कुठला गुन्हा गेला होता? अजून त्यांच्या आंदोलनाची पूर्वतयारी चालली होती. अद्याप कुणीही मोर्चा नेला नव्हता किंवा रस्त्यावर येऊन आपले आंदोलन छेडले नव्हते.

परंतु इथेच राजेंद्रसिंहांच्या नावाच्या जयजयकाराने आणि सरिस्का बचाव, अरवली बचावच्या घोषणांनी सारा परिसर दणदणून गेला. तेवढ्यात पोलिसांची धाड पडली. कुणीदेखील घाबरले नाही.

अलवरच्या कोर्टात साऱ्यांना नेलं गेलं. ही बातमी वाऱ्यासारखी वेगाने चहूकडे पसरली. आणि त्याच दिवशी किशोरी, गोपालपुरा, मांडलवास, भूरियावास, अजबगढ, भानगढ, काली घाटी, कांकवाडी या व इतर आसपासच्या गावागावांतून हजारो लोक लागलीच अलवर कोर्टाच्या आवारात जमले. चालत, बस, उंटाच्या गाड्या, ट्रॅक्टर,

ट्रक अशा मिळेल त्या वाहनाने लोक येतच होते. शेकडो महिलादेखील आल्या होत्या. आपल्या उपकारकर्त्या राजेंद्रभैय्यांना आणि आपल्या भावांना असं विनाकारण का पकडलं, याचा प्रचंड रोष व दुःख त्यांच्या मनातून उफाळून आलं होतं.

"राजेंद्रभैय्याको छोडो, हमारे भाईयोंको छोडो" या त्वेषाने करण्यात आलेल्या घोषणांनी न्यायालयाचे आवार गुंजून गेले. पोलिसांनी केलेल्या छडीमारालाही तोंड देण्याची बायकांचीदेखील तयारी होती.

मुळातच या केसमध्ये काही अर्थ नव्हता. तथ्य नव्हते. त्यातून या उग्र जनआंदोलनाचे स्वरूप पाहून पकडलेल्या लोकांना सोडण्याचा निर्णय न्यायाधीशांनी घेतला.

विजयी वीरांच्या आवेशात अटक केलेले, पण आता सुटका झालेले भोळेभाबडे तरीही शहाणेसुरते असलेले गावकरी आले. राजेंद्रांना खांद्यावर उचलून घेऊन त्यांना हा विजयाचा आनंद व्यक्त करायचा होता. परंतु त्यांनी त्यांच्या उत्साहाच्या उधाणाला थांबविले. ते आपल्या या सर्व मित्रांना उद्देशून म्हणाले,

"आपल्या अस्तित्वासाठी द्याव्या लागणाऱ्या लढ्याची ही सुरुवात आहे. संघर्षाची कसोटी आहे. आपण आपले काम निष्ठेने करू या."

लोकांना या प्रसंगाने हे कळून आले की, आपल्या एकीचा हा विजय आहे. यामुळे खूप काही शिकलो आहोत.

त्यानंतर जोहड-बांधांचे काम आणखी सुरू झाले. त्यासाठी गावोगावचे लोक एकत्र येऊ लागले. सरिस्कात राहणाऱ्या आणि सीमेला लागून असणाऱ्या गावातील लोकांमध्ये या निमित्ताने दिलजमाई झाली. त्यांचे शेकडो हात नवनिर्मितीसाठी राबू लागले. पाहता पाहता जोहड-बांध आकाराला येऊ लागले आणि इकडे सरिस्कातील काही खाणी सुनसान झाल्या. खाणमालकांची आणि संबंधितांची माथी भडकली. खाणी सुरू झाल्यापासून असं विपरीत कधी घडलं नव्हतं. त्यातून मिळणाऱ्या अमाप पैशाचा ओघ थांबला. संबंधितांचे हात ओले होण्याचे थांबले. म्हणून विद्वेषाचे जहर त्यांच्या मनात भरू लागले. या आताच्या आणि संभाव्य बरबादीला कारणीभूत असलेले राजेंद्र त्यांना ध्यानीमनी छळू लागले. त्यांना या भागातूनच काय पण जगातूनही हद्दपार केल्याशिवाय त्यांना आता शांती मिळाली नसती. त्या दृष्टीने कारस्थानं सुरू झाली. एकदा केलेला कट अयशस्वी झाला होता, तथापि याखेपेस मात्र थोडीदेखील चूक होऊ द्यायची नव्हती.

त्यादिवशी राजेंद्र अलवरला आले, कारण त्यांना कलेक्टरांशी बोलायचे होते. सरिस्काबदलच्या कायद्याचं पालन होण्यासाठी त्यांची मदत घ्यायची होती. त्यांना ते पटवून द्यायचे होते. कलेक्टरांनी भेटीची वेळ दिली होती. चर्चा झाली,

कलेक्टरांची राजेंद्रांचे म्हणणे लक्षपूर्वक ऐकून घेतले. त्यांना बऱ्याच बाबी पटल्या.

"सरिस्काच्या संरक्षणाची जबाबदारी आमचीही आहे. यापुढे मी स्वत: त्यात लक्ष घालणार आहे. मी सरिस्कात येऊन पाहणी करीन."

"आभारी आहे साहेब, आपणासारख्या अधिकाऱ्यांनी काळजी घेतली तर बरबादीला आळा बसेल. आपण कधी येताय ते आधी कळवा, म्हणजे आपल्या भेटीचे आयोजन करीन. तिथल्या लोकांना तुम्ही प्रत्यक्ष भेटा. खाणीत काम केल्यामुळं झालेल्या त्यांच्या भयानक अवस्थेकडं पाहा. आपण यात जातीने लक्ष दिलेत, तर त्याचा खूप चांगला परिणाम होईल."

"येस मिस्टर राजेंद्रसिंह. मी नक्की येईल. दोन-तीन दिवसांत माझी तारीख कळवतो. तुम्ही फार उत्तम कार्य करताहात. आता जाताना माझ्या गाडीतून जा. मी तशी व्यवस्था करतो."

कलेक्टर म्हणाले. त्यांनी मनापासून आश्वासन दिले. त्यांच्या सूचनेप्रमाणे राजेंद्र कलेक्टरच्या अँबेसडरमध्ये जाऊन बसले. ड्रायव्हर शेजारी एक पोलीस आणि त्यांच्या शेजारच्या सीटवर एक पोलीस बसला. ती लाल दिव्याची गाडी सुरू झाली. पुढेच न्यायाधीशांची गाडी चालली होती. गाडी चौकातून वळली तोच शेजारी बसलेल्या पोलिसाने राजेंद्रांना सीटवरून खाली ढकलले. त्याच क्षणी गोळीबाराची फैर झडली. राजेंद्रांचा पाठलाग करीत खाणमालकांचे भाडोत्री मारेकरी इथपर्यंत आले होते. दक्ष पोलिसांचे लक्ष त्यांच्याकडे वेधले आणि त्याने राजेंद्रांना वाचवले.

गाडीच्या खिडकीच्या काचेचा चुरा झाला. पाठलाग करीत मारेकऱ्यांनी त्यांच्या गाडीजवळ येऊन गाडीची मोडतोड सुरू केली. पण ड्रायव्हरने शिताफीने गाडी पुढे पळवली.

कलेक्टर कचेरीतून निघाल्यापासूनच गाडीतल्या पोलिसांचे चौफेर लक्ष होते. कारण जरी राजेंद्रांना सांगितले नव्हते, तरीदेखील कलेक्टरांना या प्रकाराची कुणकुण लागली होती. त्यामुळेच आपल्या गाडीतून पोलिसांबरोबर त्यांनी त्यांना भिकमपुरा आश्रमात पाठवायचे ठरवले होते. त्याप्रमाणे त्या पोलिसांना सूचनाही दिल्या होत्या. त्यामुळे राजेंद्र प्राणघातक हल्ल्यातून दुसऱ्यांदा बचावले होते. अकस्मात घडलेल्या या प्रकाराने काहीक्षण त्यांना धक्का बसला. परंतु दुसऱ्याच क्षणी ते सावरले. काहीही झाले तरी ते मागे फिरणार नव्हते. त्यांनी आपला जीव पणाला लावला होता. या कार्यासाठी जीवन याक्षणी संपले असते तरी त्याची भीती त्यांना नव्हती.

त्यांची गाडी भरधाव निघाली होती. सावरून पुन्हा सीटवर बसल्यावर शेजारी बसलेल्या त्या पोलिसाचा हात हातात घेऊन ते एवढेच म्हणाले,

"थँक्स!"

◆

। अकरा ।

भरदिवसा झालेल्या जीवघेण्या हल्ल्यातून केवळ नशिबानंच राजेंद्र वाचले. त्या पोलिसांच्या कृतीमुळं ते सुखरूप राहिले. एका न्यायाधीशाच्या समोर हा गंभीर गुन्हा घडला. त्यामुळे एक मात्र झाले, आठ दिवसांतच हल्लेखोर पकडले गेले. परंतु या प्रसंगामुळे हे कळून चुकले की, खाणमालक किती खुनशी आणि सुडाने पेटलेला आहे. परंतु राजेंद्रांनी निश्चय केला होता की, यापुढे प्रथम अरवली पर्वत वाचविण्यासाठी चळवळ हाती घेतली पाहिजे.

उजाड, उघडा झालेला अरवली खोदयंत्रांचे घाव सर्वांगावर घेत संपत चाललेला. आता त्याला वाचवणं म्हणजे स्वत:ला वाचवणं, समृद्धीला आमंत्रण देणं, संकटांना रोकणं, बरबादी थांबवणं, मृत्यूला परतवणं आणि जीवनाला स्वीकारणं. निदान आपल्या स्वार्थासाठी तरी हे केले पाहिजे. अरवलीच्या विनाशाकडे दुर्लक्ष करणारे आणि त्याचा विध्वंस करणारे सर्वनाशाच्या खाईत जाताहेत, याची जाणीव सर्वांना याचवेळी करून दिली पाहिजे. हा मूक अरवली कुणाविरुद्ध तक्रार करणार? राजेंद्रांना अरवलीचा प्राचीन इतिहास स्मरला.

अरवली ही राजस्थानची जीवनरेखा आहे. फार पूर्वी, हजारो वर्षांपूर्वी या अरवलीने कच्छच्या रणातून, तिबेटच्या पश्चिमेकडून ते तुर्कस्थानपर्यंतचा प्रचंड भूप्रदेश व्यापला होता. आपल्या तरुणपणी हा पर्वत दहा हजार फुटांपेक्षाही उत्तुंग होता. तेव्हा याची पर्वतशिखर नेहमीच बर्फाच्या आवरणाखाली झाकलेली असायची. त्यावेळा विंध्याचल पर्वत तर नव्हताच, पण हिमालयाचा जन्मही झालेला नव्हता. या पुरातन अरवलीमुळे हिमालय लहान बालकच. त्याचा जन्मही अरवलीनं पाहिलाय.

परंतु परिवर्तन हा सृष्टीचक्राचा अटळ नियम आहे. त्यामुळे भारतातच नव्हे : तर जगात मानतुंग असणारा अरवली निसर्गाच्या प्रकोपलहरीपुढे हतबल झाला. या उन्नत पर्वतशिखरावरून महाप्रचंड हिमनग सरकत पाहिले. त्यामुळे तेथील प्रचंड प्रस्तरखंड दूरपर्यंत पसरले. अशा या अरवलीचा जन्मदेखील एका सागरातून

झालाय. आज जिथे थरचे विशाल वाळवंट आहे, तिथे पूर्वी सागर उसळत होता. भूकंपासारख्या निसर्गप्रकोपानं त्या सागरातून अरवली वरती आलाय. आज त्याचे जे काही स्वरूप दिसतेय, ते या अरवलीच्या कथेचा शेवटचा अध्याय आहे. काळाच्या करणीने थरचे वाळवंट वाढत गेले, परंतु त्याखाली अपार खनिज संपत्ती गाडली गेलीय.

फार पूर्वी नव्हे, पण अलीकडे म्हणजे अठराशे बासष्ट साली एका इंग्रजी पर्यटकाने अरवली पर्वताचं वर्णन करून ठेवलंय. तिथे असलेल्या जंगलातील शिसम, सागवान, अर्जुन, धावडा, करंज, बेल, सेमल, सालई, खिरनी, बेहडा, आवळा, आंबा, सालर, महुवा, पिंपळ, वड, जांभूळ वगैरेंसारखे वृक्ष आणि रतनजोत, करौंदा, घोर इत्यादी झुडपांचा उल्लेख व वर्णन केलंय. तसेच तिथल्या बांबूच्या वनाबद्दल तर लिहिलेलं आहेच, पण त्या दाट जंगलात असलेल्या, विहरणाऱ्या पशुपक्ष्यांचा उल्लेखही आहे. त्यावेळी एखादा गोरा साहेब किंवा संस्थानिक राजा वन्य प्राण्यांची शिकार करायचा; पण आता पैशाच्या हव्यासाने सारेच शिकारी झालेत. जंगलच शिल्लक राहिले नाही तर जंगलातले प्राणी कसे राहणार?

स्वातंत्र्यप्राप्तीनंतर या जंगलांचा संहार वेगाने होत गेला. विकासाच्या नावावर चाललेली अनेक कामं अरवलीला नष्ट करू लागलीत. आता हे अरण्याकांड या टप्प्यावर पोहोचलंय की, मूळच्या स्थितीत पोहोचणे अवघड आहे. परंतु याला आतापासूनच प्रतिबंध केला नाही, तर आपल्या हाती काहीच उणार नाही, हे स्पष्ट दिसत होतं. याचं भय राजेंद्रांना रात्रंदिवस छळत होतं. हे सारं थांबविण्यासाठी त्यांचे प्रयत्न चाललेच होते. सर्वांना पटवून दिल्यावर 'खरं आहे, कुणीतरी हे केलं पाहिजे' असं सारेच म्हणतात; पण ते कुणीतरी म्हणजे दुसरंच कुणी असावे, सरकारी यंत्रणेने करावे, अशी नुसती वाट पाहत बसताना आपल्याच जीवनाचा घास घेण्यासाठी विनाशाची पावले जवळजवळ येऊ लागलीत याची अद्याप जाणीव प्रकर्षाने होत नाही, त्याचं त्यांना दुःख होतं.

'तरुण भारत संघ' या आपल्या संस्थेतर्फे त्यांनी या संदर्भात अनेक उपक्रम हाती घेतलेले होते. त्यापैकी पहिला उपक्रम म्हणजे भर्तृहरी जंगलात आयोजित केलेला पर्यावरण यज्ञ. हा होता ज्ञानयज्ञ. त्याद्वारे अरवली वाचविण्यासाठी केलेले आवाहन.

यज्ञाचे उद्घाटन करताना सिद्धनाथ दद्धा म्हणाले,

"आपल्या भारतात यज्ञाची परंपरा प्राचीन काळापासून आहे. आताही काही प्रसंगी यज्ञ करतात, परंतु त्या यज्ञासाठी मुद्दाम तोडलेली लाकडे वापरत नाहीत तर आपोआप सुकलेल्या, गळून पडलेल्या लाकडांच्या समिधा त्यात अर्पण

करतात. त्यामागचा दृष्टीकोन आपण लक्षात घेतला पाहिजे. कोणत्याही वृक्षाची तोड करून यज्ञ करायचा नसतो, या भावनेतून वृक्षाबद्दलची आस्था प्रकट होते.''

उद्‌बोधन करताना राजेंद्रसिंह म्हणाले,

''आपल्या पूर्वजांच्या ज्या परंपरा होत्या, त्यात गाव व जंगल यामध्ये एक प्रेमाचं अतूट नातं होतं. जिव्हाळा होता. त्यासाठी ग्रामस्थांनी अनेक नियम बनवले होते. आणि कांकडबनी, रखतबनी, देवारण्य, वाल व देवबनी यासारखे जंगलाचे प्रकार ठरवले होते...

दोन गावांच्या मध्ये वृक्ष लावून जंगल निर्माण करण्यात येत होतं. तिथं देवदेवतांची मंदिर असायची. त्याला काकडबनी म्हणत. रखतबनी हे जंगलही गावकरीच तयार करायचे. तिथली झाडं, पानंदेखील तोडायची नाहीत. फक्त जेव्हा दुष्काळ पडेल तेव्हाच गावकऱ्यांच्या विचारविनिमयाने तिथल्या वृक्षांचा वापर करण्यात येईल.

देवदेवतांच्या नावाने का जमीन सोडायची. राखायची, गंगाजल आणि दूध मिसळून चारी बाजूने सीमा ठरवून सीमांकन करायचं आणि त्या जमिनीत वृक्षांची लागवड व्हायची. ते देवारण्य. त्यातील झाडंही तोडली जात नसत.

वाल हे देखील त्याकाळी एक सुरक्षित क्षेत्र असायचं. ही जमीन मंदिराच्या पुजाऱ्याच्या नावावर असायची. परंतु ती केवळ त्यांच्या मालकीची नसायची. कधी कधी राजे, जहागीरदार अशी दानी मंडळी गायीगुरांना चरण्यासाठी ही जमीन दान द्यायचे. त्या जमिनीत शेती करीत नसत.

आणि जिथं एखादा सिद्धपुरुष किंवा योगी समाधी घ्यायचा त्याला देवबनी म्हणायचे. तिथं जंगल जोपासलेलं असायचं. तिथेही कुणी वृक्षतोड करायचे नाहीत. या श्रद्धायुक्त परंपरेमुळेच अजूनदेखील काही जंगले सुरक्षित राहिली आहेत. लोकांची श्रद्धा डोळस होती, त्यामुळे ही वनं अस्तित्वात आहेत. त्यांचा नाश झाला नाही.

मात्र इंग्रजी राज्यात आणि त्यानंतर स्वातंत्र्योत्तर काळात उद्योगाच्या कारणाने अपरिमित वृक्षतोड होऊ लागली. या अरवली परिसरातच सरिस्काचं उदाहरण घेतलं तर हे दिसू लागलंय की, पैशाच्या जोरावर सरिस्काच्या जंगलक्षेत्रावर काही ठेकेदारांनी कब्जा केलाय आणि त्यांना राजकीय पुढाऱ्यांची साथ आहे.

आपल्या राजस्थानची जीवनरेखा असलेल्या अरवली पर्वताची दुर्दशा आपण उघड्या डोळ्यांनी पाहणार आहोत का? या अरवलीचे आणि त्याच्यावर अवलंबून असलेल्या वनवासी, आदिवासींच्या हृदयाचे आक्रंदन तुम्हाला. आम्हाला ऐकू येत नाही का?''

राजेंद्रांचा हा प्रश्न ऐकल्यावर तिथं उपस्थित असणाऱ्या शेकडो गावकरी व

वनवासीयांच्या मनामध्ये प्रचंड खळबळ माजली.

"अरवली बचाना; अरवली बचाना'' अशा उत्स्फूर्त घोषणा होऊ लागल्या.

"मेरे भाइयो, तुम्ही साऱ्यांनी ठरविले तर आपण निश्चित काहीतरी करू शकू. परंतु हा प्रश्न काही आपल्याच परिसरापुरता किंवा केवळ सरिस्कापुरताच नाहीय. म्हणून या अरवली पहाडाची रांग जिथं जिथं आहे; त्या त्या प्रांतातून 'तरुण भारत संघा' तर्फे आपण 'अरवली चेतना पदयात्रा' काढणार आहोत. या पदयात्रेच्या वेळी गावोगावच्या लोकांना जागृत करायचे आहे, त्यांच्या कर्तव्याची जाणीव करून द्यायची आहे. सत्ता, संपत्तीच्या हव्यासासाठी अरवली विकला जातोय; परंतु त्याची ही वेदना जाणून घेणारे अद्यापही शिल्लक आहेत. ज्यांच्या नसानसातून, रक्तामधून, स्वाभिमान, आत्मसन्मान, राष्ट्रप्रेम व निसर्गाबद्दलची आपुलकी वाहते आहे, असे या अरवली क्षेत्रातील तरुण आजदेखील इथे आहेत. म्हणून आपण सारे मिळून निर्धार करू, अरवलीला वाचविण्यासाठी प्रतिज्ञा करू.''

'अरवली हमारा जीवनदाता है' या आरोळ्यांनी वातावरण दुमदुमून गेलं. एका उत्स्फूर्त भावनेनं सर्वांचं मन पेटून उठलं....

राजेंद्र आणि त्यांच्या सहकार्यांनी 'चेतना यात्रेची' तयारी सुरू केली त्यानिमित्तानं काही नियम बनवले.

अरवली बचाओ अभियानांचे कार्य सुसूत्रपणे होण्यासाठी त्याची अत्यंत गरज होती.

* अरवली पर्वतक्षेत्राच्या पर्यावरण आणि स्थितीच्या संरक्षणासाठी या चेतना यात्रेत शासकीय आणि इतर संस्था यांचे सहकार्य घ्यावे.

* अरवली क्षेत्रातील जैविक विविधता आणि जलस्त्रोत अबाधित ठेवण्यासाठी अभयारण्य, वनरक्षण योजना लोकांच्या सहकार्यातून केली जावी.

* अरवलीच्या नैसर्गिक संपत्तीच्या माहितीसाठी आणि त्यात होणाऱ्या बदलाच्या अभ्यासासाठी 'अरवली पर्वतीय क्षेत्र शोध संस्थान' स्थापन करावे.

* अरवली क्षेत्रात वन्यप्राण्यांची शिकार, वृक्षतोड, गुरे चराई आणि खाणी यावर पूर्ण बंदी घालावी.

* अरवली क्षेत्रात ज्या नद्या, झरे आहेत, त्यांचे संरक्षण करून त्यांच्या योग्य उपयोग करण्याचा प्रयत्न करावा.

* सध्या राज्यात चालू असलेल्या अठ्ठावीस हजार खाणींपैकी अरवली वनक्षेत्रात ज्या खाणी आहेत त्यावर पूर्ण बंदी घालावी. या क्षेत्राबाहेरील केवळ वैज्ञानिक पद्धतीने चाललेल्या खाणींना परवानगी द्यावी.

* या गोष्टींची पूर्तता करण्यासाठी कार्यवाही होते का नाही, ते पाहण्यासाठी

प्रत्येक गावातून समिती नेमावी.

* अरवली बचाओ आंदोलन प्रभावीपणे कार्यवाहीत आणण्यासाठी राष्ट्रीय, प्रांतीय व स्थानिक, क्षेत्रीय स्तरावर समन्वय समित्या स्थापन कराव्यात.

याप्रमाणे ठराव झाले. चेतना यात्रेची तयारी झाली. आणि दोन ऑक्टोबर एकोणीसशे चौऱ्याण्णव या दिवशी महात्मा गांधींच्या जन्मदिनी गुजरातमधील हिंमतनगर येथून आणि एका वेळी चौदा गावांतून अरवली चेतना यात्रेचा शुभारंभ झाला.

राजस्थानातून टोंक, सवाई माधोपूर, कोटा, झुंझनू, झालावाड, दौसा येथून पदयात्रा निघाल्या आणि त्या जयपूर व अलवरमध्ये मुख्य दलात सहभागी झाल्या. हरियाणातून खोरी, भिवानी, दौगडा, महेंद्रगढ, गुडगाव, रोहतक, मंडाविली इथूनही पदयात्रा निघून एकोणीस नोव्हेंबरला सोहना येथे मुख्य पदयात्रेत सामील झाल्या.

अरवली पर्वताचे सर्वोच्च शिखर गुरूशिखर येथे शेकडो विद्यार्थी व गावकऱ्यांनी तिथून निघणाऱ्या चेतना पदयात्रेचे नेते डॉ. डाबरिया यांना टिळा लावून व श्रीफळ देऊन निरोप दिला. माऊंट आबूच्या नख्खी तलावावर डॉ. डाबरिया, लक्ष्मणसिंह व श्रीरामचंद्र यांनी उपस्थितांना चेतना पदयात्रेबद्दल माहिती दिली. आणि आबूच्या जिल्ह्याधिकाऱ्यांना एक निवेदन दिलं. तिथून निघाल्यावर डुंगरपूर येथे एक पदयात्रा त्यांच्यात सामील झाली.

अनेक झरे, ओढे, ओहोळ येऊन नदीला मिळावेत आणि ती नदी सागराकडे निघावी तसे या चेतना यात्रेत जनप्रवाह एकत्र येत होते.

उदयपूर येथे प्राचार्य सिकंदर उस्मान. शिवचरण गोयंका, प्रमिला व्यास व नंदकिशोर यांनी स्वागत करून पदयात्रेच्या हेतूला सक्रिय पाठिंबा दर्शविला. तिथं 'आस्था' या संस्थेच्या कार्यकर्त्यांबरोबर विचारविनिमय झाला.

या चेतना पदयात्रेत गावोगावच्या सामाजिक संस्था व तेथील नागरिकांबरोबर अरवली वाचविण्याबद्दल आणि तेथील रहिवाशांना न्याय मिळवून देण्याबाबत विचारविनिमय, चर्चा होत होती. लोकांना जागृत केले जात होते. सहकार्य करण्याचे आवाहन केले जात होते.

अजमेरजवळच्या खेड्यात पदयात्रा पोहोचली तेव्हा तिचं रूपांतर सभेत झालं. तिथं पुरुषांबरोबरच अनेक महिलाही उपस्थित होत्या. सभा चालू असताना एक महिला उभी राहून म्हणाली,

"अरवली वाचविण्यासाठी तुम्ही सांगाल ते काम आम्ही करू. आमचे जीवन जसे बरबाद झाले आहे, तसे दुसऱ्या मुलींचे होऊ नये असे वाटते. काय सांगू! माझ्यासारख्या कितीतरी जणींचे पती खाणीत काम केल्याने रोग लागून मेले.

त्यानंतर कसलीही नुकसानभरपाई मिळाली नाही. कामदेखील मिळेना. सध्या आमचं पोट चाललंय ते ट्रक ड्रायव्हरांच्या जिवावर! आम्हाला शरीर विकणं भाग पडतंय. आमची दखल घ्या, माझ्यासारख्या कित्येक जणी आहेत. आम्हाला काम द्या. मी हात जोडून विनंती करते.''

तिचं हे बोलणं ऐकून सभा स्तब्ध झाली. सारे अवाक् झाले. असे काही विलक्षण प्रसंग पदयात्रेत घडत होते. अनुभवास येत होते.

पदयात्रेचा हेतू सफल होत होता. एकवीस नोव्हेंबरला यात्रा गुडगावरून दुपारी धोलाकुंवा येथे पोहोचली. तिथे दिल्लीचे श्री. एन. कृष्णास्वामी, अनुपम मिश्र, राजीव बोरा, बाबूलाल शर्मा आणि सुंदरलाल बहुगुणा यांनी चेतना पदयात्रेचे स्वागत केले. दिल्ली प्रशासनाने पदयात्रेसाठी उत्तम व्यवस्था केली होती. प्रत्येक चौकाचौकातून वाहनांना रोखून विशाल अशा पदयात्रेस रस्ता मोकळा करून दिला जात होता. अपूर्व उत्साहाने हजारो पदयात्री 'अरवली बचाओ'च्या घोषणा देत व गीत गात शहीद स्थल येथे पोहोचले. पूज्य महात्मा गांधींच्या समाधीचे दर्शन घेतल्यावर अरवली वाहिनीच्या संघटनेबद्दल रात्री दहा वाजेपर्यंत विस्तृत चर्चा झाली आणि ठरले की, दुसऱ्या दिवशी बावीस नोव्हेंबरला दिल्ली शहरातील जंतरमंतर या ठिकाणी या अभियानाच्या पदयात्रेच्या समाप्तीची जाहीर सभा घ्यायची.

जंतरमंतरच भव्य मैदान माणसांनी ओलांडून गेल होतं. गेल्या बावन्न दिवसांपासून वेगवेगळ्या गावांतून, जंगलांतून कधी निर्मनुष्य खडतर रस्त्यानं, तर कधी अरूंद गल्लीबोळांतून, कधी शहरातील प्रशस्त मार्गावरून आणि आता भारताच्या राजधानीतल्या राज्यमार्गावरून पदयात्रा करीत आलेल्या हजारो पदयात्रींनी ते मैदान फुललं होतं. हा चेतना पदयात्रेचा शेवटचा मुक्काम होता. अनेक संघटनांचे सामाजिक कार्यकर्ते, अधिकारी, राजकीय नेते या सभेस उत्साहाने उपस्थित होते. वातावरण चैतन्यानं मंतरल्यासारखं झालं होतं.

सभेची सुरुवात झाली. सर्वप्रथम अरवली चेतना यात्रेचे संयोजक व 'तरुण भारत संघा'चे महामंत्री राजेंद्रसिंह यांनी आपल्या भाषणातून या दीर्घकाळ चाललेल्या पदयात्रेचा उद्देश, त्यात आलेले विविध अनुभव, पदयात्रेत ठिकठिकाणी सामान्य जनता, अधिकारी, संस्था व राजकीय नेते यांच्याशी झालेली चर्चा याबद्दल उपस्थितांना विस्तृत माहिती दिली.

कायद्याच्या चिंध्या करून धनलोभी व काही कारस्थानी भ्रष्ट अधिकारी यांनी हातमिळवणी करून अरवलीला उघडं केलंय. तेथील आदिवासींना त्रास देऊन त्यांना बेघर केलं आहे. पर्यावरणाचा ते नाश करीत आहेत. पण आणखीही एक

संकट आहे. तिथलं वाळवंटही अरवलीला गिळंकृत करण्यासाठी पुढं पुढं सरकत आहे.

हजारो वर्षांपासून आपल्या निवासी लेकरांचे पालनपोषण करणारा हा पर्वत आज आपल्या या पुत्रांची दुर्दशा असहाय्यपणे पाहतोय. आपल्या लेकीसुनांची विटंबना विवश होऊन पाहतोय.

या सर्व करूण परिस्थितीचं भेदक दर्शन राजेंद्रसिंहांनी ओजस्वी वाणीतून घडविलं.

अरवलीच्या या लुटारूंचे कारस्थान, सामुदायिक गायरानांची बरबादी आणि त्यामुळं संपत आलेलं पशुधन, दिवसेंदिवस पावसाचं कमी होत चाललेलं प्रमाण आणि बहुराष्ट्रीय कंपन्यांचं आक्रमण या विविध संकटांचं यथार्थ व भयानक असलेलं चित्र त्यांनी उपस्थितांच्या समोर ठेवलं.

त्यांच्यानंतर पर्यावरणाच्या सुरक्षेसाठी ज्यांनी आपल सर्वस्व व जीवन अर्पण केलंय, ते चिपको आंदोलनाचे प्रणेते, वृक्षप्रेमी सुंदरालालजी बहुगुणा बोलण्यास उभे राहिले. हृदयातील उमाळ्यानं, कळकळीनं त्यांनी सांगितलं.

"आज आम्ही सारे निसर्गाचे कसाई झालोत. जीवनदात्या अशा प्राणवायूची जी बँक म्हणजेच वृक्ष आहेत त्यांचा नाश आम्ही करतोय. त्याला प्रतिबंध करणारी ही अरवली चेतना यात्रा म्हणजे एक महान तपस्या आहे. अन्यायाविरुद्धचे हे धर्मयुद्ध सुरू आहे."

स्वामी अग्निवेश म्हणाले,

"आमच्या संस्कृतीत जंगलांना तपोवन म्हणतात. त्याच संस्कृतीचा सत्यानाश आज विकासाच्या नावाखाली होतोय, ही लज्जास्पद गोष्ट आहे. इथं तर कुंपणच शेत खाऊ लगलंय. ही परिस्थिती आपण बदलली पाहिजे."

त्यानंतर लोकसभेचे तत्कालीन अध्यक्ष नामदार शिवराज पाटील यांना एक निवेदन देण्यात आलं. त्यात अरवलीच्या संरक्षणासाठी सरकारी पातळीवरून सारे प्रयत्न करावेत, अशी विनंती केली होती.

चेतना यात्रा इथं संपली. परंतु आंदोलन सुरूच राहणार होते.

'अरवली बचाओ'च्या गगनभेदी घोषणांनी अरवली चेतना यात्रेची सांगता झाली.

◆

। बारा ।

तिन्हीसांजा क्षितिजाला टेकू लागल्या. मंद राखाडी रंगाची छाया क्षणक्षणाला पिवळ्या उन्हाला गिळू लागली. सूर्य आपला सोनकिरणांचा फुलोरा मिटून उदासवाणा होऊन निघाला होता.

दिवसभर चाललेली शेतातील कामं माणसे आवरू लागली. आता घरची ओढ होती. आपलं शेताचं काम संपवून झुमा आपल्या चार शेळ्या न् दोन गायीच्या मागे निघाली. आज बटाटा काढायचा होता आणि मोहराची रास करायची होती. ते काम संपायला जरा उशीरच झाला होता. परंतु पीक मनासारखे आले होते म्हणून झुमा खुशीत होती. त्याच नादात पायाखाली वाट सोपी झालेली.

तिची शेरडं मधून इकडे तिकडे तोंड खुपसत होती. वेड्या बाभळीच्या खोडावर चढून, पुढचे दोन पाय उंचावून काटे टाळून नेमकी हिरवी पाने लबालबा खात होती. त्यांची मनमानी वाढली, तशी झुमाने आपल्या हातातली, झाडाची डहाळी तोडून केलेली, लहानशा काठी त्यांच्यावर उगारली तेव्हा जनावरं मुकाटपणे चालू लागली.

झुमाची गोरी गुलाबी पावलं पायवाटेवरच्या मातीतून झपझप चालत होती. घराकडे जायची घाई होती. तिचा नवरा माधो गेल्या तीन चार वर्षांपासून अपंग होऊन पडला होता. घरातल्या घरातच कसाबसा खुरडत जाऊ शके तो. काही कामधंदा करू शकत नव्हता तो. पूर्वी अमदाबादला गवंडीकाम करायचा माधो. चांगले पैसे मिळायचे त्याला. तिथे इमारतीचे काम सुरू होते. दुसऱ्या मजल्यावरच्या बांधलेल्या परंचावर उभे राहून गिलाव्याचे काम करीत असताना पायाखालची फळी काड्‌कन मोडून माधो वरून थेट खाली कोसळला. जीव गेला नाही, पण दोन्ही पाय गुडघ्यापासून गेले. वर्षांपूर्वीच तर झुमाशी त्याची शादी झाली होती. आणि हे असे अवघड होऊन बसले होते.

सरकारी इस्पितळात सहा महिने काढूनही पाय गमावून बाहेर आल्यावर माघोनं आपल्या गावीच येऊन रहायचे ठरविले. त्याची हक्काची झोपडी होती तिथे.

त्या बिल्डिंगच्या कॉन्क्टॅरने काही नुकसान भरपाई दिली होती. त्यातनं घरावर चार पत्र्याचे छप्पर घातले. त्याला जमीन नव्हतीच. पण झुमाच्या हट्टामुळे दोन एकर जमीन घेतली. ती म्हणाली की मी शेतात राबून पोटापुरते पिकवीन. हा रिकामा पैसा हा हा म्हणता संपून जाईल. म्हणून शेताचा तुकडा घेच. माधोलाही ते पटले. आलेल्या संकटाला तोंड देणे भागच होते. आहे त्या परिस्थितीत जगावे लागतेच. निदान हक्काचे शेत तरी आले असते. आणि आपल्या बायकोला दुसऱ्याच्या शेतावर मजुरीसाठी जावे लागू नये म्हणून त्याने आपल्या जवळची पुंजी शेतासाठी खर्च केली. त्यालाही दोन वर्ष झाली. गावाजवळच जोहड झाल्याने त्याच्या शेताला पाणी मिळत होते. गुरांना चारा होत होता. घरात तो आणि झुमा दोघेच. लग्नानंतर वर्षातच हे असे झाले. आता यापुढे मुलंबाळं होण्याची शक्यता नव्हतीच.

स्वतःच्या या असहाय्य अवस्थेमुळे घरात बसून माधो वैतागला होता. आपण सर्वच दृष्टीने कुचकामी झालो आहोत याचे दुःख त्याच्या मनाला रात्रंदिवस छळायचे. त्यामुळे तो लहान मुलापेक्षाही चिडखोर झाला होता.

झुमाचं नशीबच फुटकं. जन्माला आली न् आईला गिळून बसली. बापानं दुसरी शादी केली. ती बाई हिचा दुस्वास करी. ती काळी, कुरूप बाई झुमाचं रूप पाहून जळे. त्यातनं तिला दोन पोरी झाल्या त्या आईवर गेलेल्या. काळ्याबेंद्र्या झालेल्या. त्यामुळे हिला पाहताच तिच्या सावत्र आईच्या काळजात जणू भडका होई. पांढऱ्या पायाची म्हणून रोज उद्धार करी. म्हणूनच वयाने जरा मोठ्याच असलेल्या, शेतजमीन नसलेल्या माधोशी तिने झुमाचे लग्न करून टाकले.

देखणी आणि परिस्थितीने शहाणी झालेली झुमा माधोबरोबर सुखाने संसार करू लागली. आपल्या त्या दुष्ट आईच्या कचाट्यातून सुटल्याचा आनंद होता तिला. आणि माधो स्वभावाने बरा होता. कष्ट करून पैसे कमावत होता. तिच्यावर त्याची माया होती. यापेक्षा अधिक तिला काही नको होते. आपल्या पाठीमागचे दुःख संपले असे वाटत असतानाच हे अरिष्ट कोसळले.

त्यातूनही ती सावरली. आता आपण धीर सोडायचा नाही, खंबीरपणे रहायचे हे तिने ठरविले होते. कुंपणावरच्या काचरीच्या वेलीसारखी निगराणी, पाण्यावाचून चिवटपणे तगून राहण्याची शक्ती तिच्यात होती. शेतातल्या कामाला आणि माधोचे सारे करायला ती कंटाळत नव्हती.

काही झाले तरी माधोच्या छत्राखालीच आपण सुखाने दोन घास खाऊन निश्चिंतपणे जगू शकतो हे तिला माहिती होते. त्याने आपल्याला सुरक्षित आणि हक्काचे शेत दिलेय हे त्याचे उपकार आहेत असेच तिला वाटायचे. देवाजवळ तिची कसलीही तक्रार नव्हती.

डोक्यावर शेतातल्या गवताचा भारा घेऊन झपाझप चालत ती घराजवळ आली. दाराजवळच्या खुंटाला तिने शेळ्या, गायींना बांधून टाकले आणि बाजूला टाकलेल्या भाऱ्यातले थोडेसे गवत दावणीत टाकले. माधो दारातच बसला होता. खुरटी दाढी वाढलेला त्याचा चेहरा भकास दिसत होता. डोळे खोल गेले होते. परंतु नजरेत दाहकता होती.

झुमाच्या हालचाली तो न्याहाळत होता. अलीकडे हा असा वेडा छंदच लागलेला होता त्याला. घरातले काम करताना होणारा तिचा वावर, तिचा गोरा रंग, नीटस नाकक्षा, नाजूक देह, तपकिरी रंगाचे डोळे!

एकेकाळी तिचे हे रूप पाहताना त्याला आगळे सुख वाटायचे. तिच्याबद्दलच्या आकर्षणाच्या, प्रेमाच्या लाटा त्याच्या मनात उसळत. पण अलीकडे त्याची दृष्टी बदललेली. त्याची नजर जणू जहराने माखलेली. आपल्या या रुपड्या बायकोबद्दल डोक्यात उगाच संशयाचे भूत धुमसायचे. डोळ्यातलं थिजलेलं पाणी तिला पाहताना कधी कधी पेटून उठायचे. आपण हे असे मर्दानगी हरवून बसलोत, ही एकटी दिवसभर शेतात जाते. बाहेरची सारी कामे करते, हिच्या मनात काही भलेबुरे आले तर कोण विचारणार हिला? जवानीने मंतरलेल्या हिच्या शरीराने बंड केले तर? या विचाराने तो अस्वस्थ होई. असे झाले तर ती निघून जाईल आणि आपली बदनामी होईल या भीतीने त्याला कित्येकदा रात्र रात्र झोप येत नसे.

त्याचा चुलतभाऊ सोमू गावातच राहत होता. तो कधी कधी माधोला भेटायला येई. खरं म्हणजे तोच सोमाला बऱ्याचदा बोलावणं पाठवीत असे. त्यामुळे माधोचा वेळ जायचा, रिकामपण सरायचं, गावातल्या चार गोष्टी कळायच्या. या घरबसल्या कळायला हाच एक मार्ग होता माधोजवळ. शिवाय त्याच्याकडे झुमाची आडून आडून चौकशीही करता यायची.

झुमाला हे माहिती नव्हते असे नाही. परंतु तिला नवऱ्याचा राग यायचा नाही. त्याच्या जागी दुसरा असता तरी तो असाच वागला असता. उलट तो आपल्याला मारहाण करीत नाही, स्वत:चे शेत घेऊन दिलंय, तिथे कष्ट करून सुखाने चार घास खाऊ शकतो. माहेरच्या त्या नरकापेक्षा आपण इथे सुखात आहोत, ते माधोच्या जिवावरच असे तिला वाटायचे. एखाद्या लहान मुलाची घ्यावी तशी ती आपल्या या अधू नवऱ्याची काळजी घेई. रात्री अंथरूणावर पडल्यावर कधी कधी शरीर अस्वस्थ होई. परंतु ती मनाशी म्हणे आता आपणच आपल्याला सांभाळले पाहिजे, नाहीतर आपल्यात आणि जनावरात काय फरक राहिला?

झुमा फार करारी होती. अशा नवऱ्याची ही रंभा हाती यावी म्हणून काही

जणांनी जाळे टाकण्याचा प्रयत्न केला होता. एका दोघांनी मनातला हेतू थेटच उघड केलेला. पण झुमाने त्याला असे वाटेला लावले की पुन्हा कोणाचीही हिंमत झाली नाही.

आल्या आल्या चुलीत काटक्या सारून तिने माधोला चहा करून दिला. आपणही घोटभर घेतला. त्याचे कपडे शेतावरून धुऊन आणले होते. अंगातले पारोसे, मळलेले कपडे बदलून तिने माधोला ते धुतलेले कपडे घालायला लावले आणि ती रोट्या करू लागली. आज तिने रोटीबरोबर बटाट्याचे शाक केले होते. या गावात, तिच्या शेतात भाजीपाला पिकू लागला होता. म्हणून आवडेल ती शाकभाजी खाण्याची चैन करता येऊ लागली. चुलीतल्या जाळाने तिचा चेहरा सोन्यासारखा झळाळत होता. तिकडे पाहत डोळ्याचे धारदार सुरे तिच्याकडे रोखत माधोने विचारले,

"झुमा, आज शेतावरून यायला तुला उशीर का झाला?"

"अरे बाबा, आज तर कामच लवकर संपले नाही, शेताचे काम कधी कधी माझ्याने आटोपत नाही बघ, तरी आज दोघींना मजुरीने बोलावले होते."

कपाळावर आलेले केस हाताने मागे सारीत झुमा हसून म्हणली. तिचे खडीसाखरेसारखे दात लख्खकन चमकून उठले.

"सोमू म्हणत होता की आपल्या बांधापलीकडेच ज्याने शेत घेतलेय तो माणूस चांगला नाही."

"मग!" रोटी निखाऱ्यावर भाजत तिने विचारले.

"तसे नाही पण तू जपून रहा."

अखेर माधोच्या मनातली जळजळ बाहेर आली.

"काय करतोय तो! त्याने जर माझ्याकडे वाईट नजरेने पाहिलं तर विळ्याने डोळे फोडीन त्याचे."

झुमा रागाने म्हणाली तेव्हा माधोच्या जळत्या मनावर फुंकर घातल्यासारखे झाले.

"चल जेव, रोटी गरम आहे, का रोटीचा चुरमा करून देऊ? घरात तूप आहे. खरं म्हणजे मला गुलछडा करायचा पण घरातला गूळ संपलाय, उद्या आणीन. चुरमा करू?"

"कालच तर खाल्लाय, रोज रोज नको, तूप किती महाग आहे." तो म्हणाला.

"काय करायचंय पैसा ठेऊन? पोटापुरतं मिळतंय ना! आणि कुणासाठी ठेवायचंय? पुढे आहेच कोण?"

त्याच्यापुढे थाळी ठेवून ती सहज म्हणून गेली. झुमाने आपल्या या आयुष्याला

असं सहजपणे, वास्तव समजून घेऊन स्वीकारले होते.

"पुढे मागे कुणी नाही म्हणून तर चार पैसे राखून ठेवायचे, झुमा. आपल्याला पोरं असती तर त्यांनी म्हातारपणी सांभाळले असते. मी असा बिनकामाचा, उद्या हातपाय थकले तर कोण बघणार आहे?"

"बघू तेव्हाच्या तेव्हा, देव आहे आपल्याला."

आपलीही थाळी घेऊन तोंडात घास घालीत ती म्हणाली.

रात्री झोपण्याआधी झुमाने माधोच्या कोरड्या केसांना तेल लावले. चोळले. त्यांच्या अंगावरती कंबळ घातली. त्याने तिचा हात पकडून ठेवला, आधार सापडावा तसा. त्याच्या केसावरून तिने मायेने हात फिरविला. माधोचे डोळे आभाळ भरून यावे तसे ओथंबून आले.

कांकवाडी गावाच्या जवळ अजून एक जोहड बांधला होता. पण त्याचे काम पूर्ण व्हायचे होते. पावसाळा अगदी तोंडावर म्हणजे दोनच महिन्यांवर आलेला होता. त्याआधी ते काम व्हायला पाहिजे होते. बांधाची उंची अजून पाच फूट वाढवायची होती. त्याबाबत गावकऱ्यांशी विचारविनिमय करण्यासाठी राजेंद्रसिंह आज इथे आले होते. बांधावर उभे राहून पाहणी करीत होते. वरून वैशाखाचे रणरणते ऊन कोसळत होते. तेही राजस्थानच्या उन्हाळ्याचे. आपल्या गळ्यातल्या शुभ्र उपरण्याने कपाळावरचा घाम पुसत ते श्रवणला म्हणाले,

"हे काम याच महिन्यात पूर्ण व्हायला पाहिजे नाहीतर इतक्या मेहनतीने बांधलेल्या या जोहडचा म्हणावा तसा उपयोग होणार नाही."

त्यांच्याभोवती जमलेल्या गावकऱ्यांनी संमती दिली. केव्हाही कामावर येण्याची त्यांची तयारी होती.

"दोन दिवसात काम सुरू करू. वीस पंचवीस जण आले तर लवकर काम पूर्ण होईल. श्रवणभैय्या उद्याच वाळू सिमेंट आणून टाकील."

राजेंद्रसिंहांनी सांगितले. आज बुधवार होता. शनिवारी काम सुरू करायचे ठरले. बांधावर फिरताना ते सर्वांची आपुलकीने चौकशी करीत होते. सोमाला पाहून त्यांनी विचारले,

"तुझा भाऊ माधो कसा आहे?"

या बांधाचे काम सुरू झाले, त्याआधीच त्याला तो अपघात झाल्याचे त्यांना लोकांकडून कळले होते. कारण तो कामावर येऊ शकत नव्हता. गावच्या श्रमदानात भाग घेऊ शकत नव्हता. परंतु त्याची बायको तेव्हा कामावर येत होती आणि त्यानंतर त्याने इथे शेत घेतल्याचेही समजले होते.

"काय सांगू भैय्या? माधो कायमचा पांगळा होऊन घरात बसलाय. देवाने

त्याच्यावर खूप अन्याय केलाय. त्याची बायको झुमा स्वत: शेत कसते. माधोला चांगले बघते, त्याची सेवा करते.''

''त्याला अजिबात चालता येत नाही काय?''

राजेंद्रली विचारले.

''अं हं, अहमदाबादच्या दवाखान्यातून आल्यापासून तसाच आहे तो. घरातल्या घरात सरकतो तेवढाच. बायको चांगली मिळाली म्हणून नशीब. नाहीतर कुत्र्यासारखे हाल झाले असते त्याचे.''

''सोमू, तिला सांग की माधोला जयपूरच्या दवाखान्यात बूट बसवून मिळतील, मग त्याला चालता येईल.''

''ही पहा झुमाभाबी आलीच इकडे, तुम्हीच सांगता का तिला? म्हणजे तिला कळेल.''

झुमाचे शेत या बांधापलीकडेच होते. आज इकडे गावातले पुरुष व बायका आल्या म्हणून ती इथे आली. तीन वर्षांपूर्वी या बांधावर तिने काम केले होते.

''ए झुमाभाबी, इकडे ये, भैय्या काय म्हणताहेत बघ!''

''जयरामजीकी भैय्या.''

हात जोडून झुमा म्हणाली. इथल्या सगळ्या बायकाहून वेगळी दिसत होती ती. चेहऱ्यावर सहजता, खंबीरपणा होता. तरीही तिने मुद्रेवर कवच घातलंय की काय असे वाटत होते.

''माधोला जर जयपूरला नेलं तर त्याला बूट देतील. ते वापरायची सवय केली तर तो चालू शकेल.''

''खरंच भैय्या?''

''हो, तो चालायला लागला म्हणजे बरे होईल.''

''पण भैय्या, कुठे न्यायचे? काय करायचे? काहीच माहिती नाही. त्या एवढ्या मोठ्या शहरात त्याला घेऊन मी कशी जाणार?''

''त्याची काळजी नको. बूट देतात त्या केंद्रात मी माधोबद्दल सांगून ठेवीन. हा सोमू माधोला घेऊन जाईल. काय सोमू?''

''हो नेईन की,'' सोमूने सांगितले.

''पण पैसे किती लागतील?''

तिची चिंता.

''पैसे लागणार नाहीत. तिथे हे बूट, त्याबद्दलचे उपचार सारे मोफत मिळेल, त्याची काळजी नको.''

राजेंद्रसिंह म्हणाले.

''सच भैय्या, तसं झालं तर दुवा लागेल तुम्हाला.''

झुमा आनंदून म्हणाली. बांधाच्या कडेला असलेल्या काटेरी झुडुपांच्या मागे छोटूलाल उभा होता. अलीकडे काही दिवस झाले राजेंद्रसिंहांच्या पाळतीवर तो होता. खाणवाल्या गुंडांचा तो छुपा हस्तक होता. त्यांचा ठावठिकाणा कळविण्याचा उद्योग तो करायचा. त्यातूनच राजेंद्रसिंहावर तीनदा प्राणघातक हल्ले झाले होते. आतादेखील तसाच एक कट चालला होता. त्यासाठी छोटूलाल राजेंद्रसिंह यांच्यावर त्यांच्या नकळत दुरून लक्ष ठेवून होता न् माहिती कळवायचा. त्यासाठी त्याला हरामचे भरपूर पैसे मिळायचे. आजही तो त्याच कामासाठी इकडे आला होता.

राजेंद्रसिंहाना झुमाशी बोलताना त्याने पाहिले अन् त्याक्षणी त्याच्या डोक्यात एका षडयंत्राची कल्पना चमकून गेली. राजेंद्रसिंहासारख्या निधड्या छातीच्या, निस्पृह आणि शूर माणसावर आजवर केलेले अनेक प्रहार निष्फळ ठरले हेते. त्यांना कधी त्यांच्या दैवाने वाचविले होते तर कधी गावकऱ्यांनी. बंदुकीच्या जीवघेण्या फैरीतूनदेखील हा अवलिया वाचला होता. त्याच्यावर देवाची कृपा असावी, असे काही भाबड्या खेडुतांना वाटत होते. त्याबद्दल त्यांना आनंद झाला होता. परंतु खाणमालकांना व त्यांच्या हस्तकाना त्याचे दुःख होत होते. राजेंद्रसिंहांना त्यांच्या मार्गातून ते, दुष्ट प्रयत्न करूनही, दूर करू शकत नव्हते. पण आता छोटूलालला मात्र एक नवीच युक्ती सुचली होती. आपल्याला सुचलेला हा डाव यशस्वी झाला तर घाव वर्मी लागेल. आपल्या खिसा नोटाने भरेल आणि आपल्या मालकाची फत्ते होईल. असे छोटूलालला वाटले आणि विकृत, खुनशी हसू त्याच्या वाकड्या जिवणीशी येऊच थांबले.

झुमा घरी परतली ते आशेवर तरंगतच. येतानाचे अंतर कधी संपले ते तिला कळलेही नाही.

नेहमीप्रमाणे तिची वाट पाहत माधो दारातच बसला होता. त्याला पाहून तिच्या ओठावर हसू फुलले. तिचा हा नवरा स्वतःच्या पायांनी चालू शकेल असे भाईसाबने मघाशी सांगितले होते. तेच माधोला सांगण्यासाठी तिचा जीव आसावला होता.

आल्या आल्या चहा करून त्याच्या हातात चहाचा कप देऊन झुमा माधोला म्हणाली,

"आज काय झालं? माहिती आहे का?"

"काय?" माधोची निरूत्साही विचारणा.

"जोहडचे काम बघायला भैय्या आले होते. त्यांनी सोमूला न् मला सांगितले की तुला जयपूरला नेऊन तिथे बूट घातले तर तुला चालायला येईल."

"मी, मला, मला चालायला येईल? हंऽऽ उगीच मस्करी करू नकोस झुमा."

"मी खोटं सांगत नाही बाबा, सोमूला विचार. तो आत्ता येणारच आहे तुझ्याकडे, तो सांगेल सारे."

"पण, पैसे किती लागतील गं?"

"तिथे फुकट देतात म्हणे बूट, आपल्यासारख्या गरिबाकडून पैसे घेत नाहीत. सोमू तुला घेऊन जाईल जयपूरला. तुझ्याबद्दल भैय्या तिथे सांगून ठेवणार आहेत. तिथे आठ दिवस रहावे लागेल. त्यानंतर तुला चालता फिरता येईल."

झुमा उत्साहाने सांगत होती. आपला हिंडणारा, फिरणारा नवरा तिच्या डोळ्यासमोर याक्षणी दिसत होता.

"मला तर विश्वासच नाही वाटत."

माधो म्हणाला.

"अरे, खरंच तू चालशील. गावात फिरता येईल, शेतातही येऊ शकतील तू! नाहीतर तू जयपूरवरून आल्यावर आपण शेतातच राहू या! इथे गावात काय ठेवलंय? कधी एकदा तू जयपूरला जाऊन येशील असं झालंय मला."

आनंदाच्या आवेगाने डोळ्यात आलेले पाणी ओढणीच्या टोकाने पुसत झुमा म्हणाली,

"बरं, जाईन. भैय्या म्हणताहेत तर ते खरंच असणार! आता सोमू आल्यावर ठरवू."

रात्रीचे जेवण झाले. आज त्यांची ही लहानशी झोपडी आनंदाने उजळून गेली. माधोचा जीव सुखावला होता. आपल्यावर रुसलेले नशीब पुन्हा प्रसन्न होईल असे वाटले त्याला. त्याचे अंधारले मनही उजळले.

आपल्याला बूट घालून का होईना घराबाहेर पडायला मिळेल. गावात इकडे तिकडे जायला मिळेल. झेपेल तो एखादा कामधंदाही करायला येईल, या विचाराने त्याची सारी निराशा धुऊन गेली.

आणि तो वाट पाहू लागला. सोमूची आणि त्याच्याबरोबर जयपूरला जाण्याची.

माधो सोमूबरोबर जयपूरला जाऊन आला, त्याला चार महिने होत आले. त्या कृत्रिम पायाच्या सेंटरमध्ये त्याला आठ दिवस ठेवून घेण्यात आले. त्याच्या पायाची तपासणी करून योग्य त्या बुटासाठी पायाचे माप घेण्यात आले. नंतर बूट घालून माधोकडून रोज नियमितपणे चालण्याची सवय करून घेतली. पहिल्यांदा तीनचार दिवस खूपच त्रास झाला त्याला. पण तिथले डॉक्टर व कार्यकर्ते यांनी माधोकडून चालायची प्रॅक्टीस न कंटाळता, त्याला धीर देऊ करून घेतली. त्यामुळे माधोच्या मनात जिद्द निर्माण झाली. सुरुवातीला दोन तीनदा त्याचा चालताना तोल गेला, एकदा पडलादेखील तो. पण नंतर त्याला बूट घालून

चालायला येऊ लागले,

तेव्हा मात्र त्याने केलेला नवस फेडायचे ठरवले. त्याला देवीला गुलछड्डा चढवायचा होता.

जयपूरच्या त्या बूट सेंटरमध्ये माधोने आपल्यापेक्षाही वाईट स्थितीतली माणसं, बायका, लहान मुले पाहिली. ती तिथे बूट बसविण्यासाठीच आली होती. कुणाचा मांडीपर्यंतचा पाय कापलाय, तर कुणाचे गुडघ्यालगदचे दोन्ही पाय अपघातात गेलेत. ती माणसेदेखील बूट घातल्यानंतर चालू शकली, याचे आश्चर्य तर माधोला वाटलेच, पण धीरही आला आणि मीदेखील चालू शकेल याचा विश्वास वाटला.

त्यामुळे स्वत:चीं स्थिती त्याला सुसह्य झाली. वरून पडल्यामुळे मार लागून त्याचे पाय अधू झाले होते, त्याच्या पायांना मसाज करण्यासाठी एक तेलही लिहून दिले होते. सोमूने ते आणले आणि माधोच्या पायाला तिथल्या डॉक्टरांनी शिकविल्याप्रमाणे तो मालिश करू लागला. त्यामुळे माधोला बरे वाटत होते. त्याचा आत्मविश्वास वाढला. तिथेच तो चालू लागला. सोमूचा हात धरून त्याला पायऱ्याही चढायला उतरायला येऊ लागल्या. तो आता आपल्या पायावर पुन्हा उभा पाहिला होता.

त्याच्या सुकलेल्या जीवनात आणि पायात जिवंतपणा आल्यासारखे वाटले. गावी कांकडवाडीला गेल्यावर आपण कामकाज करू शकू, इतरांसारखे, चारचौघांसारखे बूट घालून का असेना चालतोय या भावनेने त्याचे दु:ख नाहीसे झाले. हे सारे काही भैय्यामुळे झाले होते याची जाणीव होऊन त्यांच्याबद्दलच्या आदराने त्याचे मन भरून येत होते.

आता कधी एकदा झुमाला भेटू असे त्याला झालेले. माधो गावच्या स्टँडवर उतरला. एस.टी.तून उतरताना त्याला सोमूने आधार दिला होता. नंतर तो स्वत:च चालू लागला. त्याला तसे चालताना पाहून तिथे असलेल्या लोकांना आश्चर्य वाटले आणि आनंदही झाला. बिचाऱ्याचे भले झाले असे त्याला वाटले. घराजवळ आल्यावर सोमूने हाक मारली.

"भाबीऽऽ"

आज तो येणार असल्याचा निरोप होता. त्यामुळे झुमा शेतावरून दुपारीच परतली होती. हळूहळू पावले टाकीत येणाऱ्या आपल्या नवऱ्याला पाहून तिचा आपल्या डोळ्यांवर विश्वास बसेना. आणि मन तर पावसाने भिजावे तसे आनंदाच्या धारात भिजून गेले. क्षणभरानंतर भानावर आल्यावर धावत जाऊन तिने घरातले एक सुकलेले लिंबू शोधून काढले आणि रोटीवर ठेऊन ती लगबगीने बाहेर आली. माधोवरून उतरून टाकून तिने घरामागच्या झुडपात टाकून दिले.

माधो घरात आल्यावर त्याच्याशी बोलायला तिला शब्द सुचेनात. पुन्हा पुन्हा हसायचे आणि रडायचे अशी विचित्र अवस्था झाली तिची.

"झुमाऽऽ"

माधोने हाक मारली. त्या हाकेत काय नव्हते? उद्याची आशा, झुमाबद्दलचे प्रेम, स्वावलंबी झाल्याचा आनंद, जगण्यातली ओढ सारं काही त्या दोन शब्दात सामावले होते.

पिकाच्या मध्ये मध्ये काही कलिंगडाचे वेल लावले होते. त्यातली तयार झालेली काही कलिंगडं झुमाने तिथेच विकली. पंधरा कलिंगडं तिथेच वाळूत खुपसून ठेवली. आता महिना दीड महिना ती तशीच चांगली राहिली असती. गरज पडेल तेव्हा विकता आली असती किंवा घरी खायला झाली असती. दोन कलिंगडं तिने आपल्या टोपलीत ठेवली. डोक्यावर टोपली ठेऊन त्यावर हिरव्या गवताची पेंडी ठेवून झुमा शेतातून घरी निघाली. नेहमीप्रमाणे तिच्यासोबत तिच्या शेळ्या न् गायी होत्या. कधी एखादी शेजारीण सोबत असे नसे पण या मुक्या जिवांच्या सोबतीचा तिला आधार वाटे.

कारण या दुनियेतील तिच्या अवतीभवती वावरणारी काही माणसे घातकी होती, दुष्ट होती याचा तिला अनुभव आला होता.

झुमाला घरची ओढ लागलेली. तिची पावलं झपझप वाट चालत होती. पूर्वीदेखील ओढ असायची, पण ती घरात एकट्या बसणाऱ्या अपंग नवऱ्यासाठी होती. आता मात्र हिंडू फिरू लागलेल्या माधोसाठी तिला लवकर घरी जावेसे वाटायचे.

ती फाट्याजवळ आली. इथून डावीकडचा रस्ता तिच्या गावाकडे जात होता आणि उजवीकडचा रस्ता निंबीला पोहचायचा. डोईवरचे ओझे सांभाळीत तिने वळण ओलांडले, तोच समोरून छोटूलाल आला. ती त्याला ओळखत होती एवढेच.

"झुमाबहेन, थोडे थांबशील का?"

त्याने विचारले.

"का रे?"

"जरासे काम होते."

"लवकर बोल, मला उशीर होतोय."

हातातल्या छडीने शेळीला ढोसत ती म्हणाली.

"आमचे एक काम आहे, त्यात तुझा फायदा आहे."

"कसलं काम? आणि मला कसला फायदा?"

छोटूलाल काय सांगतोय हे झुमाला कळेचना.

“हे बघ झुमाबहेन, या दुनियेत पैशाशिवाय काही मिळत नाही. त्यातून तुझ्यावर तर किती संकटं आली.”

“मग?”

“तू जर माझे छोटेसे काम केलेस, तर तुला पन्नास हजार रुपये मिळतील.” धीर गोळा करून तो म्हणाला.

“पन्नास हजार, लॉटरी लागणार का रे छोटूलाल?”

“लॉटरी नाही, पण खरं सांगू का? अगं या राजेंद्र खाणमालकांचं केवढे नुकसान केलय? किती जणांची रोजीरोटी त्यामुळे बंद झालीय, ते तुला माहीत असेलच.”

“हं.”

“त्याला चांगला धडा शिकवायचाय.”

छोटूलालने अखेर पोटातले सांगून टाकले.

झुमा सावध झाली. शांतपणे म्हणाली,

“पुढचं बोल.”

“तू फक्त एवढंच करायचं. माझ्या नवऱ्याला त्याने चालते केले, त्याची किंमत वसूल करण्यासाठी त्यानं माझा हात धरला. अशी बोंब मारायची.”

छोटूलालला मनातून आनंदाच्या उकळ्या फुटत होत्या. झुमाने आपले म्हणणे मानले तर कसला हंगामा होईल! राजेंद्रने आजवर मिळवलेली कीर्ती न् केलेल्या कामाची महती सारं मातीत जाईल. त्याला कुठे तोंड दाखवायला जागा राहणार नाही. त्याची अब्रू जाईल. या विचाराने तो क्षणभर सैरभैर झाला. उत्तराच्या अपेक्षेने त्याने झुमाकडे पाहिले.

“पुढे” तिने भुवया उंचावून विचारले.

“बस्स अशी ओरड करायची न् पुढे एकदा पोलिसांपुढे असं बयान दिलं की तुझ्या हातात पन्नास हजार पडलेच म्हणून समज.”

“अं”

“विचार काय करतेस? हे पैसे कमी वाटतात का तुला? मी मालकांना सांगून एक लाख रुपये द्यायला लावीन. त्यातनं तुझ्या शेजारचं शेत घे, अजून गायी, म्हशी घे, सिमेंटचं पक्कं घर बांधून घे. अशी संधी पुन्हा येणार नाही बघ. मी सांगतोय तसे केलेस तर तुला पैसे मिळतील; आणि तो जेलमध्ये जाईल.”

आजूबाजूला पाहून कुणी येत नाही हे बघून छोटूलाल हलक्या आवाजात बोलत होता.

“अरे नरकातल्या किड्या, पाप्या, तुझ्या तोंडात अळ्या पडतील, मोठा रोग होईल तुला. अरे भाईसाबद्दल असे बोलण्याची तुझी हिंमतच कशी झाली?

आणि काय रे? माझी आबरू मी बाजारात विकायला काढलीय असं वाटलं का रे तुला? त्या देवमाणसाला नाहक बदनाम करायला सांगतोयस तू मला? थांब, तुला माझा इंगा दाखवते. या गावात जर का तुझे काळे तोंड दाखविलेस तर तुला जीवे मारीन मी. मग काही का होईना. एक पाप तर कमी होईल.'' तिच्या डोळ्यात रक्त उतरले जणू.

रागाने थरथरणाऱ्या झुमाच्या डोक्यावरची पाटी न् गवताचा भारा निसटून खाली पडला, त्याचे भान तिला उरले नाही. तिची शेरडं ते गवत भसभसा खाऊ लागली. पण झुमा हातातल्या छडीने छोटूलालच्या अंगावर जीव खाऊन त्वेषाने प्रहार करू लागली.

पुन्हा पुन्हा, पुन्हा....

◆

। तेरा ।

‘‘प्यारे भाइयो और बहनो,

आज धराडीचं हे संमेलन आपण इथं भिकमपुरात भरवलंय ते वृक्षांबद्दल आपल्या ज्या काही कृतज्ञतेच्या भावना आहेत, त्या व्यक्त करण्यासाठी आणि सध्या जंगलाचा जो प्रचंड प्रमाणात विनाश चाललाय तो थांबविण्यासाठी.

प्रत्येक वृक्ष आपल्याला पिढ्या न् पिढ्या सारं काही देतच असतो. अत्यंत निरपेक्ष असं त्याचं दान आहे.

त्याची पानं, फुलं, फळं, मुळ्या, लाकूड हे तर सारं मिळतंच; पण तो शुद्ध हवा देतो, सावली देतो, औषध देतो, अन्न देतो आणि पाऊसही देतो. त्याबद्दल आपण ऋणी असायला हवं. वृक्षावाचून आपले जीवन शक्य नाही म्हणून तरी आपण त्यांचं संरक्षण केलं पाहिजे.

इथे जमलेले आपण सारेच धराडीची परंपरा जतन करणारे आहोत. आपल्या घराण्याचे जसे कुलदैवत आहे तसेच वृक्षदैवतही आहे. आपण त्याची पूजा करतो आणि त्या वृक्षाला राखीही बांधतो. संत-महंत म्हणतात, सर्व वृक्षवेली म्हणजे आपले सगेसोयरे आहेत. आमची धराडी परंपराही हेच सांगते.

‘तरुण भारत संघा’चे महामंत्री राजेंद्रसिंह बोलत होते. त्यांच्या त्या बोलण्यात वृक्षांबद्दलचे प्रेम, कृतज्ञता ओसंडत होती.

ते पुढे म्हणाले,

‘‘आपल्या कुटुंबाचं रक्षण करणं आपण आपलं कर्तव्य समजतो. तसंच वृक्षाचं संरक्षण करणंही तितकंच महत्त्वाचं आहे. आमच्या ज्या काही चांगल्या परंपरा आहेत त्याबाबतीत आजची पिढी फार कमी जाणते. त्यांना ते पटवून देण्यात आम्ही कुठेतरी कमी पडलोत. आम्हाला याचा विचार करावा लागेल की, स्वत:चा विकास करून घेत असतानादेखील आपली संस्कृती आणि परंपरेतील श्रेष्ठ तत्त्वे आपल्या जीवनाचा एक भाग असायला पाहिजे.

मला या गोष्टीचा आनंद आहे की, या संमेलनाचा प्रस्ताव ज्यांना जंगलतोडीची झळ लागलीय आणि जे जंगलाला वाचविण्याचा प्रयत्न करताहेत त्यांनीच आणला

आहे. आणि त्यावर मार्ग काढण्यासाठी, चिंतन करण्यासाठी आपण आज या संमेलनाची सुरुवात करीत आहोत.

पर्यावरणाचं महत्त्व समजून घेऊन आपण झाडाझुडपांचं संरक्षण केलं पाहिजे. कोणत्याही वृक्षाचं थोडंदेखील नुकसान होऊ द्यायचं नाही. तथापि काही कारणास्तव एखाद्या वृक्षाचं थोडं नुकसान झालं तरी चालेल, पण ते मुळासकट उपटायचं नाही. कोणत्या वृक्षाला कुठं हटवायचं, कोणत्या हवामानात, कोणत्या भूमीत कोणत्या वृक्षांची लागवड करायची, हे आपल्याला अभ्यासनं ठरविलं पाहिजे. त्यासाठी विज्ञानाचाही आधार घ्यायला हवा. आमच्याकडे अंगणात तुळस लावण्याची प्रथा शेकडो वर्षांपासून आहे. त्याला अंधश्रद्धा म्हणून हिणवले जात होते. परंतु हिणवणारे लोकच आता तुळशीचे औषधी गुण, तिचा उपयोग, तुळस प्रतिदिवशी निर्माण करीत असलेला प्राणवायू याचं महत्त्व वैज्ञानिकांनी पटवून दिल्यावर म्हणतात की तुळशीचं झाड फार मौल्यवान आहे! घरोघरी लावा! प्रदूषणापासून मुक्त व्हा! आजारापासून घर वाचवा!

आम्हाला असं वातावरण तयार करायला हवं, जे धर्मानं सांगितलेलं ऐकत नाहीत, त्यांनी कमीत कमी विज्ञानावर तरी विश्वास ठेवावा. परंतु या आधुनिकतेच्या युगात दोन्हीही आवाज आम्हाला नको झालेत. कारण आम्ही आमचे कान आणि हृदय दोन्ही बंद करून बसलो आहोत.

साऱ्या देशात वेगवेगळ्या कारणासाठी इतक्या प्रचंड प्रमाणावर जंगलाचा नाश केला जातोय, वृक्षतोड इतक्या वेगाने होतेय की, जंगल नामशेष होण्याची वेळ लवकरच येईल.

त्यासाठी जिथं जे जुने वृक्ष तोडले जाताहेत, त्याच्या आजूबाजूला नवीन वृक्ष लावले पाहिजेत हे सारं अत्यंत पद्धतशीरपणे केलं पाहिजे. जेवढी झाडं कापली जातात, त्यांच्यापेक्षा अधिकाधिक झाडं लावली पाहिजेत. यालाच आपण धराडीचे नवे रूप म्हणूया, लाखो झाडे लावूया.”

महामंत्री राजेंद्रसिंहांच्या भाषणानंतर प्रा. मोहन क्षत्रिय यांनी जंगल वाचविण्यासाठी आवाहन करून पुराणकाळापासून वेद्यांतून, उपनिषदांतून, ग्रंथांतून लिहिलेले वृक्षांचे महत्त्व सांगितले आणि प्रत्येक वृक्षाचे वैशिष्ट्य आणि उपयुक्ततेचे ज्ञान करून दिले.

या संमेलनासाठी गांधी शांती प्रतिष्ठानचे श्री. रामेश्वर मिश्र पंकज, इतिहासकार डॉ. धर्मपाल, श्री. मार्कंडेय मुनी, कर्नाटकातून आलेले टी. मुकुंदन आणि अलवर येथील डॉ. शची आर्य आले होते. त्यांचा सहभाग फारच महत्त्वपूर्ण आणि संमेलन यशस्वी करणारा होता.

महामंत्री राजेंद्रसिंहांनी या संमेलनाची सर्व जबाबदारी आपले साथी व 'तरुण भारत संघा'चे निष्ठांवत कार्यकर्ते श्री. गोपालसिंह आणि श्री. जगदीश गुर्जर यांच्यावर सोपवली होती.

सकाळीच कार्यक्रमाची सुरुवात श्री. रामेश्वर मिश्र पंकज यांच्या अध्यक्षतेखाली गणेश पूजनाने झाली. त्यावेळी मुख्य पुरोहित होते. श्री. मार्कंडेय मुनी, तर डॉ. धर्मपाल यांनी यजमानापद भूषविले. कोणत्याही चांगल्या कार्याची सुरुवात ईश्वर पूजनाने व्हायला हवी, असा 'तरुण भारत संघा'च्या विश्वास आहे.

संमेलन सुरू झाले. यासाठी बाहेरगावचे अनेक विद्वान आले होते. आणि यात सहभागी होण्यासाठी ग्रामीण भागातील धराडी परंपरा जतन करणारे गावकरी बहुसंख्येने उपस्थित झाले होते.

बऱ्याच जणांनी आपले विचार व्यक्त केले; परंतु त्यातही महत्त्वाचे म्हणजे धराडी परंपरेचे जतन करणाऱ्यांनी आपले अनुभव आणि त्याबद्दलच्या घराण्यात घडलेल्या पूर्वकथा सांगितल्या.

सरिस्काच्या जंगलात राहणारा आदिवासी सोमू म्हणाला.

"आम्ही झाडांना आमच्या जीवनाचा एक भागच समजतो. त्या झाडातला रस म्हणजे आपल्या नसातून वाहणाऱ्या रक्तासारखाच आहे. प्रत्येक झाडाचे एकेक पान पवित्र व पूज्य आहे. ही जमीन आणि पहाड आमच्या पूर्वजांच्या राखेपासून बनले आहे. त्यांवर उगवणारी झाडे आमच्या नात्याचीच नाहीत का?"

त्याची ती उत्कट भावना ऐकून राजेंद्रांना वाटले की, या विचारांचे काही लोक आज आपल्यासमोर दिसताहेत म्हणूनच सरिस्का वाचविण्याचा प्रयत्न होऊ शकेल आणि तो यशस्वी होईल, असा विश्वास निर्माण झालाय. कारण हे काम एकट्या दुकट्याचे नव्हतेच. गेली काही वर्षे विस्मरणात चाललेल्या धराडी परंपरेला पुन्हा जागृत करणे हे सोपे काम नव्हते. आजचा माणूस फक्त आताच्या क्षणाचा आणि या क्षणाला घेऊ शकणाऱ्या भोगाचाच विचार करतोय. उद्याचा त्याला विसर पडलाय.

जेव्हा हे सरिस्कांचं जंगल अलवर महाराजांच्या अखत्यारीत होतं, तेव्हा त्याची काळजी घेतली जायची. वृक्षांची अशी निर्दय कत्तल त्यावेळी होत नव्हती. फार पूर्वीपासून सरिस्काच्या जंगलात वस्त्यासारखी लहान गावे होती. त्यातून मीना, गुर्जरसारखे लोक पिढ्या न् पिढ्या पाहत होते. ही सरिस्काच्या आतली पंधरावीस गावं आणि सरिस्काच्या सीमेबाहेर लगतच वसलेली गावं यात राहणारे लोक जंगलाची हानी होऊ देत नव्हते. त्यांना हे जंगल आपले वाटायचे. परंतु स्वातंत्र्यानंतरच्या काळात सरिस्का वनविभागाकडे सोपवलं, तेव्हा हळूहळू त्याबद्दलची आत्मीयता कमी होऊ लागली. कारण आता आपला काय संबंध? सरिस्का तर

वनविभागाच्या ताब्यात आहे, अशी लोकांची भावना झाली. त्याचं फलित म्हणजे वृक्षांना वाली राहिला नाही.

सरिस्काचं जंगल वनविभागाकडे सोपविल्यापासून त्यातील अनेक वृक्ष, त्यात दुर्मिळ जातीचे वृक्षही होते, त्यांचा आणि सरिस्कातील वन्यजीव यांचा नाश वेगाने होऊ लागला. हे सारे डोळ्याने पाहवेना, मनाला साहवेना. हे थांबवले पाहिजेत, असे राजेंद्रसिंहांना वाटू लागले.

अशातच या भागात असलेल्या धराडी प्रथेबद्दल कळलं. प्रत्येक घराण्याचं म्हणून एक वृक्षदैवत असतं आणि त्या घराण्यातील लोक तो वृक्ष कधीही तोडत नाहीत. त्याचे लाकूड वापरीत नाहीत. त्याची पूजा करतात. या प्रथे बदल ऐकून राजेंद्रांना वाटलं की, खेड्यापाड्यातल्या पूर्वजांनी आखून दिलेल्या या सारख्या ज्यां प्रथा, रूढीपरंपरा आहेत त्या खरोखरीच गावगाड्याचा, भविष्याचा, पर्यावरणाचा विचार करणाऱ्या आहेत. त्या पुनरूज्जीवित केल्या पाहिजेत. या प्रथेवरच्या श्रद्धा म्हणजे अंधश्रद्धा नव्हेत.

धराडी म्हणजे धरात्त्व, मूळ. आज मोठमोठ्या शहरातील विद्वानांना या प्रथेबद्दल काही माहिती नसेल. परंतु या ग्रामीण भागातल्या गावागावातून अद्यापही धराडी प्रथा मानणारे लोक आहेत. धराडीभोवती अनेक सुंदर कथा गुंफल्या आहेत. त्यातून धराडीनं संयम, धैर्य आणि निसर्गाच्या नियमांचे पालन करण्याचा संदेश दिलाय. धराडीनं निर्माण केलेलं, सृष्टीशी जडलेलं नातं आहे. त्यामुळे या वृक्षवल्लरींना पाहून त्यांच्या सहवासात राहताना अपूर्व आनंद होतो. पाश्चात्त्य पद्धतीच्या शिक्षणानं आम्ही या धराडी प्रथेला विसरलो आहोत. परंतु इथल्या अशिक्षित लोकांना आता हे सांगायला हवं की, बाबांनो, "तुम्ही तर खूप श्रेष्ठ आहात. आम्हा सर्वांचे गुरू आहेत. जगाचेच गुरू आहात." जर सर्वांनी धराडीसारखी परंपरा जपली तर जगाचे कल्याण होईल.

भगवान महावीरांनी अडीच हजार वर्षांपूर्वी सांगितलं होतं की, वृक्ष वेली हे देखील आपल्यासारखेच जीव आहेत. त्यांना दुखवू नका. त्यांची हिंसा करू नका. त्यामागे भगवान महावीरांची सर्व जीवांच्या कल्याणाची दयाभावना होती आणि पर्यावरण संरक्षणाचाही विचार होता. परंतु अशा महापुरुषांच्या विचारांना, संदेशाला आपण विसरत चाललो आहोत.

ही धराडी प्रथा म्हणजे अशा प्रकारच्या मानवताधर्माचा प्रसार करणारी प्रथा आहे, असं राजेंद्रांचं मत झालं. गेली दीड-दोन वर्षे झाली, धराडीबद्दलचा अभ्यास, संशोधन, चर्चा, विचारविनिमय गावोगावच्या लोकांशी चालला होता आणि या सर्व मंथनातूनच हे धराडी संमेलन आयोजित केलं होतं. भिकमपुरात भरलेल्या तीन दिवसांच्या या संमेलनासाठी शेकडो लोक उत्सुकतेनं काही ऐकायला

आणि आपल्याजवळचं काही सांगण्यासाठी आले होते. धराडीमुळं वृक्षाबद्दल प्रेम असलेल्या या खेडुतांची मनं वृक्षसंरक्षणासाठी तयार केलेली पाहिजेत, हे ध्येय राजेंद्रांच्या समोर होतं. हृदयात तीच आस होती.

काही विद्वानांची भाषणे झाल्यावर प्रत्येकाने आपापल्या धराडीची महिती द्यावी, अशी सूचना राजेंद्रांनी केली. श्रोत्यांत थोडी चुळबूळ झाली. काही क्षण कुणीच पुढे आले नाही, पण पुन्हा एकदा आवाहन केल्यावर सवाई माधोपूरहून आलेले बजरंगलाल मीणा उठले.

त्यांनी सांगितलं,

"लैपोडीची दुर्गामाता आमची कुलदेवी आहे. आमचे पूर्वज सूरा दहाडी तिचे भक्त होते. एक दिवस त्यांची सून म्हणाली, 'घरात जर दुर्गामातेचं देऊळ बनवलंत तरच मी अन्नग्रहण करीन.' तिने अन्नपाण्याचा त्यागच केला. आपल्या सुनेची ही भक्ती पाहून सुरा दहाडी दुर्गेजवळ गेले. त्यांनी दुर्गामातेला आळवलं, विनवलं.

'माते, तू आमच्या घरी चल, माझी सून तुझी वाट पाहतेय. तुझ्यासाठी तिनं अन्नपाणी सोडलंय.'

परंतु दुर्गेनं तिकडे येण्यास नकार दिला. असे तीन वेळेस जाऊनही दुर्गेनं त्यांचं म्हणणं मानलं नाही. तेव्हा चवथ्या वेळी सूरांनी तिचे विधिवत् पूजन केले आणि अतिशय विन्रमपणे तिला घरी येण्याबदल आवाहन केले, तेव्हा त्यांची श्रद्धा पाहून ती येण्यासाठी तयार झाली. ती म्हणाली,

"सूरा, त मला दारू, रेडा आणि कोंबडीचा नेवैद्य दे म्हणजे मग मी तुझ्या घरी येईल."

ते ऐकून सुरा म्हणाले.

"माते, तू अशी इच्छा करू नकोस, आम्ही अहिंसक आहोत. असा नेवैद्य देणार नाही, कृपा करून हे मागू नकोस."

दुर्गामातेने सूराचे म्हणणे मानले. होकार दिला तेव्हा तिची मूर्ती घेऊन ते घरी आले आणि आपल्या अंगणातल्या अशोकवृक्षाच्या खाली तिची स्थापना केली. त्यावेळी दुर्गा म्हणाली,

"सूरा, आजपासून हा अशोकवृक्षच माझे स्थान आहे. यापुढे या वृक्षाला कधीही तोडू नकोस."

"तेव्हापासून अशोक आमचा धराडी आहे."

बजरंगलाल मीणाच्या या बोलण्यानंतर सर्वांचा संकोच नाहीसा झाला. छाबडी गोत्राचे सुआलाल गुजर उभे राहिले. ते म्हणाले,

"आमची धराडी म्हणजे वटवृक्ष आहे. फार वर्षांपूर्वी आमचे पूर्वज ठाकूरसाहेब देवता देवनारायण यांच्यावर प्राणसंकट आले होते. त्यावेळी आपला जीव वाचविण्यासाठी ते वडाच्या झाडावर चढून लपून बसले म्हणून त्यांचा जीव वाचला. तेव्हापासून आमची धराडी वड आहे."

पोसवाल गोत्राच्या हरमुखा पटेल गुजरांनी सांगितले,

"आमच्या घराण्यातील धराडी कदंबवृक्ष आहे. त्यामागेही अशीच कथा आहे. आमच्या घरी लग्न होऊन आलेल्या नव्या सुनेनं जर रानातून येताना चुकून कदंबाचे लाकूड आणले तर घरातील वयोवृद्ध महिला ते परत करायला लावतात आणि पुन्हा कधीही कदंबाचे झाड न तोडण्याची शपथ तिच्याकडून घेतात."

सुवालाल पटेल म्हणाले,

"सात-आठशे वर्षांपूर्वी रहन खाँ नावाच्या बादशहाने आमच्या गावावर हल्ला केला. त्यावेळी आमच्या घराण्यातील सर्व पुरुष लढता लढता शहीद झाले. घरात केवळ एक स्त्री आणि तिचे बाळ उरले. बाळाचे न् आपले प्राण वाचविण्यासाठी बाळाला घेऊन ती जंगलात पळाली. त्यांना मारण्यासाठी तिच्यामागे बादशहाचे सैनिक लागले. त्यावेळी समोर दिसलेल्या कदंब वृक्षाला हात जोडून तिने प्रार्थना केली,

"हे कदंबा, माझ्या बाळाला वाचव' तेव्हा कदंबाने आपल्या दाट पानांत बाळाला लपवून ठेवले. तेवढ्यात शिपाई जवळ आले.? त्यांनी त्या स्त्रीला विचारले,

"तुझा बच्चा कुठे आहे सांगा?"

तेव्हा ती उडत उडत म्हणाली,

"माझ्या बाळाला वाघाने खाल्ले."

शिपाई निघून गेले. कदंबाच्या पानांत लपलेलं बाळ वाचलं, तेच बाळ म्हणजे आमचे पूर्वज उदकरण देवता. तेव्हापासून आमची धराडी कदंब आहे. आणि भगवान श्रीकृष्ण हे बालपणी कदंब वृक्षावर क्रीडा करायचे, म्हणूनही आम्हाला कदंब पूज्य आहे."

सेडूबाबा म्हणाले की, "आमच्या पूर्वजांना कुणीतरी विष दिले. त्यांची तडफड होऊ लागली. त्यावेळी त्यांना वडाच्या चिकाचे औषध पाजले. विषावर उतारा पडला. त्यांचा जीव वाचला. तेव्हापासून आमची धराडी वड आहे."

थानागानीच्या भंगतराम गुजरांनी सांगितले,

"आमची धराडी बेलपत्र आहे. आम्ही बेलाचे झाड तोडत नाही. फक्त भगवान शिवाला अर्पण करण्यापुरतंच बेलपत्र घेतो." लक्ष्मणगढचे दुलीचंद सेनी म्हणाले,

"आमचीही धराडी बेल आहे. फार पूर्वी आमच्या गावावर मुस्लीम बादशहाने हल्ला केला होता, त्याने सांगितले, "तुम्ही सारे मुसलमान व्हा, नाहीतर मरणाला तयार व्हा." लोकांनी नकार दिला. धर्मासाठी त्यांनी मरण पत्करले. त्या कत्तलीतून एक मुलगा वाचला. तो बेलाच्या झाडावर लपून बसला. सैनिक त्याच्या मागावर गेले;. त्यांनी झाडावरच्या मुलाला पाहिलं ते म्हणाले,

"आरे पोरा, नीचे उत्तर."

मुलगा तसाच लपून राहिला. तेव्हा त्या मुलाला पाडण्यासाठी सैनिकांनी बेलाचे झाड गदागदा हलविले. तेव्हा त्यांच्या डोक्यावर, अंगावर बेलाची पानं पडू लागली. सैनिक घाबरून पळाले. बादशहाने रागावून विचारले, "तुम्ही पळून का आलात? त्या एका मुलाला मारणे तुम्हाला जमले नाही का?"

तेव्हा सैनिक म्हणाले,

"बादशहा सलामत, ते पोर लपलं होतं त्या झाडावरून आमच्या अंगावर पत्थर पडू लागले. ही पाहा त्यामुळे आमची डोकी फुटलीत." त्या सैनिकांची रक्तबंबाळ डोकी राजाने पाहिली. तो म्हणाला,

"चला, आपण माघारी जाऊ. कोणती तरी दैवी शक्ती त्या मुलाचे रक्षण करतेय आपण त्याला मारू शकणार नाही. उलट आपल्यालाच त्रास होईल."

"तेव्हापासून आमची धराडी बेल आहे."

त्यानंतर कुणी सांगितले की, आमची धराडी खेजडी आहे. कुणी म्हटले की, आमची धराडी पिंपळ आहे. दिल्लीहून आलेले रामेश्वर मित्र पंकज म्हणाले, "आमची धराडी पिंपळ आहे. आम्ही त्या वृक्षाला पिंपळ म्हणत नाही तर वासुदेव म्हणतो. आमच्या घरातल्या सर्व कुटुंबीयांना त्याला रोज पाणी घालावे लागते. अगदी लहान मुलालाही त्याला पाणी घालावे लागते. तसा नियमच आहे."

सभेचे संचालक मार्कंडेय मुनी म्हणाले,

"मी उदासीन संप्रदायाचा साधू आहे. आमच्या पंथात चिनार वृक्षाला पूजनीय मानले आहे. आम्ही त्याचे ध्यान करतो. आपल्या देशात जेवढ्या जातीचे वृक्ष आहेत, त्या प्रत्येकात काही ना काही गुण आहेत, प्रत्येकाचा उपयोग आहे. आपले भारतीय वृक्ष सुंदर आणि शुभ आहेत. काटेरी गोखरुचे झाडदेखील औषधी आहे. तोडायचे असेल तर विलायती बाभूळ तोडा. सर्वांत निरुपयोगी झाड आहे ते. त्याचे काटे इतके विषारी आहेत की, जर तो काटा पायात मोडला तर पाय सडतो.

आमचे भारतीय वृक्ष कमी पाण्यावर वाढतात आणि भरपूर फळे देतात.

परंतु आमच्या जंगल अधिकाऱ्यांची धराडी विलायती बाभूळ दिसते. कारण

त्याचीच लागवड करतात ते. केवढी लाजिरवाणी गोष्ट आहे ही.''

अनेकजण व्यासपीठावर येऊन आपली धराडी आणि त्यामागची कथा, कारणं सांगत होते.

सिसोदिया राजपूत गोत्र असलेले 'तरुण भारत संघा'चे महामंत्री राजेंद्रसिंह यांनी सांगितले,

''आमचे पूर्वज उदयपूर- चितोडचे रहिवासी होते. त्यांनी पैशासाठी कधीही लढाई केली नाही. कुणाचीही गुलामगिरी पत्करली नाही. ना मोगलांची, ना इंग्रजांची. आमच्या एका पूर्वजाचा जन्म खेजडीच्या झाडाखाली झाला. तेव्हापासून आमची धराडी खेजडी आहे.''

काही जण म्हणाले की, वडाच्या झाडाच्या पारंब्या असतात. तो वृक्ष जटाधारी ऋषीसारखा आहे, म्हणून आम्ही त्याला शुभ समजतो आणि तोडत नाही.

या सत्राचे अध्यक्ष रामेश्वर मिश्र पंकज आपल्या अध्यक्षीय भाषणात म्हणाले,

''आजच्या धराडी संमेलनात सहभागी झालेल्यांनी ज्या कथा सांगितल्या, या कथा काही मर्यादेपर्यंत खऱ्या असतील. कालांतराने त्यावर कल्पनेची व अतिशयोक्तीची पुटं चढली असतील. परंतु या सर्वांमागे एक महत्त्वाचे कारण आहे की, वृक्षांचे संवर्धन, संरक्षण व्हावे. हे वृक्ष आमचे उपकारककर्ते आहेत, जीवनदाते आहेत. म्हणूनच आम्ही त्यांना देवता मानून त्यांची पूजा करतो. त्यांचे आणि आमचे नाते भगवान आणि भक्ताचे आहे, असे मानणारी आपली संस्कृती बदलत चाललीय. आपल्या संस्कृतीवर, विचारांवर परकीय आक्रमण झाले आहे. आणि आता राजकीय पक्षांनी आणि काही स्वार्थी नेत्यांनी आम्हाला विनाशाच्या खाईत लोटले आहे. ही स्थिती आपणच बदलली पाहिजे.''

दुसऱ्या सत्रात डॉ. शची आर्य म्हणाल्या,

''मी असे पाहिलंय की, कितीतरी आदिवासी शेती करीत नाहीत. ते असे समजतात की, ही भूमी आमची आई आहे. तिच्या छातीवर आम्ही नांगर चालवला तर तिला वेदना होतील.

तसं आम्हालाही निश्चित करावं लागेल काही, आपण कोणत्या मर्यादेपर्यंत, जायचे. निसर्गाला नुसतंच लुटायचं, जंगले ओरबडायची, झाडाची कत्तल करायची, नुसते जेवढे हाती घेता येईल तेवढे घ्यायचे. द्यायचे काही नाही. वृक्षांना आपण खतपाणी देतो, वाढवतो ते देखील आपल्याच स्वार्थासाठी करतो. तेव्हा विचार करायची वेळ आलीय की, जंगलतोडीकडे डोळेझाक करून आपलाच घात करून घ्यायचा की सावध होऊन त्याला पायबंद घालायचा?''

मार्कंडेय मुनीजींनी त्या सत्रात एक महत्त्वाची गोष्ट सांगितली. ती म्हणजे

लहान झाडाला हात लावू नका. कारण ते मरेल. तरुण वृक्षाच्या डहाळ्या छाटा म्हणजे तो अधिक बहरेल आणि म्हाताऱ्या वृक्षाला तोडा नाहीतर तो आतून पोखरलेला जुना वृक्ष वादळावाऱ्यात पडून जाईल.''

धराडी संमेलनाचा समोराप करताना महामंत्री राजेंद्रसिंह म्हणाले,

''प्रत्येकाची धराडी वेगवेगळी आहे. ज्यांची जी धराडी आहे तो वृक्ष ते तोडत नाहीत. परंतु आता आपणा सर्वांना ही प्रतिज्ञा करावी लागेल की, सर्वच वृक्ष आपले धराडी आहेत. कोणताही वृक्ष आपण विनाकारण तोडायचा नाही. तरच आपले सर्वांचे कल्याण होईल. यानंतर आपण जंगलात जाऊन वृक्षारोपण करायचे आहे.''

''आम्ही आमच्या घरासमोर झाडे लावू. जंगलात झाडे लावणे तर जंगलवाल्यांचे काम आहे ना?''

एकाने शंका काढली.

''केवढ्या प्रचंड प्रमाणात जंगलतोड चालली आहे ते तर तुम्ही पाहताच आहात. ती रोखण्यासाठी आपल्याला लढा द्यावा लागेल. तिथे अधिकाधिक झाडं लावणं हे केवळ जंगलखात्याचेचं नव्हे तर आपलंही कर्तव्य आहे. कारण जंगल आहे तर आपण आहोत, हे सत्य लक्षात ठेवा.''

राजेंद्रांनी उत्तर दिले. पुढे ते म्हणाले,

''आज आपल्याला अजून एका चांगल्या कामाची सुरुवात करायची सरिस्काच्या सीमेवरची जी गावे आहेत, तिथल्या शाळेतल्या सर्व विद्यार्थी-विद्यार्थिनींना आपण भेटू या आणि सरिस्काच्यां संरक्षणाची काही जबाबदारी त्यांच्यावरही सोपवू या.''

संमेलन संपले, पण जाताना प्रत्येकाच्या मनात वृक्षाविषयीचे प्रेम आणि त्याबाबतीतले आपले कर्तव्य जागृत झाले होते. आणि ते खरोखरच धराडी परंपरेचे भक्त बनले होते.

◆

। चौदा ।

संध्याकाळ उलटून बराच वेळ झालेला. कामावर गेलेली माणसं केंव्हाच परतली होती. गाव बरेचसे शांत झालेले. घराघरातल्या चुली पेटल्या होत्या. पुरुषमाणसं घरासमोरच्या अंगणातल्या बाजेवर बसून विश्रांती घेत होते आणि रसोई तयार होण्याची वाट पहात होते. बाकी सारं निवांत होतं.

पण भिकमपुऱ्यातल्या 'तरुण भारत संघा'च्या आश्रमात मात्र राजेंद्रांचे काम चाललेच होते. त्यांच्या पुढ्यातल्या पॅडवर ते पत्र लिहीत होते. गेल्या दोन वर्षांत जोहडच्या कामाला गती आलेली. त्याचे फायदेही भरपूर मिळू लागले. शेतजमिनीत ओलावा टिकून राहिला होता. ओस पडलेल्या विहिरींना गंगा यावी तसे पाणी आले होते. आजूबाजूच्या गाववाल्यांना पटू लागले की, आपल्या गावातदेखील जोहडचे काम व्हायला पाहिजे. गावोगावचे लोक राजेंद्रांना भेटायला आणि जोहडचे काम पाहायला, जोहडने अडवलेले पाणी पाहायला जथ्याजथ्याने येऊ लागलेले. आता पैशाचा प्रश्न सर्वांत महत्त्वाचा होता. थोडेसे पैसे गाववाल्यांकडून घेऊन त्यात आपल्या जवळच्या पैशांची भर घालून काही जोहडचे काम तर पूर्ण झाले; परंतु पुढची अनेक कामे होती. नवे जोहड बांधल्याशिवाय तरणोपाय नव्हता. परंतु पैशाशिवाय कसे होणार?

प्रत्येक गावातले खेडूत तर दुष्काळाच्या खाईत होरपळले होते. त्यांच्याजवळ पैसा नव्हता. ते श्रमदानासाठी तयार होते, पण जोहडसाठी लागणाऱ्या खर्चाचे काय? परंतु काहीही झाले तरी गावागावासाठी जोहड बांध बांधायचेच होते. कोणत्याही अडचणीवर मात करून मार्ग काढायचा होता, त्याकरिता प्रयत्न करण्यासाठी 'तरुण भारत संघा' चे महामंत्री राजेंद्रसिंह काही दानशूर, धनिक, सहृदय व्यक्तींना व स्वयंसेवी संस्थांना पत्र लिहून आर्थिक सहाय्य मिळवून देण्याबाबत विनंती करीत होते.

आताही ते काम चालले होते. काही झाले तरी जोहडचे काम व्हायलाच हवे होते. चाहूल लागली म्हणून राजेंद्रांनी दाराकडे पाहिले. पेन बंद केले. समोर हरिरामाला पाहताच दिलखुलासपणे हसत ते म्हणाले,

"आईए हरिरामजी, या. कसं येणं केलंत? आज तर ग्रामसभेचा दिवसही नाही."

"मुद्दाम आलो. आपल्या आश्रमासाठी ही लहानशी भेट आणलीय. आपल्या मेवालोवाल्या जोहडमध्ये भरपूर पाणी साठू लागलंय. त्यामुळे माझ्या शेतात यंदा चाळीस मण बाजरी पिकलीय. म्हणून हे बाजरीचं पोतं आणलंय. आजपर्यंत माझ्या शेतात तीन- चार मणांपेक्षा जास्ती बाजरी कधीच झाली नव्हती. आता आमचं नशीब उघडलं. हे सारं तुमच्यामुळेच झालंय. भैय्या घ्या!"

हरिरामने बाजरीचं पोतं राजेंद्रांच्या जवळ ठेवलं. हरिरामचा चेहरा उजळला होता. तो प्रकाश कोणत्याही दिव्यापेक्षा तेजस्वी होता. कारण तो त्याच्या मनाचा होता. अंत:करणातील आनंदाचा होता.

या बाजरीची भेट साधासुधी नव्हती. त्यामागे हरिरामचे कष्ट होते. साध्याभोळ्या पण उदार मनाचे दातृत्व होते. जोहडमुळे आलेल्या समृद्धीचे हे प्रतीक होते. हालअपेष्टा संपल्याचे, सुकाळ आल्याचे हे सुचिन्ह होते. आणि या मेहनती, सहनशील, हिंमतवान शेतकऱ्यांच्या राजेंद्रभैय्यावर असलेल्या अमाप प्रेमाची, विश्वासाची ही जितीजागती खूण होती.

राजेंद्रांच्या मनात अबोध आनंद दाटून आला. ते हरिरामला म्हणाले,

"हरिरामजी, तुमच्या शेतातल्या या नव्या धान्याची मेजवानी सर्वांना दिली पाहिजे. तुम्ही तुमच्या शेतात आलेल्या पिकातून ही बाजरी न विकता, घरासाठी न ठेवता इथ आणून दिलीत. तुमचं मन फार मोठं आहे, आम्ही सारे या बाजरीची रोटी खाऊ."

"भैय्या, वर्षांनुवर्षांच्या दुष्काळामुळे आम्ही भुके मरत होते. आता आमचे वाईट दिवस संपले, ही तुमची कृपा."

"नाही, ही तर तुमच्या पूर्वजांच्या जोहड परंपरेची कृपा आणि तुमच्या श्रमाचा, एकजुटीचा परिणाम. तुमचं सुंदर भविष्य तुम्हीच घडवलंत."

हरिरामने त्यांना नमस्कार केला. बाजरीचं चुगडं कोपऱ्यात नेऊन ठेवलं आणि तो परत गेला. त्यानंतर कितीतरी वेळ समोरच्या पत्रलेखनात राजेंद्रांचं चित्त लागेना. आपल्याला योग्य दिशा मिळालीय, ती या स्वयंपूर्ण, सुरक्षित, सर्वसमावेशक अशा लोकपरंपरेतूनच असे त्यांना राहून राहून वाटू लागले. त्या दिशेनं कामाची सुरुवात झाली होती आणि त्यात यशही येऊ लागलेले. हेच आपले जीवनकार्य. हाच जगण्याचा हेतू. करायचे ते सर्वांना बरोबर घेऊनच. या विचारात ते मग्न झाले.

"भैय्या, भैय्याऽऽ" या हाकेबरोबरच दोघे कार्यकर्ते आत आले. धावत आल्याने श्वासोच्छ्वास वेगाने होत होता. चेहऱ्यावर प्रचंड भीती.

"काय झालं? तुम्ही असे घाबरलेले...."

"भैय्या, आपल्या चमनसिंह गोवर्धन आणि परमला डाकूंनी पळवून नेलं. ते दोघे दौऱ्यावरून परत येत होते, तेव्हा डाक नादानसिंह आणि त्यांच्या टोळीनं

बंदुकीचा धाक दाखवून त्यांना पहाडीपलीकडच्या त्यांच्या इलाक्यात नेलं."

ते सांगत होते. राजेंद्र चिंतित झाले.

राजस्थान आणि मध्य प्रदेशच्या सीमेवरच्या करौली जिल्ह्यातील गावात सध्या जोहड बांधण्याचे काम चालले होते. त्या कामाची सर्व जबाबदारी राजेंद्रांनी गोवर्धन व परम या 'तरुण भारत संघा'च्या कार्यकर्त्यांवर टाकली होती. तिथले गावकरी झपाटून जाऊन जिद्दीने काम करीत होते.

डिग्री घेतली नसली तरीही परम एक उत्कृष्ट तंत्रज्ञ होता. कितीतरी जोहडच्या कामात, आराखड्यासाठी परमनं काम केलं होतं. जोहडचं काम निर्दोष आणि मजबूत व्हावं यासाठी तो दक्ष असायचा. करौलीजवळचा जोहडबांध आतापर्यंतच्या जोहडपेक्षा मोठा होता. त्यासाठी तो मनापासून काम करीत होता. गोवर्धन त्याच्या मदतीसाठी राहिलेला. काल संध्याकाळी काम संपल्यावर परम आणि गोवर्धन गावाकडे परतू लागले, त्यावेळी अचानक पाच-सहा बंदूकधारी घोडेस्वारांनी त्या दोघांभोवती वेढा घातला. त्यांच्यावर बंदुका रोखून त्यांनी परम व गोवर्धनला जबरदस्तीने आपल्यामागे घोड्यावर बसायला लावले आणि दुसऱ्याच क्षणी भरधाव घोडे फेकीत ते दूरवर दिसेनासे झाले. त्यांच्या पाठीमागून येणाऱ्या गावकऱ्यांनी हा प्रकार पाहिला. काहीच कारण नसताना या दोघांना डाकूंनी का पळवून न्यावं हे त्यांना समजेना. त्यांच्याजवळ पैसाअडका नव्हता की सोनं-चांदी! कसली अदावतही नव्हती. म्हणून सर्वांनाच खूप आश्चर्य वाटले.

आणि त्या डाकूंच्या तडाख्यातून हे दोघे जिवानिशी सुटतात की नाही, या शंकेने तेथे असलेल्या या कार्यकर्त्यांचे मन भयग्रस्त होऊन मिळेल तो ट्रॅक्टर, गाडी पकडून त्यांना इथे धाव घेतली होती. हा निरोप शक्य तेवढ्या तातडीने राजेंद्रभैय्यांना देण्यासाठी त्यांनी लवकर इथे पोहोचण्यासाठी प्रयत्नांची पराकाष्ठा केली.

राजेंद्रना फार आश्चर्य वाटले. आजपर्यंत कोणतेही डाकू, दरोडेखोर 'तरुण भारत संघा'च्या कार्यकर्त्यांच्या वाटेला गेले नव्हते. मग आताच असे का व्हावे, असा विचार त्यांच्या मनात आला. आता वेळ घालवून चालणार नव्हते. त्या डाकूच्या तावडीतून परम आणि गोवर्धनला सोडवण्यासाठी ताबडतोब प्रयत्न करायला हवा होता.

"चला, आपण लागलीच निघू."

राजेंद्र उठले. सर्वजण बाहेर आले. गावाबाहेर पडल्यावर रस्त्यावरून जाणाऱ्या एका ट्रकला थांबवून ट्रकच्या केबिनमध्ये बसून ते करौलीकडे निघाले. त्यानंतर उंटाच्या गाडीतून पहाटे पहाटे तिथे पोहोचल्यावर राजेंद्रांनी गावातल्या काही

प्रमुख लोकांची भेट घेतली. जोधासल म्हणाले, "करौलीच्या पलीकडे डोंगररांगा आहेत. तिथेच डाकूची टोळी राहते. गेली पंधरावीस वर्षे त्यांचा उपद्रव आजूबाजूच्या गावांना होतोय. बंदुकीच्या जोरावर लुटालूट सुरू असते. परंतु काय करणार? ते डाकू पोलिसांच्या हातीही सापडत नाहीत."

"जोधामल, आमच्या कार्यकर्त्यांना त्यांच्या तावडीतून सोडवायला पाहिजे. त्यांचा प्रमुख आहे ना! त्याला भेटायचंय, ताबडतोब. वेळ घालवून चालणार नाही. त्याला कसे भेटायचे? निरोप कसा पाठवायचा? तुम्हाला इथली सारी महिती आहे. तुम्हीच सांगा."

राजेंद्र म्हणाले,

"भैय्या, तुम्ही या दरोडेखोराला भेटणार? नको, पक्का माथेफिरू आहे तो नादानसिंह."

"काहीही झाले तरी मी त्याला भेटणार आहे. त्याशिवाय परम आणि गोवर्धनची सुटका कशी होणार? त्यांना डाकूनं का पकडलंय हे तरी कळायला पाहिजे ना? यासाठी थोडादेखील विलंब करायचा नाहीय मला. तुम्ही मला फक्त त्या टोळीचा ठावठिकाणा सांगा आणि रस्ता सांगा."

"राजेंद्रभैय्या, इथून एका माणसाबरोबर आपण त्याला निरोप पाठवू. काय म्हणतोय ते पाहू."

जोधामलचे म्हणणे राजेंद्रना पटले. त्याप्रमाणे एक माणूस निरोप घेऊन गेला. त्याच्याबरोबर नादानसिंहचा सांगावा आला, भेटायला या. पण येताना पिस्तुल, चाकू काहीदेखील आणायचे नाही. अगदी डंडादेखील नाही. जर दगाफटका करण्याचा प्रयत्न केलात तर सरळ गोळी घालीन. कबूल असेल तर या म्हणावं. सोबत आलेल्या 'तरुण भारत संघा'च्या कार्यकर्त्याला आणि वाट दाखविण्यासाठी त्या निरोप्याला घेऊन राजेंद्र डाकूला भेटायला निघाले.

तापलेले भणाणणाने वारे, उघड्या बोडक्या डोंगरातून जाणारी पायाखालची बिकट वाट, वाळूचे थर, जाता जाता सूड घेतल्यासारखी अंग ओरबडणारी काटेरी झुडपं. माथ्यावर रागावलेला सूर्य, नजरेच्या आसपास कुठेही हिरवाई नाही. नुसती काटेरी झुडपं. तीन-चार किलोमीटर चालावे लागल्यानंतर दोन डोंगर ओल्यांडल्यावर निरोप्या म्हणाला,

"जोहडवाले बाबा, डाकूच ठिकाण आलं."

राजेंद्र आल्याची वर्दी त्याला द्यावी लागली नाही. तिथल्या एका टेकाडावर उभे राहून आल्या दुर्बिणीतून त्याने राजेंद्रना येताना मघाशीच पाहिलं होतं.

"आवो."

एक हात कमरेच्या काडतुसाच्या पट्ट्यावर आणि उजव्या हातात बंदूक घेऊन

एका दगडावर पाय रोवून उभा असलेला नादानसिंह म्हणाला. थोड्या अंतरावर त्याचे साथीदार थांबले. दोघांची नजरानजर झाली. सहा फूट उंची, धारदार नाक, तांब्यासारखी अंगकांती, कोंदणातल्या माणकासारखे दिसणारे लालसर डोळे, त्या डोळ्यात खुन्नस, अविश्वास आणि क्रौर्य.

राजेंद्र निरीक्षण करीत होते. त्याच क्षणी तो त्यांच्याकडे पाहात होता. एखाद्या तरुण ऋषीसारखी दाढी, अंगावर साधा झब्बा-पायजमा, गळ्यात उपरणे, डोळ्यात निभर्यपणा. जणू वाघ आणि सिंहाची समोरासमोर गाठ पडलेली.

"यहाँ बैठो" नादानसिंह म्हणाला.

तिथल्या झाडाखाली राजेंद्र बसले. त्यांच्या बरोबरच्या तिघांना दूर जाऊन थांबण्यासाठी नादानने इशारा केला.

"नादानसिंह, माझी माणसं कुठं आहेत?"

"मी त्यांना अजून हात लावला नाही, पण माझी मर्जी फिरली तर गोळ्या घालीन त्यांना."

"मला तू हे सांग, त्यांनी तुझं काही वाईट केलंय का? त्यांच्याजवळ पैसाअडकादेखाल नाही. त्यांना पकडून तुझा काय फायदा?"

राजेंद्रांनी जाब विचारला.

"असंच, तुला अद्दल घडविण्यासाठी. समझे?"

"मला! मी तुझे काही नुकसान केलंय असं मला आठवत नाही. आणि मी कुणाचेही नुकसान का करणार."

आश्चर्याने राजेंद्र म्हणाले,

"हा, तू माझं नुकसान केलंस. माझा कट्टर शत्रू आहे तो डाकू मानसिंग! त्याच्या हद्दीतून जोहड बांधलंस. गेल्या दोन वर्षांत तिकडे आबादीआबाद झालंय. आता त्याचं फावलंच की. तिथल्या लोकांजवळ पैसा येऊ लागलाय. मानसिंगचा धंदा जोरात चालेल. आणि इकडे झाले सारे भुकेकंगाल. आम्हाला काय मिळणार त्यांच्या घरादारावर डाका घालून."

राजेंद्रांच्या समोर उभे राहून त्याने आपल्या मनातली तळमळ सांगितली. ते ऐकताना राजेंद्र दिग्मूढ झाले. क्षणभर नेमके कळेच ना!

"नादानसिंह, अरे बाबा, जोहडचे काम त्या त्या गावच्या लोकांनी श्रमदान करून केलंय, आम्ही त्यांना केवळ मदत केली. जोहडच काम करताना हा त्यांचा एरिया, हा ह्यांचा, हा या पुढाऱ्यांचा असा विचार आम्ही केला नाही. आणि तसा विचार कधी करणारही नाही. जिथं गरज आहे तिथं जोहड बांधायलाच पाहिजे, असे आमचे तत्त्व आहे. जिथं अन्नदशा होती. दुष्काळाने गावंच्या गावं ओसाड पडू लागली होती, घोटभर पाणी लवकर मिळत नव्हतं, तिथं आम्ही हे काम सुरू

केलं. यापेक्षा दुसरा विचार नव्हताच. यात आमची काय चूक झाली?'

"हा, तसं चूक नाहीऽऽ लेकिन वो साला मानसिंगका एरिया है।"

क्रोधाचे भूत नादानसिंहाच्या डोक्यावरून थोडे खाली उतरले.

"अगर, तुम चाहते हो तो!"

"क्या करोगे?"

"इथे या तुझ्या एरियातदेखील जोहड बांधायचे काम आम्ही करू. आहेस तयार?"

"देखेंगे!"

नादानसिंहला धक्काच बसला.

आपल्यापुढे राजेंद्र हा प्रस्ताव मांडेल, असं त्याला स्वप्नातही कधी वाटलं नव्हतं. ते ऐकून त्याची मती काही काळ गुंग झाली. तो विचारात पडला.

"लेकिन ये कैसे होगा?"

"जरूर होगा."

"पण त्याचा आम्हाला काय उपयोग?"

"क्यूं नही, इथे तुम्हाला प्यायला, वापरायला भरपूर पाणी मिळेल. जोहडमुळे तीन-चार वर्षांत या उघड्या वैराण डोंगरावर झाडी वाढली की, तुम्हाला दरोडे घालून लपायला त्याचा उपयोगही होईल."

काहीशा उपरोधाने राजेंद्र म्हणाले. समोरच हा खडक त्यांना फोडायचा होता.

"मजाक मत करो, नहीं तो."

नादान गुरगुरला.

"थट्टा जाऊ दे, पण मी तुला खरंच विचारतोय इथे जोहडबांध झाले तर इथल्या जमिनीत तुला आणि तुझ्या साथीदारांना शेती करता येणार नाही का?"

"आंऽ"

"हा दरोडा खून खराबा करून तुला सोनंचांदी, पैसे मिळतही असतील...."

"अलीकडे लोकांकडे पैसा कुठे राहिलाय? दरोडा घातल्यावर कधी कधी हात हलवत परत यावं लागतं."

"होय ना? आणखी तुला कधी गोळी बसेल आणि वरती जावं लागेल याचा नेम नाही. पोलिस तर तुझ्या टोळाला अन् तुला पकडण्याच्या मोहिमेवर आहेतच. पकडला गेलास तर फाशी आहेच. दरोडे घालून पैसे मिळाले तरीदेखील तुझ्या जिवाची काही निश्चिती आहे का? सुखाने झोपू शकतोस का? दोन वेळची रोटी शांततेनं खाऊ शकतोस का तू? हातावर नाहीतर अल्युमिनीयमच्या थाळीतच जेवावं लागतं ना तुला? म्हणजे तुझ्याजवळ पैसे असले तरीही त्याचा तुला

उपयोग नाही. घर नाही, संसार नाही, सुख-चैन नाही. मग हे सारं कशासाठी? सांग ना!''

नादानासिंह आणि त्याचे साथीदार ऐकत होते. ते शब्द ऐकताना आपलं काळीज कुणी हलवतंय असं त्यांना वाटत राहिले.

''तुला काय वाटतं? आम्ही सुखासुखी, हौस म्हणून दरोडेखोर झालोत? ती आमची करमकहाणीच आहे. मी शेतकऱ्याचा मुलगा. शेतात राबणारा. घाम गाळून कष्ट करणारा माझा बाप. पण आमची थोडी जमीन होती ती जमीनदाराने हडप केली. त्यामुळे आमच्याच शेतात मजुरी करायची आमच्यावर वेळ आली. एकवेळच्या रोटीसाठी आम्ही अन्याय सहन करीत होतो. पोटभर अन्न मिळायचं नाही तरी देवावर आम्ही अन्याय सहज करीत होतो. मात्र त्या जमिनीदाराची पापी नजर माझ्या बहिणीवर गेली. मी स्वस्थ बसू शकलो नाही. माझं रक्त खवळून उठलं. जमीनदार मळ्यातून गावाकडे येत असताना त्याला अंधारात गाठलं आणि डंड्यानं बडवलं, डोक्यात घाव घातला. तो मेला असे समजून या पहाडात पळून आलो. त्या हरामखोराला अद्दल घडवली याचं समाधान होतं. पण मी मात्र माझा गाव, घरदार, आईबाप सर्वांना गमावून बसलो. माझ्यासाठी ते संपले होते. परतून जायला वाट नव्हती.''

नादानसिंह सांगत होता. त्याच्या डोळ्यात पाणी चमकत होते.

''तू अजून विचार कर.. शेतकऱ्याचा मुलगा आहेस. शेती चांगली करशील. वर्ष-दोन वर्षे कष्ट करावे लागतील, पण नंतर तू एक चांगला माणूस म्हणून जगशील.''

''भैय्या. तुला सांगतो. मी दरोडे घालतो, लोकांना लुटतो. दरोड्याच्या वेळी मी लोकांना धमकावलं. मारहाण केली. पण मी कुणाचा खून केला नाही की बायका, पोरीबाळींना हात लावला नाही.''

''म्हणजे तुझ्यातला माणूस जागा आहे. नादानसिंह, तू पुन्हा एकदा नवं आयुष्य सुरू कर. बंदूक टाकून नांगर धर. आमचा 'तरुण भारत संघ' तुला मदत करील. या तुझ्या साथीदारांशीही बोल. बायकोशी बोल. स्वतःच्या कष्टातून मिळालेलं सुखाचं जीवन जग.''

''पण हे खरं होईल का?''

''होईल, माझ्यावर विश्वास ठेव.''

''मी विचार करतो. माझ्या लोकांशीही बोलतो.''

''माझी माणसं?''

राजेंद्रांनी त्याला विचारले.

"मी त्यांना सोडतो. पण तुम्ही दोन दिवस इथे आमच्याजवळ राहिले पाहिजे. घबराना मत, मी तुम्हाला दगा देणार नाही. डाकू असलो तरी शब्दाचा पक्का आहे. बदलणार नाही."

"ठीक आहे. मी कशालाही आणि कुणालाही भीत नाही. वाईट कर्म करायला माणसानं भ्यावं."

राजेंद्रांनी संमती दिली.

काही वेळातच गोवर्धन, चमनसिंह आणि परमला तिथं आणलं गेलं. परंतु आता वातावरण बदलले होते. रात्रभर आभाळाच्या छताखाली, चंद्राच्या सोबतीने नादानसिंह आणि त्याच्या साथीदारांबरोबर विचारविनिमिय चालू राहिला. राजेंद्रांनी अनेक प्रकारे त्या सर्व डाकूंना समजावून सांगितलं. त्यांनी हे घृणास्पद जीवन सोडावं यासाठी परोपरीनं प्रयत्न केला. दोन दिवस आणि दोन रात्री ते विश्वास- अविश्वासाच्या झुल्यावर हिंदोळत राहिले. कधी राजेंद्राच्या सांगण्याप्रमाणे वागावे असे वाटे, तर कधी भीती वाटायची. वा जंगलात, पहाडाच्या कुशीत रानपाखरासारखं जीवन जगतो आहोत. राजेंद्रांचं ऐकलं आणि पोलिसांनी पकडून नेऊन जन्मभर जेलमध्ये डांबलं किंवा फाशीची शिक्षा दिली तर! त्यापेक्षा इथेच गोळी खाऊन मेलेलं बरं! असं वाटायचं.

त्यांना माणसात आणण्यासाठी राजेंद्रसिंह यशस्वी झाले असते, तर मानवतेचं कार्य झालं असतं आणि या दरोडेखोरांमुळे होणारी लुटालुट, दहशतवाद आणि धोका नाहिसा होऊन आसपासच्या गावातल्या लोकांना शांती मिळाली असती.

नादान आणि त्याच्या साथीदारांचं परिवर्तन घडलं असतं तर ती एक महान क्रांतीच होती, जी राजेंद्राचे परात्पर गुरू जयप्रकाश नारायण यांनी काही वर्षांपूर्वी करून दाखविली होती. कित्येक डाकूंनी त्यावेळी जयप्रकाशजींच्या सांगण्यावरून आपली हत्यारे खाली ठेऊन शरणागती पत्करली होती. त्यांचेच एकलव्यासारखे शिष्य होते राजेंद्र!

कठिणातला कठीण डोंगर फोडण्यसारखे काम होते हे. परंतु राजेंद्रांच्या आश्वासक शब्दांची धार त्यावर सातत्याने पडत राहिली आणि तो पहाड भेदला गेला.

तिसऱ्या दिवशी पहाटे आपल्या साथीदारांबरोबर नवं जीवन स्वीकारण्याची शपथ नादानसिंहानं राजेंद्रांपुढं घेतली. त्यांचे सारे संदेह आता मिटले होते. सर्वसामान्य माणसाप्रमाणं जगण्याची इच्छा उफाळून आली. या गर्तेतून बाहेर पडण्यासाठी राजेंद्रांनी आपला मजबूत हात त्यांच्यासाठी पुढे केला होता. त्यांच्या अंधाऱ्या खडतर- खडकाळ आयुष्यात एक नवी पहाट होणार होती.

ही एकमेव संधी होती, याचं भान नादानला आलं आणि त्याच्या बायकोनं

त्याला हे सोडण्यासाठी शपथ घातली.

मृत्यूपेक्षाही भयानक आणि नरकापेक्षाही वाईट असं आताचं जीवन कायमचं सोडून देण्याची इच्छा त्यांच्या मनात जागृत झाली.

राजेंद्रांनी ठरवलं, कोणत्याही टीकेला न भिता, प्रसंगी रोष पत्करूनही, विरोधाला, संघर्षाला तोंड देऊन या उपेक्षित, मार्गभ्रष्ट लोकांना सहकार्य द्यायचं. मोकळ्या मनानं, कर्तव्यबुद्धीनं. त्यांना जगण्यासाठी आपण शक्य ते सारं साह्य करायचं.

माणूस म्हणून जन्माला आलेले हे दरोडेखोर काही काळ कलंकित जीवन जगले हे सत्य आहे. पण त्यालाही काही अंशाने तरी समाज जबाबदार आहे. हा मधला काळा कलंक पुसून त्यांना स्वच्छ जीवन जगू देणे हे आपले कर्तव्य आहे.

राजेंद्रसिंह करौलीला आले. तिथे डी. आय.जी. सांतनुकुमारांची त्यांनी भेट घेतली. राजेंद्र म्हणाले, "साहेब, आज तुमच्यापुढे मी दयेची भीक मागतोय. डाकू नादानसिंह आणि त्याच्या साथीदारांना दरोडेखोरी सोडून चारजणांसारखे आयुष्य जगायचेच. त्यांच्यावरच्या केसेस जर तुम्ही काढून घेतल्या तर फार उपकार होतील."

"राजेंद्रसिंह, त्या डाकूवर बऱ्याच केसेस आहेत. त्या कशा रद्द करता येतील?"

"साहेब, त्या भागातील दरोडेखोरी संपविण्याची ही एक चांगली संधी आहे. आज जर नादानसिंह आणि त्याच्या साथीदारांना आपण त्यांच्या घृणास्पद जीवनातून बाहेर येण्यासाठी मदत केली नाही तर पिढ्या न् पिढ्या ही डाकूगिरी कायम राहील आणि सर्वात महत्त्वाची गोष्ट म्हणजे त्या लोकांना आपल्या नरकासारख्या जीवनातून बाहेर पडायची इच्छा आहे त्यांना तशी संधी देणं हे तुमच्याच हातात आहे."

सांतनुकुमार विचारमग्न झाले. राजेंद्रसिंहांच्या या प्रस्तावात त्यांना तथ्य वाटले. ही टोळी शरण आली असती तर पोलीसखात्याचे कामही कमी झाले असते. शिवाय या प्रकाराकडं मानवतावादी दृष्टीनं पाहायला हवं असं त्यांनी ठरविलं.

"राजेंद्रसिंह. मी विचार करतो. वरिष्ठांना भेटतो आणि आणि काय तो निर्णय घेतो."

सांतनुकुमारांना नमस्कार करून राजेंद्र निघाले. पंधरा दिवसांतच आनंदाची बातमी सांतनुकुमारांनी कळविली.

एका शुभप्रभाती त्या पहाडाच्या पलीकडे होमहवन झाले. दूध, गंगाजल आणि केसर मिसळून नादानसिंहाने जोहडची सीमा आखली आणि हातातल्या बंदुका कायमच्या टाकून त्या बत्तीस जणांनी आपल्या हाती कुदळी घेतल्या.

◆

। पंधरा ।

अत्यंत समरसतेने, हृदयातून उचंबणाऱ्या भावभक्तीने अखंड रामायण पाठ चाललेला. त्याला एक अशी लय होती की, मनामनातून रामप्रीतीच्या तारा झंकारत होत्या. पाठ ऐकणाऱ्या आणि म्हणणाऱ्यांच्या मुद्रेवर अपूर्वशी शांती, समाधान. जणू काही रामायण पाठ ऐकायला साक्षातच रामच समोर येऊन उभा आहे आणि त्याचे ते सुदर्शन मिटलेल्या डोळ्यांनादेखील घडतेय.

राम! आदर्श पुरुषोत्तम, एकवचनी, एकपत्नी, एकबाणी, त्यागी राम! भारतीय जनमानसावर हजारो वर्षांनंतरही अधिराज्य करणारा, प्रेरणा देणारा, मार्ग दाखविणारा राजा राम. संपूर्ण जीवनच कसोटी असणारा, भोगाचा त्याग करून त्यागातच जीवनाचे सार्थक मानणारा राम!

त्याची जीवनगाथा, कथा असलेल्या रामायणाचा अखंड पाठ केला तर सर्व संकटातून मुक्ती मिळते, शत्रू पराजित होतो, हा अदम्य विश्वास. हा विश्वासच तारणारा, ध्येयाप्रती नेणारा.

त्याच विश्वासानं, श्रद्धेनं आजपासून एकाच वेळी दीडशे गावांतून अखंड रामायण पाठ सुरू केलेला. बरदू मीणा व त्याचे गावकरी इथं रामायणासाठी बसलेले. त्यात बरेचजण अशिक्षित होते, तरीही संपूर्ण रामायण त्यांना पाठ होते. रामायण म्हणजे जणू त्यांच्या श्वासाश्वासात, जीवभावात व्यापून राहिलेलं. भक्तिभावानं श्रवण करताना हे सारे ब्रह्मानंदात तल्लीन झाले होते. 'तरुण भारत संघा'चे कार्यकर्ते आणि गावकरी आळीपाळीने पाठ म्हणायला बसत होते.

सातसितारा हॉटेलच्या अपूर्ण इमारतीसमोरच रामायण पाठाचा मंडप घातलेला. हे हॉटेल इथं सुरू होऊ नये यासाठी संघाच्या कार्यकर्त्यांनी राजस्थानच्या उच्च न्यायालयात अर्ज केला होता. तरुण भारत संघाच्या कार्यकर्त्यांचा व आसपासच्या गावातील लोकांचा या सातसितारा हॉटेलला अत्यंत विरोध होता. त्यासाठी प्रतिकात्मक निषेध म्हणून सरिस्काच्या परिसरातील दीडशे गावातल्या या लोकांनी अकरा ठिकाणी अखंड रामायणपाठाचे आयोजन 'तरुण भारत संघा'चे महामंत्री राजेंद्रसिंह यांच्या मार्गदर्शनाने सुरू केले. हा एक अहिंसक लढा होता. जीवन संघर्ष होता. याचे कारण होते सरिस्कांचे संरक्षण करणे.

सरिस्का हे निसर्गरम्य जंगल होते. राजस्थानच्या भूमीतला तो लखलखणारा हिरवा पाचू होता. भारताच्याच काय, परंतु जगाच्या नकाशावरदेखील त्याचे स्थान आगळेवेगळे होते. असामान्य होते. सरिस्काचा अर्थ वैभव. सरिस्का खऱ्या अर्थाने राजस्थानचे वैभव होते. अनेक प्रकारच्या दुर्मिळ वनौषधी, दाट वनराई, सरोवरे, आजूबाजूले सरिस्काला पडलेला अरवली पर्वतराजींचा कणखर परंतु लडिवाळ वेढा. जणू काही सरिस्का अरवली पर्वताची प्रेयसी आहे आणि तो तिचं सान्निध्य मिळविण्यासाठी तिला कवेत घेतोय.

सरिस्का हे अभयारण्य म्हणून घोषित केले गेलेय. इथे नीलगाय, सांबर व इतर वन्य प्राण्यांबरोबरच वाघांचे वास्तव्य अनेक वर्षांपासून आहे. व्याघ्र प्रकल्प म्हणून सरकारने ते संरक्षित केलंय. या सरिस्काकडे देशी व परदेशी पर्यटकांची रीघ लागलेली असते. कारण सरिस्कात व आसपास अनेक निसर्गरम्य, सुंदर स्थळं आहेत, जी पर्यटकांचे आकर्षक आहेत. अलवर संस्थानात सरिस्का असल्याने दोन-अडीचशे वर्षांपासून तेव्हाच्या काही अलवर नरेशांनी सरिस्काच्या विकासासाठी, संरक्षणासाठी व सौंदर्यवृद्धीसाठी जाणीवपूर्वक प्रयत्न केले होते. सरिस्कात राहणाऱ्या आदिवासींना आणि वन्य प्राण्यांना अभय दिले होते. कारण त्यावेळीही त्याचे महत्त्व त्यांना कळले होते. तेथील पांडुपोळ व नारायणीजी ही स्थळं अत्यंत मनोहर आहेत. तिथल्या नारायणीमातेच्या मंदिरासमोर असलेल्या संगमरवरी कुंडातून जिवंत पाण्याचा भूगर्भातून उसळणारा स्फटिकासारख्या रंगाचा झरा बारा महिने कारंजासारखा नाचत वाहत असतो. या जलस्त्रोतामुळे अवतीभवती गर्द हिरवी झाडी फोफावली आहेत..

नदलेश्वर, पाराशर या स्थानांबरोबरच ज्या ठिकाणी राजा भर्तृहरीने संन्यास घेतल्यानंतर तपस्या केली होती, ते भर्तृहरी नावाचे पवित्र स्थळदेखील रमणीय आहे.

पुरातन असा कांकवाडी किल्लादेखील प्रेक्षणीय आहे. तिथे बाजारपेठेचे अवशेष आहेत. ही नगरी जादूटोण्यामुळे एका रात्रीतून उजाड झाली, नष्ट झाली, अशी आख्यायिका आहे.

भानगढच्याजवळ शिवमंदिर आहे. ते प्राचीन आहे. तिथे कित्येक पुरातन मंदिरांचे अवशेष आहेत.

सरिस्काच्या अंतरंगात नीलकंठ हे स्थळ आहे. तिथे भव्य, कलात्मक अशा विशाल जैन मंदिराचे भग्नावशेष आहेत. मात्र मंदिर भग्नावस्थेत असले तरी त्यातली प्राचीन व मनोज्ञ अशी भगवान महावीरांची सोळा फूट उंचीची मूर्ती अद्यापही जणू शिल्पकाराने नुकतीच घडविल्याप्रमाणे तिथे उभी आहे. मूर्तीच्या समोर एक दगडी जलाशय आहे. त्यातल्या निळया स्वच्छ पाण्यात मूर्तीचे

प्रतिबिंब दिसते. इतिहासकालीन बडगुजर नरेशाची राजधानी ही नीलकंठच होती.

जवळच मंगलगढ बांध आहे. सर्वात सुंदर आणि विशाल असा महाराजा जयसिंहांनी बनवलेला जलसमन्द बांध आहे. तिथे विस्तृत जलाशय आणि सुंदर कलात्मक अशा संगमरवरी छत्र्या आहेत. या छत्र्या म्हणजे राजघराण्यातील व्यक्तींच्या समाध्या.

पर्यटकांचे मुख्यच आकर्षण म्हणजे सीलीसेढ. अलवर शहरापासून सोळा किलोमीटर दूर असलेले आणि तिन्ही बाजूंनी अरवली पर्वतराजीने वेढलेले हे सुरम्य स्थळ म्हणजे पर्यटकांचे नंदनवनच. चार मैल क्षेत्रफळ असलेले तेथील सरोवर अठराशे पंचेचाळीसमध्ये तेव्हाचे अलवर महाराजा विनयसिंहांनी निर्माण केले आहे. दोन पर्वतांच्या मध्ये बांध घालून हे सरोवर बनवलंय. त्याच्या आजूबाजूच्या स्वर्गीय पार्श्वभूमीमुळे पाहणाऱ्यांची नजरबंदी होते.

या सरोवराच्या किनाऱ्यापाशी पाच मजली अतिसुंदर सरिस्का राजप्रसाद आहे. राजस्थान पर्यटन विकास निगमने आता त्याचे आधुनिक हॉटेलमध्ये रूपांतर केलंय. ते करताना त्या प्रासादाच्या मूळ सौंदर्याला हानी पोहोचू नये याची काळजी घेतलीय. तिथे राजेशाही वातावरणात राहण्याची उत्कृष्ट व्यवस्था आहे आणि त्या सरोवरात नौकाविहार करण्याची सोय आहे.

सरिस्कामध्ये अशी अनेक आकर्षणे आहेत. याचा व्यावसायिक दृष्टीने फायदा घेतला नाही तरच आश्चर्य. त्या दृष्टीने देशातल्या एका हॉटेल शृंखलेने सरिस्का जंगलाचा शोध घेतला आणि अजबगढ या गावाजवळच्या बांधाशेजारीच आपले हॉटेल काढायचे नक्की केले. त्यासाठी प्रयत्न सुरू झाले. परवाना मिळाला आणि बांधकामही वेगाने सुरू झाले. कारण परवाना देताना सरिस्काच्या हिताच्या, तेथील वन्य प्राण्यांच्या सुरक्षिततेचा विचार केला गेलाच नाही. हेच स्थळ या नव्या सातसितारा हॉटेलसाठी निवडले गेले होते. कारण बांधजवळचा विस्तीर्ण, सुंदर जलाशय, तिथून सुरू झालेली सरिस्काची दाट गर्द हिरवाई, निर्मळ. स्वच्छ रानवारा, वन्य प्राण्यांचे सहजपणे निरीक्षण करण्याची सुविधा आणि तिथल्या या जलाशयात नौकाविहाराची सोय करता आली असती. हे सारं सहजसाध्य होतं. देशी-विदेशी पर्यटकांना तर याचेच आकर्षण असते.

म्हणूनच सातसितारा या आलिशान हॉटेलाचं बांधकाम चालू झालं; परंतु या हॉटेलमुळे आधीच विनाशाच्या दिशेने चाललेल्या सरिस्काचा वेगानं सत्यानाश झाला असता.

या बंधाऱ्यामागच्या जलाशयाचा दुरुपयोग झाला असता. सरिस्का अय्याशी लोकांचा अड्डा झाला असता. इथे तिथे फेकून दिलेल्या दारूच्या रिकाम्या बाटल्या, प्लास्टिकच्या मोकळ्या पिशव्या, जीपगाड्यांची रात्री-बेरात्री, दिवसा वाढलेली

वर्दळ हे सारं सरिस्कामधील वन्यप्राण्यांचा घात करणारं होतं. त्यांच्या जीवनपद्धतीला धोका देणार होतं. त्यांच्यासाठी मृत्यूचे सापळे बनविणारं होतं. हे हॉटेल सुरू झाल्यानंतर काही काळातच या सर्व घातक गोष्टी वाढतच चालल्या असत्या, ज्या आता काही प्रमाणात सुरू झाल्या होत्या. याचा धोका राजेंद्रांनी आणि सरिस्कामधील तसेच आजूबाजूच्या गावकऱ्यांनी ओळखला. राजेंद्रजींनी सातसिताऱ्यामुळे होणारे हे संभाव्य परिणाम गावकऱ्यांना समजावून दिले. याला आताच अडवलं नाही, थांबविलं नाही तर सरिस्का जंगल, त्यातील वन्य प्राणी आणि तेथील रहिवासी या सर्वांचाच विनाश अटळ आहे, याची विदारक जाणीव सर्वांना झाली आणि एकमताने निर्णय होऊन सातसितारा हॉटेलचे बांधकाम थांबविण्यासाठी 'तरुण भारत संघा' तर्फे राजेंद्रसिंहांनी राजस्थानच्या उच्च न्यायालयात अर्ज केला.

जनमानस पेटून उठले. हॉटेलच्या बांधकामाला तीव्र विरोध करण्यासाठी सर्व गावकरी प्रचंड संख्येने संघटित झाले. कारण हा लढा त्यांच्या अस्तित्त्वासाठी, जीवनासाठी होता. जंगल राहिले, तर आम्ही सुखी राहू, वन्य प्राणी सुरक्षित असतील, तर आम्हीदेखील सुरक्षित राहू, या भावनेने उत्स्फूर्तपणे आंदोलन सुरू झाले.

त्यांच्या लढ्याचे स्वरूप पाहून, उद्रेक पाहून अखेर सातसिताऱ्याचे बांधकाम स्थगित करावे लागले. या अडाणी समजल्या गेलेल्या गावकऱ्यांच्या एकजुटीचा आणि शहाणपणाचा विजय झाला. 'तरुण भारत संघा' ने न्यायालयीन लढाई सुरूच ठेवली. राजेंद्रसिंहांनी ज्या दूरदर्शीपणाने, जंगल, जंगलातील प्राणी आणि वनवासी यांच्याबदलच्या अतीव प्रेमाने, करुणेने, पर्यावरणाबद्दलच्या जाणिवेने आणि वृक्षवेली, वनराजीविषयींच्या आपलुकीने या लढ्यास सुरुवात केली होती. प्राणपणाने संघर्ष केला होता त्याला अपेक्षित यश आले होते. त्यांच्या या आंदोलनाची दखल न्यायालयाने गांभीर्याने घेतली. या आंदोलनामागच्या हेतू त्यांनी विचारात घेतला. सरिस्कातील खाणी आणि अशी बांधकामे यावर बंदी घातली.

नंतर केंद्र सरकारला यासाठी स्वतंत्र कायदा करावा लागला. जंगलाच्या संरक्षणासाठी केंद्र सरकारदेखील जागे झाले ते सरिस्काच्या या लढ्याने आणि राजेंद्रसिंहांनी उचललेल्या या पहिल्याच पावलांनी!

केंद्राने आदेश काढला की, संरक्षित वनक्षेत्रांच्या आसपासच्या ५ कि.मी. परिसरात कोणत्याही प्रकारची व्यापारी केंद्रे होऊ नयेत. त्यात हॉटेलचा अंतर्भाव होता. तरीही सातसिताऱ्याच्या मालकाला त्याचा विधिनिषेध नव्हता. पैशाच्या आणि वशिल्याच्या बळावर वाट्टेल ते करता येते, असा त्याचा समज होता. परंतु या गावकऱ्यांच्या आंदोलनामुळे त्याला आपल्या या हॉटेलचे बांधकाम थांबवावे

लागले. तरीही काही दिवसांनी हॉटेल पूर्ण करू, अशी आशा त्याला होती.

मात्र कुठल्याही प्रकारच्या अन्यायाला प्रतिकार करण्याची शक्ती आपल्या एकीत आहे, याचा प्रत्यय या भोळ्याभाबड्या, साध्याभोळ्या खेडुतांना आला होता.

बरदू मीणाला कुणीतरी विचारले,

"या रामायण पाठाचा काय उपयोग? तो तुम्ही कशासाठी करताय?"

तेव्हा तो म्हणाला,

"राम आमचा देव आहे. आम्ही गरीब, अडाणी लोक रामाचे भक्त आहोत. रामाच्या वानरसेनेने रावणाचा नाश करायला मदत केली. तसेच आम्ही आहोत. आम्हालाही रामाची कृपा लाभेल आणि तो आमचे संकट दूर करील, म्हणूनच आम्ही रामायण पाठ करतोय."

बरदूची तशीच सर्वांची रामावर एवढी अतूट श्रद्धा होती की, तो आपली मदत करील असा त्यांचा ठाम विश्वास होता.

म्हणूनच हा रामायण यज्ञ चाललेला.

सरिस्काच्या ज्या भागात पर्यटकांना सरकारने परवानगी दिली होती. तिथल्या शांत, नैसर्गिक वातावरणाला दृष्ट लागल्यासारखे झाले होते. जणूकाही सरिस्का जंगल शापित झाले होते. पर्यटकांनी खाऊन टाकलेल्या रिकाम्या प्लास्टिकच्या पिशव्या जंगलातील शाकाहारी प्राण्यांच्या पोटात गेल्याने त्यांना टी.बी. सारखे घातक रोग होऊ लागले. परंतु या सर्व गोष्टीकडे वनविभागाच्या लोकांचे दुर्लक्षच होत होते. ते हेतुपुरस्पर असो किंवा अजाणता परंतु परिणाम तर तोच झालेला.

या सर्व गोष्टींचा निषेध करण्यासाठी रामायणपाठाचा हा सौम्य सत्याग्रह सुरू झाला. तेथील कार्यकर्ते सिद्धराज दड्ढा यांनी त्याला हे समर्पक नाव दिले होते.

एखाद्या पवित्र मंत्राचे किंवा ग्रंथाचे जेव्हा अतूट श्रद्धेने, भक्तिभावाने सामुदायिक पठण होते, तेव्हा त्याच्या प्रभावाने मन तर पवित्र होतेच, परंतु त्या मंत्रोच्चाराच्या ध्वनिलहरींचा परिणाम आजूबाजूच्या वातावरणावरही होत असतो. त्यामुळे अज्ञानाचा, दुःखाचा अंधार नष्ट होऊन हृदयात, मनामनांत स्नेहाचा, ज्ञानाचा प्रकाश उजळतो, असा अनुभव कित्येकदा येतो. म्हणूनच आत्मशक्ती वाढून इतरांचेही हृदय परिवर्तन व्हावे, हा रामायण पाठामागचा हेतू होता.

महात्मा गांधींनी सांगितलेल्या आणि आचरणात अहिंसेच्या मार्गाने केलेला हा सत्याग्रहच होता. शांततापूर्ण वातावरणात सामुदायिक रामायण पाठ म्हणजे अनिष्ठ आसुरी प्रवृत्तीला सत्प्रवृत्तीने केलेले आव्हानच होते. या अखंड रामायणपाठासाठी मंदिर, सभागृह वगैरे कशाचीही गरज नव्हती. एखाद्या झोपडीपुढच्या अंगणात, कट्ट्यावर किंवा झाडाच्या सावलीत हा पाठ सुरू झाला होता. गावकऱ्यांनी

तिथेच रंगीत कागदांच्या पताकांनी स्थळे सुशोभित केली होती. वरती छोटासा मंडप घातला होता. ती जागा गेरू, चुना लावून रंगवली होती. त्यावर चित्रे काढली होती. सरिस्काच्या जंगलात वसलेली गावे आणि सरिस्काच्या सीमेवर असलेल्या गावातील हजारो गावकरी ठिकठिकाणी चालू असलेल्या या रामायण पाठात सहभागी झाले.

"मंगल करनि, कली हरनि तुलसी कथा रघुनाथकी
गति कूर कविता, सरित की ज्यो, सरित पावन पाय की
प्रभू सुजस संगति, भगति भली होई ही
सुजन मनन भावनी, भव अंगभूति मसान की
सुमिरत सुहावनि पावनी"

चारशे वर्षांपूर्वी संत तुलसीदासांनी रामचरित मानसामधूनच अन्यायाने गांजलेल्या जिवांना धीर दिला. अन्यायाच्या अंधारात स्वधर्मनिष्ठेची ज्योत जनमनातून उजळविली. राम आणि रावण यांच्या रूपात न्याय व अन्याय, धर्म आणि अधर्म, नीती व अनीती, शुद्ध प्रेम व जहरी वासना यांचे प्रतिबिंब दिसत होते. राम व रावण हे जणू या परस्परविरोधी भावनांचे प्रतीकच.

रामगाथा म्हणजे भावभक्तीची गंगाच.

रात्रीच्या अंधारातही पहाटेची आशा देणारी रामायणकथा स्त्रवू लागली. हजारो वर्षांनंतरही अमरत्वाचे लेणे घेऊन सर्वांच्या मानसमंदिरात विराजमान असलेली रामप्रियता.

पहाट होत आली. कृष्णरात्रीने जादू केल्याने समोरच्या बांधामागचा जलाशय काळाशार, निस्तब्ध झाला होता. तो हळूहळू रंग बदलू लागला. समोरच्या पर्वताआडून सूर्याचे केसरी फूल डोकावले आणि क्षितिजावर उमलू लागले. सारा परिसर, सरिस्का किरणाने मंगलमय भासू लागला. आणि पक्ष्यांची भूपाळी सुरू झाली.

आज पहाटेच राजेंद्र आणि गोवर्धन सातसितारा हॉटेलच्या समोरच्या या पाठासाठी आले होते. रामायण पाठाचा दुसरा दिवस उजाडला. रात्रभर पाठ म्हणणारे थोडेदेखील थकले नव्हते. त्यांच्या जागी आसनावर दुसरे दोघे येऊन बसले. त्यांनी पाठ सुरू केल्यावरच आधीच उठले.

राजेंद्र ते दृश्य डोळे भरून पाहत होते. रामकथा मनात सामावून घेत होते. त्यातला गर्भित अर्थ नव्याने समजावून घेत होते. प्रभू रामचंद्रांनी अन्यायाविरुद्ध, अनीतीविरुद्ध प्राणपणाने संघर्ष केला होता. तोच आदर्श राजेंद्रांसमोर होता.

त्यांनी भक्तिभावाने हात जोडले.

राजेंद्रांचा दृढ निश्चय होता की, या सौम्य सत्याग्रहाचा परिणाम निश्चित होणार. श्रद्धेनं, निष्ठेनं कमकुवत मनाला आगळेच सामर्थ्य येत असतं. इतकेच नव्हे तर अंतरंगातील हीणदेखील जळून जातं. दुरात्म्याचे देखील परिवर्तन होऊ शकते. त्यामुळेच इथले खेडूत आणि वनविभागाचे कर्मचारी यांच्यातील दुरावा या निमित्ताने नाहीसा व्हावा, या हेतूने राजेंद्रांनी त्यांनाही या रामकथा पारायणाचे आमंत्रण दिले होते. ते कर्मचारी इथे येतील अशी अपेक्षा होती. कारण भगवान राम सर्वांचाच होता.

बारा वाजत आले. सूर्य मध्यान्ही आला. समोरच्या सातसितारा हॉटेलच्या अपूर्ण इमारतीमागून त्याचा अग्निध्वज फडकू लागला.

फळांचा प्रसाद सर्वांना देऊन झाला. सकाळपेक्षा आता गर्दी थोडी ओसरलेली. पाठ करीत असलेल्या प्रभातीला जंगलातून इकडे येणाऱ्या दोन आकृती दिसल्या. मंगलसिंग आणि दिलीपसिंह होते ते. सरिस्कातील वनविभागाचे कर्मचारी. आजपर्यंत त्यांनी या गावकऱ्यांकडून जबरदस्तीने धान्य, तूप, पैसे, वेळोवेळी वसूल केले. अतोनात त्रास दिला होता. काही वेळातच मंडपात येऊन त्यांनी समोरच्या रामायणग्रंथाला नमस्कार केला. चेहऱ्यावर संकोच व काहीशी भीती. अपराध्याला स्वत:च्या गुन्हाची थोडीफार जाणीव असतेच.

"क्या, हम भी रामायण पाठ पढ सकते हैं?"

दिलीपसिंगने विचारले,

"हां, जरूर!" रामदिन म्हणाला.

"आम्ही तुम्हाला आमंत्रण पाठवलं होतं. इथं रामायण पाठ होतोय, तर तुम्हीही त्याचा लाभ घेऊन पुण्य संपादन करावं, अशी आमची इच्छा आहे. या, या, इकडे सावलीत बसा ना!"

प्रेमाराम म्हणाला.

या शब्दामुळे त्यांचा संकोच दूर झाला आणि रामायणातला प्रसंग ऐकण्यात दोघे तल्लीन झाले. प्रसंग होता रावणाच्या दरबारात शिष्टाई करायला गेलेल्या हनुमानाच्या संभाषणाच्या.

"हे लंकाधीशा, तू वाईट कृत्य केलेस, धर्माला कलंक लावलास. परंतु आता तरी तुला उपरती होऊ दे. तू सीतामाईची त्वरित मुक्तता करावी. अशी माझी तुला हात जोडून विनंती आहे.. जे निंदास्पद कृत्य तू केले आहेस, त्याचे परिमार्जन करण्याची ही तुला एकच संधी आहे. त्याप्रमाणं तू वागावेस, नाहीतर माझा राम राजा तुझ्याशी युद्ध करून तुला मृत्युदंड दिल्याशिवाय राहणार नाही."

सारे त्या प्रसंगात रंगून गेले होते. पिढ्यान् पिढ्यांना राम संदेश देतोय की,

अन्यायाचा प्रतिकार करा. धर्माने वागा.

दुसरीकडे चालू असलेल्या रामायणपाठाच्या ठिकाणी जाऊन राजेंद्रभैय्या आपल्या सहकाऱ्यांबरोबर तिथे आले. त्यांना पाहून दिलीपसिंग व मंगलसिंग चपापले. उठू लागले. कारण याच राजेंद्रभैय्यावर त्यांनी दगडफेक केली होती. आत्यंतिक त्रास दिला होता. त्याचे स्मरण झाले. लाज वाटू लागली. मात्र त्यांची ती अवस्था पाहून राजेंद्र म्हणाले,

"बैठो, पाठ सुरू आहे. ऐका. रामायणाच्या निमित्ताने तुम्ही इथे आलात याचा आनंद वाटला. राम आणि रावण तरा कोणत्या ना कोणत्या रूपात या जगात वावरतच असतात. आपण काय बनायचे, राम का रावण. ते ज्यानं त्यानं स्वत:च ठरवायचं असतं."

यावर काहीही न बोलता त्या दोघांनी मान खाली घातली. भीती कमी झाली. कारण आपल्याला इथं पाहून राजेंद्र रागावतील असं त्यांना त्याक्षणी वाटलं होतं. इथे राजेंद्र भेटतील, अशी कल्पना असती तर ते इथे आलेच नसते. मघाशी इथे येताना या ठिकाणी राजेंद्र दिसत नाहीत, याची दुरूनच पाहून खात्री करून घेतल्यावरच इकडं येण्याचं धाडस त्यांनी केलं होतं. तरीही गाठ पडलीच. परंतु त्यांना पाहिल्यावर राजेंद्र त्यांच्याशी प्रेमानं बोलले होते. त्यांचं स्वागत केलं होतं. या अनपेक्षित वागणुकाने ते शरमिंदे झाले आणि पश्चात्तापाची एक लहर त्यांच्या काळजात उठली.

त्यांना इथे पाहिल्यावर राजेंद्रांना वाटले की, हे इथं आले ते बरं झालं. काही झालं तरी गावकऱ्यांच्या आणि या वनकर्मचाऱ्यांमधला दुरावा कमी व्हायला हवा होता. कारण या लोकांशी रोजचाच प्रसंग. रोजचेच काम पडायचे. एकमेकांशिवाय सत ना गत. वैर कायम ठेवणे योग्य नव्हते. व्यावहारिक दृष्टिकोनातून यांच्यात समेट होणं दोघांच्याही हिताचं होतं. झालं गेलं विसरून जाण्यातच सर्वांचं भलं होणार होतं. त्यासाठी रामायण पाठाचे हे निमित्त एकत्र आणण्यास कारणीभूत ठरले असते तर हे हवंच होतं. राजेंद्र त्या दृष्टीने प्रयत्न करणार होते. वैयक्तिक शत्रुत्व कुणाशी नव्हतेच. त्यांचा लढा चालू होता तो या गावकऱ्यांच्या हितासाठी, सरिस्काच्या वैभवाच्या संरक्षणासाठी, वन्यप्राण्यांच्या रक्षणासाठी, त्यांना अभय मिळावे आणि या रहिवाशांवर होणाऱ्या अन्यायाला प्रतिबंध करण्यासाठी.

काही दिवसांपूर्वीच जे वादळ झाले, त्याला राजेंद्रांनी व सरिस्कातील या लोकांनी प्राणांचीही पर्वा न करता निर्भयपणे तोंड दिले होते. या क्षणी वनविभागाच्या रामायणपाठासाठी इथे आलेल्या त्या कर्मचाऱ्यांना पासून राजेंद्राना त्या संघर्षाची आठवण झाली.

◆

। सोळा ।

रंगबिरंगी वस्त्रे नेसलेल्या शेकडो बायका आणि पांढरी पगडी, धोतर नेसलेले पुरुष लगबगीने सभास्थानाकडे येत होते. लहान मुली, मोठ्या बायका तर त्यात होत्याच. जिला धड दिसत नाही, चालता येत नाही, डोळे पैलतीराकडे लागले आहेत, ज्यांच्या अर्ध्याच काय; पण पुऱ्या गोवऱ्या स्मशानात गेल्या गेल्या होत्या, अशा म्हाताऱ्या बायकाही कुणाचा तरी हात धरून, आधार घेऊन काठी टेकत टेकत तिथे येत होत्या.

सिवडीला तर तिच्या लेकानं खांद्यावर बसवून आणले होते. तिच्या त्या ध्यानाकडे जाणारे येणारे पाहात होते. परंतु कुणीही कुचेष्टेनं हसत नव्हतं, कारण या हमीरपुरातील कुणीदेखील आज घरात बसलं नव्हतं. लहान मुलापासून ते म्हाताऱ्याकोताऱ्यांपर्यंत उत्साहाने ओसंडलेल्या हृदयानं, आनंदाने फुललेल्या चेहऱ्यानं सभेच्या ठिकाणी येऊ लागले.

सगळ्यात पुढची जागा मिळावी म्हणून तीन-चार तास आधीच लोकांच्या झुंडी येत होत्या.

जणू काही रंगीबेरंगी शुभ्र वस्त्रे नेसलेल्या लोकांचे प्रवाह येत होते. ते दृश्य मनाला, डोळ्यांना सुखावीत होते.

सभेच्या ठिकाणचे व्यासपीठ रंगीत, लाल, पिवळ्या, निळ्या पताकांनी सजवले होते. भर उन्हात पाहुण्यांची वाट पाहात अस्वस्थपणे लोक बसले होते. हमीरपुरात आज एक नवा इतिहास घडणार होता, जो सुवर्ण अक्षराने कोरून ठेवण्यासारख्या होता. हमीरपूर आणि भावता कोल्याला या गावातील रहिवाशांनी याची कधी स्वप्नातही कल्पना केली नव्हती.

आजचा दिवस होता तसाच! तो होता अठ्ठावीस मार्च दोन हजार. आज भारताचे राष्ट्रपती के. आर. नारायणन इथे हमीरपुरात येणार होते. मुद्दाम खास भेट देणार होते. भारताच्या, आपल्या देशाच्या सर्वोच्चपदी असणारे नारायणन हे जंगल आणि डोंगरांच्यामध्ये दडलेल्या या गावात येऊन इथल्या गावकऱ्यांचा सत्कार करणार होते. देशाच्या इतिहासात आजपर्यंत अशी घटना घडली नव्हती. आजपर्यंत पद्मश्री, पद्मभूषण आणि इतर पुरस्कार राष्ट्रपतींच्या हस्ते मिळायचे, ते

सर्व समारंभ राष्ट्रपतीभवनातच व्हायचे. आज मात्र ही परंपरा बाजूला ठेऊन स्वत: राष्ट्रपतीच इथं येणार होते. जणू काही भक्त देवाकडे जाण्याऐवजी देवच भक्ताच्या भेटीला निघाला होता. गंगामैय्याच इथे अवतरणार होती. राष्ट्रपतींनी हे आगळेवेगळे उदाहरण राष्ट्रापुढे ठेवलेलं. कारण त्यांना मनापासून वाटत होतं की, केवळ औपचारिकतेच्या बंधनात न अडकता इथे हमीरपुरात येऊन उत्स्फूर्तपणे इथल्या श्रमप्रेमी गावकऱ्यांचा सन्मान करायला हवा.

राष्ट्रपतींची वाट पाहणाऱ्या गावकऱ्यांत कुजबुजू सुरू झाली.

"आपणो भारत को राजो आयो."

"आपण वास्ते आया छ."

एकमेकांना सांगताना त्या गावकऱ्यांची छाती अभिमानाने फुलून आलेली. शेजारीच बसलेल्या प्रेमारामला बरदू म्हणाला.

"भारत को मंत्री माने सल्ला पूछने आया."

"सगळो मैं कऱ्या."

"राजेंद्रभाईने खूब आशीश लागन दे."

त्यांच्यात असे संवाद चाललेले. चेहऱ्यावर आनंद, अभिमानाची जणू फुले उमललेली.

आता सर्वांच्या डोळ्यात प्रतिक्षा होती ती भरताच्या राष्ट्रपतींची. त्या क्षणाची वाट पाहताना जणू काही त्यांच्या डोळ्यात पंचप्राण एकटवले होते.

तेवढ्यात राष्ट्रपतींच्या गाडीपुढे असणाऱ्या पोलिसांच्या वायरलेस गाड्या आणि इतर गाड्याही आल्या. आणि नंतर खुद्द राष्ट्रपतींची गाडी आली. सरकारी इतमामाने राष्ट्रपती खाली उतरले व व्यासपीठाकडे जाऊ लागले, तेव्हा टाळ्यांच्या प्रचंड गजरात गावकऱ्यांनी त्यांचे स्वागत केले. त्यांच्या डोळ्यातली उत्कंठेची पाखरे समोरचे दृश्य पाहू लागली.

व्यासपीठावर कार्यक्रम सुरू झाला. प्रथम राष्ट्रपती माननीय के. आर. नारायणन यांना व त्यांच्याबरोबर आलेले केंद्रीय मंत्री व राजस्थानचे मुख्यमंत्री अशोक गहलोत यांना गावकऱ्यांच्या प्रतिनिधींनी फेटे बांधून, पुष्पहार घालून त्यांचे स्वागत केले. राष्ट्रपतींना हमीरपूरच्या नागरिकांतर्फे मानपत्र अर्पण करण्यात आले. भावता कोल्यालाचे प्रतिनिधीही त्यात सहभागी होते.

सर्वजण मंचावर स्थानापन्न झाले. राष्ट्रपतींचे भाषण सुरू झाले.

"आज मी हमीरपूर आणि भावता कोल्यालाच्या गावकऱ्यांचा सत्कार करण्यासाठी मुद्दाम येथे आलो आहे. आणि 'डाऊन टू अर्थ' हा पुरस्कार मी त्यांना प्रदान करणार आहे. तुम्ही केलेल्या जलसंधारण, जल संरक्षण व इतरही महत्त्वपूर्ण

कार्याचे कौतुक करून तुम्हाला शाबासकी देताना मला अत्यंत आनंद होतोय.

माझ्या डोळ्यांनी मी तुम्ही केलेले पारंपरिक व स्वदेशी पद्धतीचे जलसंधारण कार्य प्रत्यक्ष पाहिले, तेव्हा माझे मन अतिशय प्रफुल्लित आणि प्रसन्न झाले आहे. तुम्ही मृत नद्यांना पुन्हा संजीवनी दिली आहे.

तुमचे हमीरपूर हे एक आज पवित्र तीर्थ झाले आहे. तुमच्या परिश्रमामुळे व एकीमुळे समृद्धीची गंगा तुम्ही इथं आणलीय.

आपले राष्ट्रपिता पूज्य महात्मा गांधीजी म्हणायचे की, खरा भारत खेड्यापाड्यातूनच आहे. या देशाचा आत्मा म्हणजे ही खेडीच आहेत. या देशातील ऐंशी टक्के जनता खेड्यात राहतेय. त्यांच्याविना देशाचा विकास होऊच शकणार नाही. गांधीजींची ग्रामविकासाची आणि स्वयंपूर्णतेची कल्पना आज तुम्ही इथे साकार केली आहे. प्रत्यक्षात आणली आहे.

तुम्ही, हमीरपूरच्या गावकऱ्यांनी केवळ तुमच्या राज्यालाच नव्हे तर पूर्ण देशाला व जगालाही एक आदर्श दाखविलात. या कार्यासाठी तुम्हाला दिशा दाखविणारे, सहकार्य करणारे 'तरुण भारत संघा'चे महामंत्री श्रीमान राजेंद्रसिंह आणि त्यांचे सहकारी कार्यकर्ते यांचे मी मन:पूर्वक अभिनंदन करतो.''

राष्ट्रपतींच्या या भाषणानंतर टाळ्यांचा प्रचंड कडकडाट झाला. सर्व श्रोत्यांच्या चेहऱ्यावर कृतार्थतेची फुलं उमलली.

त्यानंतर काही भाषणं झाली. ''डाऊन टू अर्थ'' हा पुरस्कार गावच्या प्रतिनिधींना देण्यात आला. व्यासपीठावर राष्ट्रपतींच्या शेजारी बसलेले राजेंद्रसिंह समोरच्या जनसागराकडं पाहात होते. वरकरणी अडाणी वाटणाऱ्या, परंतु अत्यंत सुसंस्कृत जीवन जगणाऱ्या, साध्या, त्यांच्या या ग्रामीण बंधूंकडं व अबला म्हणविणाऱ्या तरीही आपली सबलता, कर्तृत्वनिष्ठता सिद्ध करणाऱ्या या भगिनींकडे पाहून त्यांच्या हृदयात स्नेहाची भरती आली. यांच्यात हाताने तर इथले परिवर्तन घडलेय. मृत्यूपासून पुनर्जन्माकडे, नवजीवनाकडे.

राजेंद्रजींचे मन पाच-सहा वर्षांपूर्वीच्या काळात हरवले.

.... 'तरुण भारत संघा'चे काम सुरू होऊन काही वर्षे झालेली. खेड्यापाड्यातून. वस्त्यावस्त्यातून, जंगलपहाडातून जल, जंगल, जमीन, जंगली जीव याच्या संरक्षणाचे प्रयत्न चालू होते आणि लोकांना ते पटले होते. याशिवाय आपण जगू शकणार नाही याची प्रचिती आलेली. सहकार्य, श्रमदान, व्यसनमुक्ती या त्रिवेणीतून विकास होऊ लागला. सर्वांगाने जीवन समृद्ध होऊ लागले.

हे सारं समजावण्यासाठी, गावागावातल्या लोकांपर्यंत पोहोचण्यासाठी आणि शिक्षण, आरोग्य, पर्यावरणाच्या बाबतीत जागृती करण्यासाठी 'तरुण भारत संघा' ची पदयात्रा खेड्यापाड्याकडे निघाली होती. या संबंधात काम करण्यासाठी

लोकांना प्रवृत्त करणं, प्रशिक्षित करणं हा उद्देश होता.

त्या दिवशी रात्री पदयात्रेचा मुक्काम हमीरपुरात पडला, तेव्हा त्यांना गावचे सरपंच रामधन मीणा, लालूप्रसाद, नाथू पटेल व काही बुजुर्ग गावकरी त्यांना भेटायला आले.

"नमस्कार राजेंद्रभैय्या."

"नमस्कार! बसा, बोला काय आहे?"

राजेंद्रांनी आपुलकीनं विचारलं.

"भैय्या, काय सांगावं? आमच्या हजीरपूरचा डंका एके काळी खूप दूरपर्यंत वाजत होता. पण आता इथं काहीच शिल्लक राहिलं नाही. पाहा जा! आमच्या गावात सत्तर विहिरी आहेत. पण काही उपयोग नाही. दरवर्षी उन्हाळ्यात त्या आटतात. फक्त पिपरीवाली विहिरीतच थोडंसं पाणी असतं. ते प्यायलाही पुरत नाही. गेली कित्येक वर्षे ही दुर्दशा चाललीय. कुठली शेती आणि कुठले पशुपालन? गायरानं तर केव्हाच उजाड झालीयेत. गावातले निम्मे लोक तर पोट भरण्यासाठी शहरात गेलेत. आम्ही उरलेल्या लोकांनीही गाव सोडायचं ठरवलंय."

रामधन मीणा तळमळीने बोलत होते.

"ही वाईट गोष्ट आहे. गाव सोडायला नको."

राजेंद्र म्हणाले,

"त्याशिवाय मार्गच नाही आमच्यापुढं! आमच्या गावच्या पलीकडे जे नुसतं वाळवंट दिसतंय ना, तिथे अरवली नदी वाहायची. तेव्हा नऊ महिने तर पाणी असायचं तिला. उन्हाळ्यात आटायची. खूप वर्षे झाली त्याला, पण कुठल्या शापाने आमची अरवरी मैय्या गुप्त झाली कोणास ठाऊक?"

लालूप्रसाद पटेलांचे डोळे पाणावले.

"शापानं असं घडत नसतं रामधनजी, ही आपल्याच दुष्कर्मांची फळं आहेत."

"काहीही करा पण आम्हाला वाचवा राजेंद्रभैय्या, नाहीतर आम्ही उद्याच गाव सोडू. या उजाड गावात कसे राहायचे? पोट तरी भरायला पाहिजे की. तुम्ही तिकडे जोहड बांधलेत, पाणी आणलंत तसं इथंही करा ना. कुछ तो करो राजेंद्रभैय्या."

रामधनने हात जोडून विनंती केली.

"करा नाही, करू म्हणायचे. आहात तयार?"

"हो" एकमुखी हुंकार.

"लालूप्रसादजी, काम सुरू होण्याच्या आधी गावात पूर्ण दारूबंदी व्हायला पाहिजे. आणि घरटी एकानं तरी श्रमदान करायला पाहिजे. जोहडसाठी जो काही खर्च येईल त्यापैकी तिसऱ्या हिश्श्याचे पैसे तुम्ही गावकऱ्यांनी जमवायचे,

उरलेला खर्च 'तरुण भारत संघ' करतील. कबूल?''

"कबूल आहे.''

सुरुवातीला किशोरी गावात आल्यावर पैशाची अतिशय गरज होती. जोहड बांधायचे, शिक्षण, आरोग्यसेवा द्यायची म्हणजे त्यासाठी पैसा लागणारच. त्यावेळी राजेंद्रांनी आपल्याजवळची होती नव्हती तेवढी पुंजी त्यात घातली. गावकरीही गरीब. पैशाची अडचण भासू लागली. परंतु त्यानंतर काही उदार लोकांकडून काही पैसे जमवून राजेंद्रांनी काम सुरू ठेवले. त्यानंतर मात्र जसजसे या कामाचं स्वरूप व फायदे तीन-चार वर्षांतच सर्वांच्या नजरेस आले, त्यावेळी कित्येक देशी-परदेशी संस्थांनी आर्थिक पाठबळ दिले. तसेच प्रशिक्षणासाठीही मदत दिली.

तरीही गावकऱ्यांचा पैशांचा सहभाग तिसरा हिस्सा आणि श्रमदान त्या बांधकामात असणं 'तरुण भारत संघ' ला आवश्यक वाटत होतं. कारण त्याशिवाय त्याबद्दलची जबाबदारी आणि त्या कामाबद्दलची आत्मीयता वाटली नसती. आणि हे तर गावाचंच काम होतं.

हमीरपुरात जोहड बांधण्यासाठी स्थानिक अनुभवी ग्रामस्थांना घेऊन जोहडची जागा निश्चित करण्यासाठी शोध सुरू झाला.

एक जागा निश्चित ठरली. याठिकाणी जोहड बांधला असता तर जास्तीत जास्त फायदा झाला असता. आणि अधिक शेतकऱ्यांचा फायदा झाला असता.

जी जागा अत्यंत योग्य होती तिथे रूढमल मीणाचे शेत होते. ते शेत सुपीक असून त्यातून भरपूर उत्पन्न येत असे.

या दुष्काळाच्या आधी आधी रूढमलच्या शेतात मका, गव्हाचे पीक येत होते. अशा ठिकाणी जोहड बांधला असता तर रूढमल मीणाचं नुकसान झालं असतं. तरीही त्याला विचारून पाहावे म्हणून बोलावणं पाठवलं.

"जी भैय्या. माझी आठवण केली? मन बुलायो काओ?''

राजेंद्रना नमस्कार करून रूढमल म्हणाला.

इथे एका मातीच्या धाब्याच्या घरापुढेच राजेंद्र व त्यांच्या सहकाऱ्यांचा मुक्काम होता. ज्या गावात पदयात्रा, दौरा तिथल्या वातावरणाशी एकरूप होणं हे राजेंद्रांचं वैशिष्ट्य होतं.

"या रूढमलजी, तुम्ही तर जाणताच आहात की, अरवली मैय्या इथे पुन्हा बहावी यासाठी आपण प्रयत्न करणार आहोत. त्यासाठी बरेच बांध बांधावे लागतील.''

"मग काय झालं भैय्या? सुरुवात करू की.''

"पण रूढमलजी, जी जागा योग्य आहे तिथे तुमचे शेत आहे. तिथेच बांध

घालून जोहड बांधला तरच उपयोग आहे, पण त्यामुळे तुमचे शेत पाण्याखाली जाईल.''

"भैय्या, जाऊ दे माझी जमीन. तुम्ही तिथेच जोहड बांधा. माझं शेत चांगल्या कामासाठी जात असेल तर माझी हरकत नाही. गावचे कल्याण म्हणजे माझेही कल्याणच आहे. आपण आमच्या हितासाठीच करणार आहात. रोज रोज पाण्यासाठी मरण्यापेक्षा हे बरं. माझी तयारी आहे, उद्याच काम सुरू करू.''

हात जोडून रूढमल म्हणाला, त्याचे उदार हृदय पाहून राजेंद्रांचे मन गहिवरून आले. अशी नि:स्वार्थी माणसं आपल्याला भेटतात म्हणून तर काही करु शकतो. त्यांनी रूढमलला मनोमन वंदन केले.

जोहडचे काम सुरू झाले. पाहता पाहता तो जोहड पूर्ण झाला. आणि मग त्या परिसरात भावला कोल्याला गावात अकरा जोहड निर्माण झाले. साकडाका बांध, बाबजीका कच्चा बांध. नाहरसिंहका जोहड, बांडी जोहडी, छोछोवाली जोहडी, समशानवाली जोहडी, खानियावाली जोहडी आणि काही खाजगी जोहडी झाले. काही ठिकाणी एनीकट बांधले. लोकाच्या मनात आता उत्साहाची भरती आली. कारण दोन वर्षांपूर्वी ज्या गावी जोहड बांधले होते, त्या गावात पाण्याचे दुर्भिक्ष मिटले होते, ते स्वत: या लोकांनी पाहिलं होतं. चौदाशे फूट लांबीचा, वीस फूट उंचीचा आणि पन्नास फूट रूंदीचा बांध बांधण्यासाठी साडेतीनशे कुटुंबांनी अत्यंत मेहनत घेतली होती. त्यामुळे सहाशे एकर जमीन ओलिताखाली आली. वीस हजार कामाच्या दिवसांचे मानवी श्रम लागले. अरवरी नदीचा पुनर्जन्म व्हावा, म्हणून शंभरावर लहानमोठे बांध बांधले.

बांध बांधण्याच्या कामी सरकारी कोषातून मदत मागितली, परंतु विकास अधिकारी आणि कनिष्ठ अभियंत्यांनी काही मदत देण्यासाठी असमर्थता दाखविली. परंतु त्यांनी तांत्रिक बाबतीत सहकार्य करण्याचं आश्वासनं दिलं आणि त्याप्रमाणे त्यांनी आपला शब्दही पाळला.

'तरुण भारत संघ'ने सरकारी अधिकारी व गावकरी यांच्यात चांगले संबंध निर्माण व्हावेत यासाठी प्रयत्न केले. त्याचा चांगल्या प्रकारे उपयोग झाला. 'कासा' नावाच्या एका संस्थेने या काळात मजुरांना कामाच्या बदल्यात धान्य पुरवले.

अलवरहून प्रतापगढला जाणाऱ्या मुख्य रस्त्यापासून आत एक किलोमीटरच्या अंतरावर असलेल्या हमीरपूरचे भाग्य आता उघडले. नऊशे वर्षांपूर्वी इथे सिद्ध महाराज नावाचे संत रहात होते. त्यांच्याच कृपेने हमीरपूर त्यावेळी वसले होते. अरवरी नदी त्या परिसरात वाहत होती.

अरवरी नदीच्या सर्व जलधारा उत्तरेकडून दक्षिणेकडे वाहतात. हिची मुख्य

धारा भावता गावाजवळून सुरू होते. दुसरी कांकडच्या वस्तीपासून येते. या दोन्ही धारा चांदपुरा गावाजवळ एकमेकींना भेटतात. हमीरपूरजवळ येताना या धारा नदीच्या रूपात दिसू लागतात. जगन्नाथपुरावरून येणारी धारादेखील समरा गावाजवळ या नदीस मिळते. त्यानंतर ही मुख्य धारा कालैड गावाला पार करून श्रीनगर गावाजवळ असलेल्या सैंथलसागरमध्ये विलीन होते. अशाच आणखी दोन धारा इथेच येतात. अरवरी पर्वतातून या नदीचा उगम झाला.

अरवरी नदीचे पाणलोट क्षेत्र पाचशे तीन चौरस किलोमीटर आहे. परंतु गेली कित्येक वर्षे ही नदी आटून गुप्तच झाली होती. आता मात्र राजेंद्रसिंहांच्या मार्गदर्शनानं ठिकठिकाणी गावकऱ्यांनी जे बांध, जोहड बांधले त्यामुळे चमत्कार झाल्यासारख्या दोन वर्षात अरवली नदीनं पुनर्जन्म घेतला. ती वाहू लागली.

अरवली मैय्या आली...
रूमझुमत, रुणझुणत
सुख उधळत, लेकरांना दान देत,
किनाऱ्यांना चिंब करीत
दो बाजूची रूक्ष तहानलेली शेतं भिजवत,
गायीगुरांना उदंड पाणी पाजवत,
नवे अंकुर रूजवत,
अवर्षणाला हरवत,
जीवनगाणे गुणगुणत,
डोळ्यातली स्वप्ने साकार करीत, वेदनाचे वेद करीत,
जीवन संगीत गात,
श्रमशक्तीचा आविष्कार मिरवीत
अरवरीची चंदेरी जलयात्रा वाहू लागली...

सारे अचंबित. सारे आश्चर्यचकित. विश्वास न ठेवावा तर.... समोर तुडुंब भरलेली अरवली!

नव्याने पुनर्जन्म मिळालेल्या, प्रकट झालेल्या अरवरीचा वेगवान प्रवाह पाहण्यासाठी दूरदूरवरून लोक येऊ लागले. स्फूर्ती घेऊन जाऊ लागले. बंजर जमिनीची छाती फोडून भूमीच्या वात्सल्याचा पान्हा जणू पुन्हा अरवरीच्या रूपानं खळाळू लागला.

गावकऱ्यांच्या चेहऱ्यावर नवी चमक आली. आता ना दुष्काळाची भीती ना पोटाची चिंता. परदेशी परागंदा लेकरं परतली होती. शेतात कष्ट करावेत, घामानं चिंब भिजावं. ते तीर्थ काळ्या मातीत पडले की, धरतीमाता प्रसन्न होऊन अनंतहस्ते देऊ लागली.

हमीरपूरच्या गावकऱ्यांना अभिमान होता की, पुराण काळात भगीरथ राजानं परिश्रमानं या पृथ्वीतलावर गंगा आणली. आम्ही त्यांचे वारस आहोत. आम्ही आमच्या गुप्त झालेल्या अरवरी माईला पुनर्जन्म दिला.

राजेंद्रजींच्या प्रयत्नानं अरवरी नदीच्या मुक्तीयात्रेत तिचे पुत्र सामील झाले आणि हमीरपूर दुःखापासून मुक्त झाले. हमीरपूरच्या गावकऱ्यांनाही जणू नवा जन्म मिळाला.

अरवरीच्या पात्रात दीप सोडून तिची पूजा केली गेली. गावातल्या युवती आता पाणी भरण्यासाठीच नव्हे तर अरवरीचे खळाळणारे पात्र पाहण्यासाठी व त्या पाण्यात क्रीडा करणारे मासे पाहण्यासाठी किनाऱ्यावर जाऊन तासन्तास बसतात. कारण या आधी असे मनोहर दृश्य त्यांनी जन्मापासून कधी पाहिलेलंच नव्हतं. इतकं सुंदर, खळाळत पाणी त्यांनी स्वप्नातही पाहिलं नव्हतं. म्हणून हा एक नवा छंदच होऊन बसलाय आता!

तिथला एक शेतकरी धन्ना आपल्या चमकणाऱ्या डोळ्यांनी चेहऱ्यावर फुललेल्या हास्याने पुलकित होऊन ज्याला त्याला सांगतो,

"पाच-सात मण दाणा शाळा की, फसलमें होवे छा, इस साल में सत्याहत्तर मण अनाज पैदा हुवा छे।"

आजूबाजूचे डोंगर जणू कुणी खराटा फिरल्यासारखे साफ, बोडके होऊन बसले होते. कुठेतरी एखादी बाभळीचे नाहीतर पिंपळाचे झाड दिसायचे. वर्षा दोन वर्षात हळूहळू हिरवी झाडी, जंगल दिसू लागलं. जंगलाचं रक्षण व्हावं म्हणून ग्रामसभा भरवून काही कायदे बनवले केले आणि ते कायदे गावकऱ्यांनी पाळायचे ठरवले. कायदा मोडणाऱ्याला दंड होऊ लागला. दिवाळीपर्यंत जंगलात चराई बंद केली. कुऱ्हाडबंदी करून झाडांची तोंड थांबविली.

सव्वाशे वर्षांपूर्वी गुप्त झालेली अरवरी भगीरथ प्रयत्नामुळे वाहू लागली; हा एक चमत्कार वाटत होता. परंतु हा चमत्कार घडला तो 'तरुण भारत संघा' ने केलेल्या कार्यामुळं. हा चमत्कार घडला तो जात-पात, मतभेद विसरून गावकऱ्यांनी केलेल्या सामुदायिक प्रयत्नांमुळं. त्यासाठी त्यांनी जवळजवळ दोनशे बांध बांधले होते.

हमीरपुरात जणू गंगाच अवतरली. पुन्हा एकदा नंदनवन फुलले. हिरवा चारा खाऊन गुर-ढोरं माजली, अरवरीचे पाणी पिऊन शेतेही तृप्त झाली.

दोन-दोनशे हात खोल विहिरीतून पोहऱ्याने लोटा लोटा पाणी खेचणाऱ्या बायकांचे हाल संपले. मृत्यूकडून जीवनाकडे प्रवास सुरू झाला. यामागे तपस्या होती, पूर्वजांच्या परंपरेची प्रचिती होती. त्यांनी द्रष्टेपणानं जोहड बांधून पाण्याचा

थेंब न् थेंब वाचवून अनमोल अशी जलसंपत्ती जतन केली होती. तिचंच अनुसरण राजेंद्रांनी केलं होतं. त्यासाठी जागोजागी जोहड बांधले होते. अरवरी मैय्याला प्रसन्न करून घेऊन तिचं दर्शन घडावं, यासाठी असलेल्या तिच्या मार्गातल्या पायऱ्यांच जणू या.

श्रमाच्या घामाची गंगा जिथे वाहिली, श्रमदेवतेची पूजा जिथे बांधली गेली आणि पाण्यावाचून तृषार्त झालेल्या निष्पाप, साध्याभोळ्या गावकऱ्यांच्या डोळ्यांतील प्रतीक्षेचे अश्रू जिथे सांडले गेले; त्या अरवरीच्या कोरड्या शुष्क वाळवंटी पात्रातून अरवरीचा जलप्रवाह वाहू लागला.

त्यादिवशी गावकऱ्यांनी उत्सवच साजरा केला. दसरा, दिवाळी, होळी हे सण साजरे करतानाही अलीकडच्या कित्येक वर्षांत जनमन असे प्रफुल्लित झाले नव्हते. आजचा क्षण हा त्यांच्या आयुष्यातला अपूर्व, अद्वितीय असा होता.

अरवरीच्या पात्रात दीप समर्पण केले. तिच्यामुळे तर आनंदाचे दीप दुःखाच्या अंधारात उजळले गेले. काळरात्र संपली होती. सुखाची पहाट झाली. अरवरीच्या पुनरागमनासाठी पुरुषांच्या बरोबरीनं अखंड, कठोर परिश्रम करणाऱ्या महिलांनी पहिल्यांदा उत्स्फुर्तपणे फेर धरला. मनातला आनंद त्यांच्या नृत्यात, गाण्यात प्रकट होऊ लागला.

ते पाहून पुरुषही उठले. त्यांच्या लाडक्या राजेंद्रभैय्यांचा हात धरून त्यांना रिंगणात आणले. त्या जोशपूर्ण नृत्याने, समूहगीतांच्या सुरांनी आकाश दुमदुमून गेले.

त्या सुरांनी अरवरीच्या जललहरीही रोमांचित झाल्या.

राजेंद्रजींच्या मनःचक्षुसमोर क्षणी ते सारं दिसत होतं. मनःपटलावर अनेक प्रसंगांच्या मालिका पुन्हा एकदा येऊन जाऊ लागल्या.

व्यासपीठांवर मान्यवरांची भाषणे चालली होती. हमीरपूरबरोबरच आज भावता कोल्यालाच्या गावकऱ्यांचाही सत्कार होणार होता. त्यांचे परिश्रम अधिक मोलाचे होते. कारण स्वतःचा अधिक फायदा होणार नाही, हे माहिती असूनही खालच्या गावच्या शेताला पाणी मिळावे, त्यांची पाणीटंचाई दूर व्हावी त्यासाठी तिथे जोहड बांधले होते. त्यासाठी स्वतः राबले होते.

राजेंद्रजींची नजर पुन्हा एकदा जनसमुदायावरून फिरली. त्यांचे मित्र झालेले ते गावकरी आणि जणू माताभगिनी झालेल्या गावच्या महिला उत्सुक आनंदाने सोहळा पाहत होत्या. त्यांना पाहून राजेंद्रांना वाटले, ही साधीसुधी माणसं. परंतु त्यांचे कष्ट, समज, निरपेक्षता आम्हा शहरवासीयांपेक्षाही फारच प्रशंसनीय आहेत. स्वतःला बुद्धिमान समजणाऱ्या शहरातील लोकांना खेड्यातल्या लोकांबद्दल

पूर्वग्रहदूषित आकस असतो. परंतु राजेंद्रांचा असा अनुभव होता की, जीवनाला आवश्यक अशा अनेक गोष्टींच्या बाबतीत त्यांच्याजवळ अधिक समज आहे, माणुसकी आहे.

यांना योग्य दिशा दाखवून त्यांचा आत्मविश्वास जागृत केला तर ते काय चमत्कार करू शकतात; ते या हमीरपूर आणि भावता कोल्यालाच्या उदाहरणावरून दिसले.

'तरुण भारत संघा'चे, आपले ग्रामस्वराज्याचे स्वप्न पूर्ण होण्यासाठी या क्षेत्रात अजून खूप करायचंय. सर्व बाजूला असलेली प्रतिकूलता, उपेक्षा, स्वार्थी लोकांचा हस्तक्षेप या संकटांशी झुंज देऊन त्यातून मार्ग काढायचा आहे. अन्यायाशी संघर्ष चालूच आहे. परंतु पंच्याऐंशी सालापासून ते आजपर्यंत जे काही या तेराचौदा वर्षांच्या काळात घडले. तेदेखील अतिशय मोलाचे आहे. इथली माणसं आता खऱ्या अर्थानं जगताहेत आणि हे सारं आपल्या हाताने आपणच केलंय, याचा रास्त अभिमान व आनंद या लोकांना आहे.

कोणत्याही प्रकारचा आधार घेऊन जगणारी माणसं ही आयुष्यभर परावलंबीच राहतात. आणि अशांचा आधार गेला की, त्यांची स्थिती अतिशय दयनीय होत असते. कुबडीचा आधार घेऊन अपंगाला चालता येते; परंतु जर काही कारणाने त्याची ती कुबडी हिरावली गेली, तर तो पडणार हे निश्चित. म्हणून मानसिकदृष्ट्या, आर्थिकदृष्ट्या अपंग राहिलेल्या लोकांनी वेळेवर न मिळू शकणाऱ्या बाह्य मदतींच्या आशेवर न जगता त्यांनी स्वयंपूर्ण व्हावे, आपले वर्तमान व भविष्य स्वतःच हवे तसे बनवावे, यासाठी आपला प्रयत्न होता. आणि तो सार्थकी लागला. याची कृतार्थता हृदयात याक्षणी दाटली आहे असं राजेंद्रजींना वाटले.

तेव्हा स्वेच्छेने, ध्यासाने अंगीकारलेलं हे व्रत पूर्ण करताना अनेकांचे सहकार्य मिळाले. मार्गदर्शन मिळाले. सर्वांचे स्मरण राजेंद्रांना झाले. ज्यावेळी ग्रामस्वराज्य साकारण्याच्या दिशेने ते प्रयत्नशील होते, त्यावेळी सिद्धराल दढ्ढांचे अनमोल मार्गदर्शन मिळाले. जणू काही घुटीचा पहिला घोटच त्यांनी पचवलेला. म्हणूनच तर आपल्या कार्याचं हे मनोहर फलित प्रत्यक्ष दिसतेय. आणि प्रा. जी. डी. अगरवाल! घार आकाशात घिरट्या घालताना तिचं लक्ष आपल्या घरट्याकडे, पिलाकडे असावे तसे अगरवालांचे लक्ष इकडे असायचे. वेळोवेळी ते राजेंद्रांना आणि गावकऱ्यांना मोलाच्या सूचना द्यायचे, त्याही गावकऱ्यांच्या बोलीभाषेत. त्यामुळं जिव्हाळ्याचं नातं जडायचं.

त्या सूचना देतानाही अगरवालांना याचे भान असायचे की, लोकांच्या इच्छेनुसार, त्यांच्या पद्धतीनुसार आणि त्यांच्याच तंत्राने ते कार्य व्हायला हवे.

त्यामुळे गावकऱ्यांना ते आपलेच वाटायचे. अनुपमभाई आणि मंजुश्री भाटियांनीही त्यावेळी अतूट साथ दिली. म्हणूनच तर आपल्या वाटेतले काटे सुसह्य झाले. राजेंद्रांना अशा अनेक आठवणी त्या क्षणाला येऊ लागल्या होत्या. डोळे ओलावले, नकळतच हृदय भरून आले. आनंदाचे, कृतार्थतेचं अश्रू होते हे.

बन्सीचाचाचे शेत अरवरीच्या किनाऱ्याला लागूनच होते. त्याला जशी समज आली, तेव्हापासून वा पन्नास-पंचावन्न वर्षांत तिथे विशेष काही पिकत नव्हते. पावसाने जराशी कृपा केली तर थोडासा मका आणि गायीगुरांपुरता चारा येई. त्यावर पाच-सहा महिने कशीबशी गुजराण होई. कित्येक वर्षे हे असेच चाललेले. एवढं वय झालं पण सुखाचे दिवस काही पाहिले नव्हते.

अखेर चाचाची दोन्ही मुलं कामधंद्यासाठी जयपूरला निघून गेली. गावात सगळीकडं असंच होतं. परंतु गेल्या तीन वर्षांत परिस्थिती एकदम बदलली होती. राजेंद्रभैय्यांच्या 'तरुण भारत संघा'नं मार्ग दाखविला. हमीरपूरच्या हतबल झालेल्या गावकऱ्यांना त्यांनी नवं बळ दिलं आणि काम सुरू झालं. बांधाचं, जोहडचं. म्हणून गुप्त झालेली अरवली प्रसन्न झाली. बन्सीचाचाची मुलं कामाला मदत करायला आली. तसेच गाव सोडून गेलेली तरुण पोरंही परतली.

बन्सीचाचाच्या शेतात मागच्या वर्षी साठ मण गहू आणि वीस मण मका निघाला. शिवाय भाजीपाला वेगळाच. यंदा तर त्यापेक्षाही जास्ती पीक निघेल असे लक्षण डोलणाऱ्या पिकाचे दिसत होते. आपल्या हयातीत कधी बन्सीचाचांनी एवढं पीक आणि पैसे घेतले नव्हते.

अरवरीच्या काठाने जाताजाता हे सारे विचार त्याच्या मनात मासोळीसारखे सुळ्कन येऊन जात होते. अचानक त्याची तंद्री मोडली ते समोरचे दृश्य पाहून. मन्नू ठेकेदार आपल्या सात-आठ माणसांबरोबर होडीजवळ उभा होता, सोबत जाळी होती.

बन्सीचाचाच्या डोक्यात लख्ख उजेड पडला. हा तर जयपूरचा ठेकेदार. इथे मासे पकडण्यासाठी जय्यत तयारीनिशी आलेला दिसतोय. जाळीकडे पाहात पुढे येऊन त्यानं ठेकेदाराला विचारलं,

"इकडं कसं काय येणं केलंत? ठीक आहे ना?"

"तुमच्या कृपेनं या गरीबाचं ठीक चाललंय."

खोटं खोटं हसून मन्नूलाल म्हणाला,

"मासे पकडण्यासाठी आलात काय?"

"हा, परवाच अठरा हजार सातशे रुपये देऊन मासे पकडायचा ठेका घेतलाय मी."

"असं, पण नियमाप्रमाणे या ठेक्याची नोटीस आली नव्हती. आसपासच्या

गावात पण कळलं नाही. मी परवाच बाजाराला गेलो होतो. तिथे कुणालाही माहिती नाही. आम्हालाही माहिती नाही.'' बन्सीचाचा तिडिकीने म्हणाला.

''अरे बाबा, मत्स्यविभागाच्या ऑफिसरने मला हा ठेका दिलाय! पैसे मोजलेत मी त्यासाठी! दाखवू का ऑर्डर?''

तोंडातले पान चघळीत मन्नूलालनं बेदरकारपणे सांगतलं.

''ठेकेदारजी, इथल्या ग्रामपंचायतीने दिलेले ना हरकत प्रमाणपत्र तुम्ही मला दाखवा. ग्रामपंचायतीचा सदस्य आहे मी.''

''ते मला काही माहिती नाही. अठरा हजार सातशे रुपये मी भरलेत आणि माझ्या हातात हा ठेका आहे. बस्स.''

मन्नूलाल चिडून बोलला. आपल्या हातात सरकारी ऑर्डर असून जाब विचारणारा, अडवणारा हा यःकश्चित माणूस कोण? याची हिंमतच कशी झाली? असं त्याला वाटलं.

एकट्याने याच्या नादी लागण्यात काही अर्थ नाही हे समजून शेताकडे जायचे सोडून बन्सीचाचा गावाकडे वळला. चावडीजवळ येताच तिथं खेळत असलेल्या पोराबरोबर त्यानं गावकऱ्यांना निरोप पाठवला. काही वेळातच लोक जमले. तेवढ्यात गावातली बायकामुलेही जमली. सारेजण नदीकडे निघाले. ठेकेदार तिथेच उभा होता. त्याच्या माणसांनी नदीत होडी लोटली होती. ठेकेदाराला अडवून गावकरी उभे राहिले.

''अरवरीत मासे पकडायचे नाहीत. तुझ्या माणसांना परत बोलाव. तू मच्छी क्यूं पकडे?''

राघोदास म्हणाले,

''तू कोण विचारणारा?'' मन्नूलाल गुर्मीने बोलला.

''अरे, तू कोण मासे पकडणारा?''

बन्सीचाचाचा मुलगा हरी पुढे येत म्हणाला.

आता मात्र गावकऱ्यांनी ठेकेदाराला घेराव घातला. त्यांच्या डोळ्यांत दिसत होती अन्यायाबद्दलची चीड, स्वतःच्या हक्कांची जाणीव आणि जलचरांबद्दलचे प्रेम.

सर्वांच्या तोंडून नारा निघाला,

''जलचर बचाओ, ठेकेदार वापस जाओ.''

हे अनपेक्षित दृश्य पाहून मन्नूलाल ठेकेदार चांगलाच खवळला. तोंडाला येतील त्या शिव्या देऊ लागला. त्यामुळे गावकरी फारच चिडले. तो होडीकडे जायला निघाला, कारण किनाऱ्यावरचा हा गोंधळ ऐकून त्याच्या माणसांनी होडी परत आणली. परंतु तिकडे जाणाऱ्या ठेकेदाराला गावकऱ्यांनी एक पाऊलही

सरकू दिले नाही. त्याची तीनचार माणसंही जवळ आली. ठेकेदाराला मदत करावी या हेतूने पुढे झाली. परंतु ते पाच-सहा जणच आणि गावकरी तर शंभर-सव्वाशे! अशा वेळी काय करणार तो? त्याची मस्ती उतरली. आपली होडी तिथेच सोडून तो निघून चालला. जाता जाता गुरगुरला,

"लक्षात ठेवा! मी तुमच्यावर कारवाई करणारय."

"जा रे जा, आम्ही भीत नाही तुला आणि तुझ्या त्या लाचखाऊ ऑफिसरला."

बन्सीचाचा ओरडला.

ठेकेदार निघून गेल्यावर जमाव पांगला, पण मनात निश्चय करूनच की अरवरीत मासेमारी करू द्यायची नाही. कुणालाही आणि कोणत्याही परिस्थितीत.

"राजेंद्रभैय्या, अरवरीत मासे पकडण्याचा ठेका त्या जयपूरच्या ठेकेदाराला दिलाय. ना नोटीस ना काही, सारं गुपचूप चाललंय. परंतु आम्ही तसं करू देणार नाही. काय वाट्टेल ते होवो."

हमीरपूरचे लोक 'तरुण भारत संघा'च्या आश्रमामध्ये येऊन राजेंद्रना आपले गाऱ्हाणं सांगत होते.

"जलचर जिवांचे रक्षण आपण केलेच पाहिजे, आणि ठेका देण्याच्या आधी पद्धतशीर कारवाईही झाली नाहीये."

राजेंद्र म्हणाले,

हमीरपूरवासीयांचा सात्त्विक संताप पाहून त्यांना वाटले की, या भाबड्या लोकांनी रात्रंदिवस कष्ट करून अरवरीला पुनर्जन्म दिला. जणू युगानयुगाच्या प्रतीक्षेनंतर पुन्हा एकदा अरवरी यांच्या दारी आली, तर त्याच्या फायदा घ्यायला हे असे मतलबी लोक टपले आहेत.

ज्या वेळा वर्षानुवर्षे दुष्काळाच्या खाईत हे जीव होरपळत होते, अन्नपाण्याविना खंगत होते, घोटभर पाण्यासाठी तरसत होते, देशोधडीस लागले होते; तेव्हा या सरकारी अधिकाऱ्यांनी यांच्याकडे ढुंकूनही पाहिले नव्हते.

सत्ता, पैसा, योजना हाती असूनही या लोकांच्या घशात मीठ- मिरची आहे की नाही, मडक्यात पिण्यापुरते तरी पाणी आहे की नाही हे या अधिकाऱ्यांनी कधीही जाणून घेतलं नव्हतं, की त्यांच्या हालअपेष्टा पाहिल्या नव्हत्या.. तेव्हा सरकारी पैशाचा उपयोग कागदी वाघ सांभाळण्यातच केला गेला. इथल्या भागात पाणी नाही आणि जमिनीखालीही पाणी नाही म्हणून या विभागाला डार्क झोन म्हणून घोषित केले होते. परंतु जेव्हा या डार्क झोनचे रूपांतर या हमीरपूरच्या आणि भावता कोल्यालाच्या लोकांनी हरितपट्यात केले, स्वत:च स्वयंस्फूर्तीने, सामुदायिक श्रमदानाने, एकजुटीने अरवरीचे पात्र सजल केले, तेव्हा मात्र तिथे आग लावण्यासाठी हे ठेकेदार हजर झालेत. त्यांच्यामागे कुणाचा आशीर्वाद

आहे, हे सर्वांनाचा माहिती आहे.

"भैय्या, त्या ठेकेदारलाच काय; पण कुणालाही आम्ही अरवरीत मासे पकडू देणार नाही."

शंभू म्हणाला. तेव्हा मात्र राजेंद्र विचारातून जागे झाले.

ठेकेदार संतापला होता. एक तर गावकऱ्यांनी त्याला हाकलून दिले होते. त्याची इज्जत काढली होती. दुसरं म्हणजे एवढे पैसे भरून हा ठेका घेतला होता. तथापि या वेळी हात हलवत परत यावे लागले होते. म्हणजे ते अठराएकोणीस हजार अरवरीच्या पाण्यातच जातात की काय असं वाटू लागलं.

दुसऱ्या दिवशीच त्यानं अलवरच्या मत्स्यविभागाच्या कार्यालयात जाऊन हमीरपूरच्या लोकांविरुद्ध लेखी तक्रार दिली.

दुसऱ्याच दिवशी मत्स्यविभागाचे एक पत्र 'तरुण भारत संघा'च्या नावाने आले. पत्र फोडून वाचताना राजेंद्रच्या चेहऱ्यावरचे भाव बदलू लागले. ते गंभीर झाले.

'महामंत्री तरुण भारत संघ, श्री राजेंद्रसिंह

यांना कळावं की,

विषय-अरवरी नदीच्या काठावरील कालैड, लालपूर, नटाटा, हमीरपूर या अलविर जिल्ह्यातील गावातून अरवरी नदीत मासे पकडण्याचा ठेका दिला गेला आहे. परंतु यावर्षी निरीक्षण केल्यावर असे दिसून आले आहे की, हमीरपूरच्या लोकांनी तुमच्या संस्थेच्या सहकार्याने जो नवा अनिकट बांधला आहे तिथे गावकरी ठेकेदारास मासे पकडू देत नाहीत. ठेकेदाराला अडविण्याची बेकायदा गोष्ट त्यांनी केली आहे. हे संस्थेच्या चिथावणीने चालले आहे अशी माहिती आम्हाला मिळाली आहे. जर पुन्हा अशी अडवणूक झाली तर संस्थेच्या विरुद्ध कायदेशीर कारवाई केली जाईल.

सही,
मत्स्यविभाग अधिकारी,
अलवर जिल्हा

राजेंद्र अतिशय संतापले, कारण त्यांच्या संस्थेला यात विनाकारणच गोवले गेले होते. मासे पकडायला आलेल्या त्या ठेकेदारास हमीरपूरच्या लोकांनीच अडविले होते. त्यावेळी तिथे संस्थेचा कुणीही पदाधिकारी किंवा कार्यकर्ता नव्हता. जर अन्याय झाला तर त्याच्याशी दोन हात करायलाच हवा होते.

तीन-चार दिवसांनीच त्या ठेकेदराला सोबत घेऊन ते अधिकारी हमीरपुरात गेले. त्याची कुणकुण लागताच गावकरी नदीकिनारी जमले.

आज अधिकाऱ्याचे संरक्षण असल्याने ठेकेदार गुर्मीत होता. त्याचा रागरंग पाहून गावकऱ्यांनी घोषणा दिल्या.

"जलचर बचाओ, ठेकेदार वापस जावो."

गावकऱ्यांचा पवित्रा पाहून अधिकारी संतप्त झाला. काही क्षण विचार करून क्रूरपणे हसून म्हणाला,

"आम्ही या तुमच्या नदीत ॲड्रीन घालू. मग तुमचे हे मासे तडफडून मरून जातील तेव्हा काय कराल? आं! याद राखा, तुम्ही सरकारी कामात आडवे येत आहात, त्याची शिक्षा तुम्हाला मिळेल. जेलमध्ये जावं लागेल जेलमध्ये, समझे?"

"खुशाल पाठवा आम्हाला जेलमध्ये, काय करायचे ते करा. आम्ही कशालाहीं भीत नाही. काय वाट्टेल ते झालं तरी आम्ही इथेच काय; पण या अरवरीत कोणत्याही गावात मासे पकडू देणार नाही." प्रत्युत्तर मिळाले.

"असं का? पाहतोच मी." अधिकारी गरजले.

"असे, आम्ही आमचे रक्त आटवून, हाडं झिजवून एकशे एकसष्ठ जोहड, बांध, अनिकट बांधलेत. त्यामुळेच गेल्या दोन वर्षांपासून अरवरी बारा महिने वाहतेय, तिच्यात जलचर निर्माण झालेत. हिच्या पात्रात मासोळ्या वाढल्यात. राजेंद्रभैय्यांनी सांगितले होते की, या जलचर जीवाचं रक्षण करणं आपलं कर्तव्य आहे. आम्ही तसं वागतोय. गावातल्या कुणालाही मासे पकडू देत नाही आम्ही. जो कुणी मासे पकडील त्याला अकरा रुपयापासून अकराशे रुपयापर्यंत दंड करतो. विचारा सर्वांना. मासे पकडल्याबद्दल या भवानीलाही आम्ही दंड केला होता, काय रे भवानी, केला होता की नाही?"

"होय, माझी चूक झाली होती तेव्हा. एकदा मासे पकडले, त्याची शिक्षा म्हणून दंड भरलाय मी. पण माझी चूक मला कळलीय. तेव्हापासून मी कधीच मासे पकडले नाहीत आणि पुढेही पकडणार नाही."

भवानीने सांगितले. कबुली दिली.

"पण मी मासे पकडणारच. पाहू कोण अडवतंय मला."

आता सोबत अधिकारी असल्याने ठेकेदारास जोर चढला.

"इथे जलचर निर्माण आणि तुम्ही त्यांचा नाश करायला आलात? आज पहिल्यांदाच हा ठेकेदार इथे आलाय, कारण आतापर्यंत इथ नदी नव्हतीच. आयत्या बिळावर नागोबा तसं आयत्या पाण्यावर ठेकेदार. आम्ही याला मासे पकडू देणार नाही. या जलचरांना वाचविणं आमचा धर्म आहे, कर्तव्य आहे. या नदीचे पाणी आमच्यामुळे वाहते आहे. या ठेकेदाराचा यावर कसलाही हक्क नाही.

आ माकी नदी है, तारो हक नै।"

"इथेच का? अरवरीवर कुठेही आम्ही मासे पकडू देणार नाही, जर ठेके दिले असतील तर ते रद्द करा. नाही तर आम्ही आंदोलन करू."

गावातल्या बायका ऑफिसच्या पुढे जाऊन हे हिमतीने बोलल्या.

पुन्हा एकदा घोषणा झाली.

"ठेकेदार वापस जावो."

लोकांचा प्रतिकार पाहून ऑफिसरने ठेकेदारास खुणावले. ते तिथून निघून गेले.

त्यानंतर आठ दिवसानंतरची गोष्ट. अरवरीच्या पात्रात असंख्य मासे मरून उताणे तरंगत होते. ते पाहून लोकांच्या संयमाचा बांध फुटला आणि हमीरपूरच नव्हे तर अरवरीच्या काठावरच्या गावातील लोकांनी उग्र आंदोलन छेडले.

◆

। सतरा ।

"मम्मी, मी येते गं."

घाईघाईनं पर्स घेत रेणूने मीनाला सांगितले.

"रेणू, अगं कशाला स्टेशनवर जातेस? एक तर रात्री दहाला गाडी येणार. शिवाय ती लेट असेल तर कधी येईल ते सांगता येत नाही. परत आज तुझ्यासोबत मौलिकही नाही, तो रात्री अकराला येणार आहे."

मीना म्हणाली. आज राजेंद्र दिल्लीवरून येणार होते. तिथे काल परिषद होती. त्यासाठी ते भिकमपुरावरूनच गेले होते. आज इथं जयपूरला येणार होते. कारण उद्या त्यांचे इथे काम होते. त्यांना स्टेशनवर जाऊन आणायचे असे रेणून ठरविले होते. पण तिच्यासोबत जाण्यासाठी मौलिक नव्हता. तो ट्रीपला गेला होता. रात्री अकरापर्यंत परतणार होता. म्हणून मीनाने रेणूला रोकले. त्यांच्या घरापासून स्टेशन खूपच दूर होते. रात्रीच्या वेळेला मुलीने जाऊ नये असे तिला वाटत होते.

"पण मम्मी माझ्यासोबत नेहा येणार आहे. तू काही काळजी करू नकोस. मला पप्पांना सरप्राईज द्यायचंय. त्यांना रिसिव्ह करायला मी स्टेशनवर आलेले पाहून त्यांना केवढं आश्चर्य वाटेल नाही का?"

"जा गं बाई, तू न् तुझे पप्पा.... ते इथे असले की तुला काहीदेखील सुचत नाही. पण उद्या कॉलेजला दांडी मारायची नाही. बरं का? तुझी परीक्षा जवळ आलीय."

"हे गं काय मम्मी? या महिन्यात तर पप्पा इथे आलेच नाहीत. सारखं काम आणि दौरे. आज कुठे सूरत, तर उद्या गोवा, परवा झाशी तर तेरवा दिल्ली. शिवाय त्यांचं कायमचं घर म्हणजे तो भिकमपूरचा त्यांचा 'तरुण भारत आश्रम' परवा सकाळी अलवरला जाणार, म्हणून सी उद्या पप्पांच्या जवळ राहणार आहे, नो कॉलेज."

"बाप आणि लेक सारखेच जिद्दी आहात बघ, एकदा ठरवलं की ठरवलं."

मीना कृतककोपानं म्हणाली. पण दुसऱ्याच क्षणी तिला हसू आले.

रेणूला आपल्या आईचा स्वभाव पूर्णपणे माहिती होता. आपल्या वडिलांबद्दल तिच्या मनात केवढं प्रेम व आदराचं स्थान आहे हे तिला ठाऊक होतं. तिचे वडील इतरांसारखे थोडेच होते? राजस्थानातल्या वैराण, दुष्काळी, दरिद्री भागाला पुनर्जीवन देण्यासाठी त्यांनी आपलं सर्वस्व पणाला लावलं होतं आणि ते अशक्यप्राय

कठीण काम त्यांनी केलं होतं. तिथं नंदनवन फुलवलं होतं.

तेथील माणसांना त्यांनी मरणाच्या खाईतून काढले. सन्मानाचे जगणे दिले. त्यांचा रात्रंदिवस तोच ध्यास होता, प्रवास होता, त्यासाठीच श्वास होता. त्यांच्या कार्याची कीर्ती देशविदेशात पोहोचली होती. परवाच तर 'इंडिया टुडे'ने मिरॅकल मॅन म्हणून त्यांचा गौरव केला होता. ती बातमी वाचून, दूरदर्शनवर पाहिल्यावर रेणूच्या मैत्रिणींनी तिचं इतकं अभिनंदन केलं होतं की बस्स. तिच्या सरांनीही क्लासमध्ये ही बातमी विद्यार्थ्यांना सांगून रेणूचंच अभिनदंन केलं होतं. दुसरेही कित्येक पुरस्कार त्यांना मिळाले होते.

तिचे पप्पा म्हणजे तिचा अभिमान, सर्वस्व, सारे काही. इतर मैत्रिणींचे वडील कुणी ऑफिसर, कुणी डॉक्टर, कुणी वकील तर कुणी इंजिनिअर होते. दोघे-तिघे बिझनेसमन होते. ते आपल्या घरापासून दूरही राहत नव्हते. परंतु तिचे पप्पा या सर्वांहून वेगळे होते. त्यांना स्वत:च्या घरात राहायला सवड मिळायची नाही. तथापि त्यांनी हजारो लोकांची घरं उभी केली होती. त्यांच्या दु:खी जीवनात सुख आणले होते. हे सारं रेणूला माहीत होतं.

ती अगदी लहान होती तेव्हा महिन्यातून पाच-सहा दिवसच इथे जयपूरच्या घरी राहणाऱ्या राजेंद्रांना ती क्षणभरही सोडायची नाही. ते गावी जायला निघाले की, रडून गोंधळ घालायची. एवढं की तिला बाहेर पाठवून, चुकवूनच त्यांना जावं लागे. संध्याकाळ झाली की, त्यांची वाट पाहत खिडकीत उभी राही. रात्री झोपेतही तिला तेच स्वप्न पडायचे. पप्पाऽऽ म्हणून रडत उठायची. परंतु ती जशी मोठी होऊ लागली तिला समज येऊ लागली तेव्हापासून आपल्या वडिलांचं वेगळेपण आणि मोठेपण तिला जाणवू लागलं.

कधी कधी ती, तिचा भाऊ मौलिक व मम्मी बरोबर सुट्‌टीत भिकमपुराला जायचे, तेव्हा पप्पांबरोबर सगळीकडं जायला मिळायचं. कुठे नजरेच्या आरपार पोहोचलेले ते वाळवंट, त्यातून जाणारे उंटाचे तांडे, उंट जुंपलेल्या गाड्या. त्यात बसून जायला खूप गंमत वाटायची तेव्हा. ठिकठिकाणी बांधलेले जोहड तलाव, तर कुठे त्यांचं बांधकाम सुरू असायचं. मध्येच दिसणारे एखाद्या कोंबड्यासारखे आसपास वावरणारे मोर, त्यांचे ते लखलखीत, रंगवैभवी फुलणारे पिसारे, तिथल्या शेतातून काम करणारे पुरुष आणि बायका, मका, गहू बाजरीची शेतं. त्या शेतात हातातल्या लांब कांठीला बांधलेल्या विळ्यानं उभे राहूनच खुरपणी करणाऱ्या बायका. बाजरी, मक्क्याच्या शेतात लावलेली कलिंगडं हे सारं पपांबरोबर त्यांच्या कामाच्या वेगवेगळ्या ठिकाणी जाताला दिसे. तिला आठवले की, ती अगदी लहान असताना तिच्या पप्पांनी दोन वर्षे अंघोळ केली नव्हती. कारण पाणी नसल्याने तेथील शेतकरी, गाववाले अंघोळ करू शकत नव्हते. नुसत्या

ओल्या कपड्यांनी अंग, चेहरा पुसून घ्यायचे. हेच त्यांचे स्नान. नंतर अनेक जोहड, तलाव बांधून झाल्यावर पाणी विपुल झाले तेव्हाच मग तिच्या पप्पांनी स्नान करणे सुरू केले व गाववालेही जोहडमध्ये स्नान करू लागले.

त्यांना पाहून शेतातल्या, रंगीबिरंगी घागरा, ओढणी घातलेल्या, गळ्यात चांदीच्या हासळी, टिमण्या, मादळ्या आणि कपाळावर बोर, हातात नोगरी, आवळा घातलेल्या बायका आणि पुरुष आनंदाने पुढे येऊन स्वागत करीत. वाळूत पुरून ठेवलेली कलिंगडं काढून ती जमिनीवर आपटून फोडून आग्रह करकरून त्यांना खाऊ घालीत. कधी आपल्याजवळची शाक-रोटी देत. दोन घास तरी खाल्ल्याशिवाय त्यांचं समाधान व्हायचं नाही.

तिच्या पप्पांबदलचे अलोट प्रेम, आदर, आपलुकी त्यांच्या डोळ्यात दिसे. त्या साध्याभोळ्या माणसांबरोबर तिचे पप्पा त्यांच्यासोबत राजस्थानी बोलीत बोलायचे, तेव्हा तिला आणि मौलिकला खूप गंमत वाटायची. सरीस्काच्या जंगलातही जायचे ते. तिथले आदिवासी, नीलगायी, हरणं पाहून रेणूला वाटायचं की, हे सारं किती वेगळं आहे. जयपूरच्या वातावरणात आणि इथल्या वातावरणात केवढा फरक आहे, हे जाणवायचे तिला. कधी तिचे पप्पा तिला, मौलिकला आणि मम्मीला सरिस्कातल्या झाडांची नावं सांगायचे, त्यातील काही झाडाझुडपांचे औषधी गुण सांगायचे. तिथेही पप्पा तिथल्या मीणा, गुर्जर, बलाई या जमातीच्या लोकांशी त्यांच्या भाषेत बोलायचे. तशा जंगलात आणि लहान खेड्यातून त्यांच्या संस्थेच्या शाळा एखाद्या झोपड्यात किंवा पुढच्या जागेतल्या छपरात भरायच्या. त्यात शिकणारी ती लहान मुलं, मुली. अंगावर धड कपडेही नसायचे त्यांच्या. पण त्यांना पाहून रेणूला कौतुक वाटायचं.

हे सारं पाहताना आपल्या पप्पांविषयीचा आदर अधिकच दुणावायाचा. आपल्या पप्पांचे जीवन केवळ आपल्या घरच्यांसाठीच नाही. आपलं घरच केवळ त्यांचं घर नाही तर या अशा लोकांची किती तरी घरं त्यांनी उभी केली आहेत. त्यांच्या कक्षा स्वतःच्या कुटुंबापुरत्याच नाहीत तर त्या अत्यंत विशाल आहेत, हे रेणूला कळत गेलं होतं. म्हणूनच त्यांची आपण मुलगी आहोत, याचा तिला अभिमान होता.

तीन-चार वर्षांपूर्वीचा एक प्रसंग तिला अजूनही आठवतो. चार दिवसांच्या सुट्ट्या शाळेला होत्या. म्हणून ती पप्पांच्या बरोबर भिकमपुऱ्याला गेली होती. तिथून त्यांच्याबरोबर दौऱ्यावर गेली होती. खाचखळगे असलेला रस्ता, वरून आग ओकणारं ऊन यामुळं ती हैराण झाली होती. पण तिच्या पप्पांना त्याचं काहीच वाटत नव्हतं. सरिस्काजवळच्या मांडवलास, कांकवाडी भागात जोहडाचं काम चाललं होतं. तिकडे जायचं होतं. तिथं पोहोचल्यावर त्या जोहडाची पाहणी तिचे पप्पा आणि त्यांच्याबरोबरचे कार्यकर्ते करीत होते. दोन पैकी एक जोहड

पूर्ण झाला होता. येत्या पावसाळ्यात तो पावसाच्या पाण्याने भरला असता. पप्पांना पाहताच त्यांच्या अवतीभवती लोक जमले होते. त्यांच्याशी बोलत होते.

त्यांच्यातला एक जण म्हणाला.

"भैय्या, या जोहडला आम्ही तुमचं नाव देणार. 'राजेंद्रसागर' हेच नाव द्यायचे."

"हा भैय्या. आमच्या सर्वांच्या मनात आहे. तुमचं नाव देऊ आम्ही."

"ना ना, अरे सेवाराम, माझं नाव कुठल्याच जोहडला द्यायचं नाही. माझी कसम आहे तुम्हाला. एक तर या जोहडाला देवाचे नाव द्या. नाहीतर जोहडच्या जवळ ज्यांचे शेत आहे त्यांचं नाव द्या." तिचे पप्पा निक्षून म्हणाले,

"पण भैय्या!"

"अं हं, बिलकूल नको. नाहीतर ते मला आवडायचे नाही."

अखेर ते लोक हिरमुसले. पण रेणूला मात्र आपल्या पप्पांविषयी अतिशय आदर वाटू लागला. त्यानंतर ते घरात फारच कमी राहतात, जयपूरला कधीतरी येऊ शकतात, याबद्दल तिची काहीच तक्रार राहिली नव्हती. परंतु ज्यावेळी ते इथं येत तेव्हा मिळालेला क्षण न् क्षण ती त्यांच्या सहवासात असायची. त्या एक-दोन दिवसांतही त्यांच्या मीटिंग्ज, कामे, भेटायला येणारे-जाणारे यातच त्यांचा वेळ जाई. तरीही जेवढा काही वेळ मिळे तेव्हा त्यांच्याजवळ असण्यासाठी त्या दिवसात अभ्यास, मैत्रिणी या साऱ्यांना छूट असायची. एरवी ते सारं असायचंच की!

रेणूनं ठरवलं होतं की, आपण कलेक्टर व्हायचं. त्या सरकारी अधिकाऱ्यांचा रूबाब तिला आवडायचा.

ती म्हणायची,

"पप्पा, तुम्ही जशी लोकांची सेवा करता, तशी सेवा मी कलेक्टर होऊन करणार आहे."

"जरूर करो बेटा, आपल्या देशाला उत्तम, निःस्वार्थी अशा प्रशासकीय अधिकाऱ्यांची गरज आहे. तू कलेक्टर होऊन चांगले काम कर. एक कलेक्टर चांगला असेल तर तो आपला संपूर्ण जिल्हा सुधारतो. शिवाय जिथं जिथं त्याची बदली होते, तिथं तिथं तो चांगले बदल करतो. कायदा आणि सुव्यवस्थेचे राज्य आणतो. म्हणून रेणू तू अशी कलेक्टर हो."

"पप्पा, मी इंजिनियर झाले की, तुमच्याबरोबर भिकमपुऱ्यालाच येणार आहे. तिथल्या लोकांसाठी मीही तुमच्यासारखे काम करीन. पप्पा, तुम्हाला तिथे इंजिनीयर हवेच असतात न! मी येईल."

मौलिक म्हणायचा. त्यानं मनोमन ठरवलं होतं की, आपणही आपल्या पप्पासारखंच व्हायचं. त्यांच्या मार्गानेच जायचं.

"व्हा बाबा! व्हा काय व्हायचे ते व्हा आणि काय करायचे ते करा, पण

आधी जेवायला चला. तुमच्या पप्पांना भूक लागली असेल.''

लीना, रेणू व मौलिकचे बोलणे ऐकून कौतुकानं म्हणायची.

एक काळ असा होता की, आपल्या पतीच्या, राजेंद्रांच्या या सामाजिक कार्याबद्दल तिच्या मनात अढी होती. ती त्यामुळं त्यांना काही काळ दुरावली होती. परंतु त्यांचं सर्मपण, त्यांचा त्याला, कर्तृत्व, दूरदर्शीपणा, अंतरीची तळमळ आणि यातून त्या रखरखीत दुष्काळी भागाचे त्यांनी केलेले परिवर्तन हे सारे जेव्हा अनुभवास येऊ लागले तेव्हा मात्र दुधात साखर मिसळून जावी तशी ती राजेंद्रांच्या जीवनात समरस झाली.

तिच्या पतीने हजारो दरिद्री लोकांच्या जीवनात अर्थ आणला होता. त्यांच्या जीवनात सुखाची पहाट आणली होती. त्यांचा स्वाभिमान जागवला होता. पाण्याच्या थेंबाथेंबासाठी बायाबापड्यांच्या डोळ्यांतून येणारे पाणी थांबवून तिथे आनंदधारांचा वर्षाव केला होता. माणसामाणसांच्या मेलेल्या मनाला तर नवजीवन दिले होतेच; परंतु तेथील नद्यांना व मातीलाही पुनर्जन्म दिला होता. हा चमत्कार करणाला आपला हा असामान्य पती. त्याला आपलं खाजगी जीवन जगायला वेळ मिळत नव्हता, म्हणून काय झालं?

त्याच्या खळाळणाऱ्या जीवनौघाचा ती किनारा होती. त्याच्या विसाव्याचं स्थान होती. हे त्याच्या मनातले आपल्याला असणारे अढळ स्थान मीनाला माहिती होते. बाहेरून नेहाने हॉर्न दिला. रेणू गेली. मीना स्वयंपाक करू लागली. राजेंद्र आल्यावरही रात्री त्यांचं जेवण व्हायला उशीरच होणार होता. कारण आल्यावरही सतत फोन खणखणत असत. गावातले, परगावचे. राजेंद्रांचं टाईमटेबल त्यांना माहीत असे, म्हणून त्यांची गाडी आली की फोन सुरू होतं.

आपल्या नवऱ्याच्या 'स्टॅमिन्याचे' मीनाला आश्चर्य वाटे. सतत काम, दूरदूरचे प्रवास, तिथं गेल्यावरही क्षणभर विश्रांती नसे. मार्गदर्शन, व्याख्याने जमिनीची पाहणी, पाण्यासाठी पाहणी, तरीही चेहऱ्यावर कंटाळलेपण नाही. थकण्याचे नाव नाही. दमल्याच्या, वैतागाच्या खुणा नाहीत. मुद्रेवर प्रसन्न स्मित कायम असे.

मीना कारली उभी चिरून त्यात मसाला भरू लागली. राजेंद्रांना कारल्याची भाजी आवडत असे. तसेच दुधात गूळ मिसळून प्यायला आवडायचे. परंतु गेल्या कित्येक वर्षांपासून खाण्यापिण्याच्या आवडीनिवडी आशा उरल्याच नव्हत्या. बाजरीची रोटी किंवा खिचडा खाऊन त्यांनी दिवसच्या दिवस काय पण वर्षे न् वर्षे काढली. आपले हे शेतकरी भाऊ रोज तेच खातात, मग आपल्याला का चालू नये? हा विचार प्रत्यक्षात आणलेला; पण जेव्हा जेव्हा ते घरी येत तेव्हा मीना त्यांच्या आवडीचा स्वयंपाक करायची.

बेल वाजली. मीनाने दार उघडले. दारात बाप-लेक दोघे उभे होते. एवढा प्रवास करूनही चेहऱ्यावर उत्साह. मीनाकडे पाहताना राजेंद्रांच्या नजरेत प्रेम दाटून आले. त्यांनी तिच्याकडे लक्षपूर्वक पाहिले. आपण असे महिनो न् महिने बाहेर असतो. घरासाठी वेळ देऊ शकत नाही. घराची, रेणू मौलिकची सर्वच जबाबदारी मीनावरच असते. अगदी मुले लहान होती तेव्हादेखील आपण काही पाहू शकत नव्हतो. तरीही मीना न वैतागता शांतपणे, काही प्रसंगी धैर्याने सारे काही करीत होती. अजूनही करते. आपल्या अशा कधीकाळी मिळणाऱ्या सहवासावरदेखील ती प्रसन्न असते. आपण इथे नसताना आपले सारे निरोप घेणे, देणे हे कामही तिलाच करावे लागते. परंतु याबद्दल तिची कधीही तक्रार नसते. हे विचार मीनाला पाहताच राजेंद्राच्या मनात डोकावून गेले.

आल्या आल्या टॉयलेटमध्ये जाऊन फ्रेश होऊन आल्यावर त्यांनी मीनाला विचारलं.

"कोणाकोणाचे फोन होते?"

"हो, या डायरीत निरोप लिहून ठेवलेत. मुंबईहून आशीष कोठारींचा होता. मुलाखतींसाठी मुंबईच्या 'महाराष्ट्र टाईम्स' आणि पुण्याच्या 'सकाळ'चा फोन, दिल्लीवरून 'हरियाली' या संस्थेच्या सचिवाचा फोन होता. शिवाय भिकमपुऱ्यातून श्रवणचा फोन आज संध्याकाळीच आला होता. झालंच तर इथल्या पी.यू. जैन यांच्या उद्याच्या मीटिंगसाठी फोन होता...

हां. स्वीडनाचा फोन होता जॉर्ज हेली यांचा. ते पुढच्या आठवड्यात भिकमपुऱ्याला तुम्हाला भेटायला त्यांच्या काही पत्रकार मित्रांबरोबर येताहेत."

मीनाने फोनची लांबलचक यादी अगदी आठवणीनं सांगितली. पाणी पिता पिता राजेंद्र विचार करू लागले, हे सारं कसं काय जमवावं? वेळेत कसं बसवावं, याचा आराखडा त्यांच्या मनात तयार होऊ लागला. बरेच अवघड होते ते. तरीही व्यवस्थित आखणी करायला हवी होती.

गेल्या बारातेरा वर्षांत राजस्थानात त्यांनी केलेलं जोहडांचं, जलसंरक्षणाचं आणि एकूणच ग्रामविकासाचं कार्य पाहायला लांबलांबून लोक यायचे. पत्रकार, राजकारणी, सामाजिक कार्यकर्ते, विदेशातील, देशातील स्वयंसेवी संस्थांचे प्रतिनिधी या सर्वांचा समावेश त्यात असायचा. दर वर्षी वर्षभरात येणाऱ्या लोकांची संख्या वाढत वाढत या वर्षी तर तीस हजार झाली होती. भिकमपुऱ्यातील 'तरुण भारत संघा'च्या आश्रमाला ही जबाबदारी सांभाळावी लागत होती आणि साऱ्यांना राजेंद्रांचीच भेट आणि मार्गदर्शन हवे असायचे.

"चहा घेताय का?" मीनाने विचारले.

"नको, जेवणच करू." राजेंद्र म्हणाले.

तेवढ्यात फोन खणाणला. जयपूरच्या स्थानिक संस्थेने उद्या मीटिंग ठेवली होती. त्यात जलनीतीबद्दल चर्चा होणार होती. मार्गदर्शनासाठी राजेंद्रांना बोलविले होते. पाणी प्रश्नावर आता खडबडून जाग येऊ लागली होती. सरकारी पाटबंधारे खात्यालाही या प्रश्नांचे गांभीर्य कळू लागले हेते. म्हणूनच राजेंद्रांचा सल्ला या बाबतीत घेण्यासाठी अलीकडे त्यांना कमीपणा वाटत नव्हता. ज्या कामी सरकारी अधिकाऱ्यांनी जोहड बांधल्याबद्दल राजेंद्रांवर केसेस केल्या होत्या, त्यांना निष्कारण अडकवण्याचा असफल प्रयत्न केला होता, तेच अधिकारी आता वारंवार येऊन भेटत होते. कारण जे त्यांच्या हातून घडू शकले नव्हते; ते सरकारी मदत तसूभरही न घेता राजेंद्रांनी गावकऱ्यांबरोबर काम करून केले होते. मध्यंतरी सरकारतर्फे ज्या काही केसेस चालल्या होत्या; त्या ज्या न्यायमूर्तीपुढे चालल्या होत्या. त्यात न्यायमूर्ती मनोहर कांत यांनी राजेंद्र आणि त्यांच्या सहकार्यांना निर्दोष सोडले होते. आणि त्या केसेसमधील आरोपामध्ये तथ्य नाही, असा निकाल दिला होता. राजेंद्रसिंहांवर पावणेचारशे केसेस करण्याचा उच्चांक झालेला. पण त्या बोगस होत्या. त्यातली एकही केस सिद्ध झाली नाही.

त्यानंतर भिकमपुऱ्याला 'तरुण भारत संघा'च्या तर्फे पर्यावरणप्रेमी पुरस्काराचा वितरण कार्यक्रम त्यांच्या हस्ते आयोजित केला होता. या वर्षीचे पुरस्कारही नेहमीच्या पद्धतीप्रमाणे दोन ऑक्टोबर या गांधी जयंतीच्या दिवशीच देण्यात येणार होते. यंदाच्या पर्यावरण प्रेमी पुरस्काराचे मानकरी होते क्षेत्रीय वनाधिकारी रमाकारंत शर्मा, वनपाल अमरसिंह सुगनसिंह, पुरुषोत्तम कोटल व बरद मीणा यांना हा पुरस्कार देण्यात आला. तसेच जंगलात लागलेला वणवा विझविण्यासाठी ज्यांनी जिवावर उदार होऊन काम केले, त्या हरिपुरा, राजोरगढ, नाडू, खोह आणि रईका ग्रामसभेला पारितोषिक देऊन त्यांचा गौरव करण्यात आला.

त्याप्रसंगी बोलताना न्यायमूर्ती मनोहर कांत यांनी तिथं उपस्थित असणाऱ्या सरकारी अधिकाऱ्यांना खडसावून जाब विचारला,

"इथले लोक जेव्हा अन्न पाण्यावाचून तडफडत होते, पाण्याविना गावेच्या गावे ओसाड होत चालली होती, तेव्हा तुम्ही त्यांच्यासाठी काय केलेत?"

याला उत्तर मिळाले नाही.

"पाणी पुरवठ्याच्या कोणत्या योजना तुम्ही या भागात केल्या आहेत; त्या मला दाखवा. निदान एक तरी."

यावर ते अधिकारी खाली माना घालून गप्प बसले. त्यांनी काही केलंच नव्हतं, तर काय सांगणारे?

"म्हणजे जे काही केलंय ते राजेंद्रसिंह आणि त्यांच्या संस्थेने केलं तुम्ही काय केलंत, तर फुकटचा पगार खात बसलात आणि वस्ती यांच्यावर खोट्या

केसेस केल्यात. काही तरी वाटले का? मी हे सर्व काम स्वत: पाहिलेय. इथलं परिवर्तन पाहिलेय, इथल्या लोकांना वाचवलं ते राजेंद्रसिंहांनी.

त्यांच्यासाठी कशाचीही पर्वा न करता ते अहोरात्र कष्ट करताहेत आणि तुम्ही! त्यांना त्रास देता? हाच तुमचा पराक्रम? यापुढे असे चालणार नाही, हे लक्षात ठेवा. याप्रसंगी मी माझी पस्तीस एकर जमीन संस्थेला देणगी म्हणून देत आहे.''

यावर टाळ्यांचा कडकडाट झाला.

त्यानंतर तरुण भारत संघाचे महामंत्री राजेंद्रसिंह यांनी आभार मानताना सांगितले, ''संस्थेला देणगी मिळालेली जमीन बंजारा लोकांच्या पुनर्वसनासाठी दिली जाईल.''

अशा प्रकारच्या प्रतिकूल-अनुकूल परिस्थितीतून राजेंद्रांची वाटचाल चालली होती. आणि पाणीनियोजनासाठीच उद्याची मीटिंग इथे जयपूरला आयोजित केली होती.

तेवढ्यात मौलिकही आला. बापलेकांचे हितगूज चालले.

''ताटं मांडलीत. आधी जेवून घ्या. अकरा वाजून गेलेत. वाटेत कधी खाल्लं असेल कुणास ठाऊक? रेणूदेखील जेवायची थांबलीय तुमच्यासाठी.''

मीनाने सांगितले.

''अरे, हे काय रेणू; तू जेवली नाहीस अजून!''

''पप्पा, आज तुमच्याबरोबर जेवायचं असं मी ठरवलं होतं.''

''चल मौलिक, मीना तूही आमच्याबरोबर बैस ना.''

राजेंद्रने आग्रह केला.

''तुमचे होत आले की बसते.'' मीना म्हणाली.

कारण सर्वांना गरमगरम फुलके करून वाढायचे होते तिला. जेवता जेवता रेणू चिवचिवत होती.

''पप्पा, पुढच्या वेळी मीदेखील येणार आहे बरं का तुमच्याबरोबर.'' ती म्हणाली.

''कुठे?''

''गोवा, दिल्ली, मुंबई कुठेही, पण नक्की बरं का?''

''हो हो नेईन. पण माझ्याबरोबर आलीस तर कंटाळशील बरं का.''

''ऊं हूं, तुम्हाला मला न्यायचे नाही म्हणून अशी भीती दाखवता का?'' रेणू खोटं खोटं फुरगटून म्हणाली.

''मौलिक, कशी झाली तुझी ट्रीप?''

''मस्त झाली पप्पा.''

''आणि रिझल्ट कधी आहे तुझा? पेपर कसे गेलेत?''

''पंधरा तारखेला आहे. पेपर इझी गेलेत पप्पा.''

मौलिकनं सांगितलं.

"पप्पा, आज मी तुम्हाला एक गिफ्ट देणार आहे. प्रयत्न करून मिळवलीय मी ती चीज."

हसऱ्या डोळ्यानं रेणू म्हणाली

"अच्छा, काय आहे ते?"

"ओळखा तुम्हीच."

"कुर्ता!"

"अं हं.'

"किताब."

"अं हं."

"हरलो बाबा."

"नाहीच ओळखणार तुम्ही ते."

"सांगा पाहू?"

"सांगत नाही, दाखवतेच मी."

रेणूनं आपल्या कपाटातून एक कॅसेट काढली आणि ती राजेंद्राच्या हातावर ठेवली.

"ओ हो! कवी दुष्यंतच्या गझलची कॅसेट. कुठे मिळाली?"

"आहे की नाही मस्त गिफ्ट! तुम्हाला सरप्राईज गिफ्ट द्यायची होती मला. तुम्हाला दुष्यंतच्या गझल कॉलेजात असताना खूप आवडायच्या. मला माहितेय. म्हणून ती मिळविण्यासाठी मी खूप प्रयत्न केले. अखेर माझी मैत्रीण गरिमा आहे ना! तिच्या आजोबांजवळच्या कलेक्शनमध्ये ती होती. मी त्यांच्याकडून रेकॉर्डिंग करून आणलीय."

"थँक्यू रेणू, मी दुष्यंतच्या गझलचा वेडा होतो तेव्हा. नंतर माझ्याजवळ ती कॅसेटही राहिली नाही. मी विसरूनही गेलो होतो त्याचा तो आवाज. पण तू आता आणलीयस ना, जेव्हा मला सवड मिळेल तेव्हा मी ऐकेन बरं का, दुष्यंतच्या गझला क्रांतिकारी आहेत."

राजेंद्रसिंह कौतुकाने म्हणाले. आपल्या या लेकीचा आपल्यावर किती जीव आहे हे त्यांना ठाऊक होतं. एवढी आठवण ठेवून, खटपट करून, शोध घेऊन रेणूनं त्यांच्यासाठी ही स्वरभेट आणली होती.

"थांबा पप्पा, मी ही कॅसेट लावते, ऐकू या."

रेणूनं टेप सुरू केला. दुष्यंतचा भावपूर्ण खर्जातला सूर दरवळत राहिला. ते ऐकताना राजेंद्रांचं मन ते मंतरलेले, तारूण्याच्या पदार्पणाचे दिवस आठवीत राहिलं. त्यांचं मन दुष्यंतच्या त्या गझलमध्ये गुंतत राहिलं.

◆

। अठरा ।

सरकारी कार्यालयांचे कामकाज सुरू झाले. त्या भव्य इमारतीमधून कर्मचाऱ्यांची, शिपायांची आणि तिथे ज्यांची कामे आहेत अशा नागरिकांची ये-जा सुरू झाली. राजस्थान सरकारच्या पाटबंधारे खात्याच्या या विभागातल्या आपल्या केबिनमध्ये हरिप्रसाद आले. आल्या आल्या स्थानापन्न झाल्यावर त्यांनी बेले वाजविली. आत आलेल्या प्यूनला सांगितले.

"शर्मांना बोलाव."

पाचच मिनिटात त्यांचे असिस्टंट शर्मा आले.

"बसा शर्मा"

टेबलापलीकडच्या खुर्चीकडे निर्देश करीत हरिप्रसाद म्हणाले. टेबलावरच्या अहवालाकडे पाहून त्यांनी विचारले,

"शर्मा, तरुण भारत संघाचा हा अहवाल पाहिलात का?"

"पाहिलाय, अजून वाचला नाही मी. कालच दिसला. कुणी आणलाय माहिती नाही."

"मीच आणलाय तो."

हरिप्रसादने सांगितले.

"हो का?"

"जरा वाचून दाखवा बरं."

"वाचतो सर."

"मला वाटतं, आपल्या खात्याच्या लोकांसमोर याचे जाहीर वाचन करावे.

"येस सर."

"शर्मा, काही वाटतं का तुम्हाला? मी तुमचा अंदाज घेतला. तर लगेच तुम्ही त्याला तयार! काही भान वगैरे आहे की नाही?"

"सॉरी सर! पण तुम्हीच तर हा अहवाल काल मागवून घेतलात. आणि मला वाचून दाखवायला सांगितलंत. याचं मला आश्चर्य वाटलं."

"आश्चर्य कसलं? या राजेंद्रसिंहाच्या प्रत्येक हालचालीवर आमची नजर असते. पण काही म्हणा! काय अफाट काम केलंय त्यानं. या अहवालात ते सारं

आहे. मला तो तुम्हाला मुद्दामच दाखवायचा होता.''

''बरं केलंत सर.''

''तुमचं आपलं हो ला हो असतं, स्वतंत्र बुद्धी चालवा की!''

''तुम्ही माझे वरिष्ठ आहात, तेव्हा....''

''कळले, पण शर्मा तुम्हाला सांगतो, जी गोष्ट सूर्यप्रकाशासारखी सत्य दिसतेय, ती आपण नाकारू शकत नाही. समजलं.''

''हो सर.''

''हं, वाचा. माझ्या डोळ्यांचा नंबर बदललाय, पण चष्मा बदलायचाय उद्या जाईल. पण स्पष्ट वाचता येत नाही म्हणून तुम्हाला सांगतोय.'' हरिप्रसाद म्हणाले.

''तरुण भारत संघ, भिकमपुरा, व्हाया थानागाजी,

जिल्हा अलवर,

या पहिल्या भागात आजपर्यंत बांधलेल्या जोहड तलाव, अनिकट आणि छोटे बांध यांची माहिती आहे. यांची संख्या साडेसात हजार आहे. हिरामल बाबा का जोहड, गौरावाला जोहड, घोडाघाटका अनिकट, कुंजसागर जोहड, रूडाराम मीणा का जोहड, तेजाबाबा का जोहड, भर्तृहरी बाबा का नीचे का जोहड.''

''शर्माऽऽऽ अहो साडेसात हजार नावे वाचून दाखविणार आहात का मला? बस्स करा, पुढचे वाचा.''

''तरुण शाळा, वैद्यकीय केंद्रे, महिला बचत समूह.''

''ते माहिती आहे, आगे बढो.''

''हां. तरुण भारत संघाला मदत करणाऱ्या विविध संस्थांची नावे आणि ते अर्थसहाय्य कशासाठी केलेय त्याच्याही उल्लेख आहे.''

''हं.''

इक्को, नेदरलँड- जलसंरक्षण परियोजना.

सीडास्विडन - जोहड निर्माण सहाय्य.

एम. डी. सी. - स्वीत्झर्लंड - ग्रामीण विकास व पशुपालन कार्यक्रम.

ग्लोब, टायर पॅट्रोल - इंग्लंड- समुदाय आधारित संरक्षण.

जी. टी. जैड - जर्मनी-राजगढ रैणी जोहडसाठी.

यू.एन.डी.पी. - ग्रामविकास.

संयुक्त राष्ट्रसंघ विकास कार्यक्रम- बाल कामगार शिक्षण.

लोक जुंबिश परिषद- जयपूर-लोक शिक्षण कार्यक्रम.

केंद्रीय समाज कल्याण बोर्ड - शिशू पाळणाघर.

ऑक्सफेम इंडिया ट्रस्ट अहमदाबाद- जलनीती परिसंवाद

कपार्ट - ग्रामयोजना.

राष्ट्रीय ग्रामीण विकास संस्थान- भारत सरकार-ग्रामविकास.

महिला सबलीकरण, नैसर्गिक साधन योजना.

शिवाय खालील व्यक्तींनी आपल्या योजना...

"शर्मा, बस्स करा. माझे तर डोके काम देईना. या जोहडवाल्याला हे कसे जमले भगवान जाणे. पुढे वाच."

"हो, 'तरुण भारत संघा' तर्फे दरवर्षी पर्यावरण पुरस्कार सुरू केलाय. पर्यावरण रक्षणाचे काम करणाऱ्या ग्रामीण भागातील व्यक्तीस सरकारी अधिकाऱ्यांच्या हस्ते पुरस्कार देऊन सन्मानित केले जाते आणि ज्या सरकारी अधिकाऱ्याला या कार्याबद्दल पुरस्कार मिळतो, त्याला तो ग्रामीण व्यक्तीच्या हातून दिला जातो."

"म्हणजे पाहा शर्मा, या प्रथेमुळे सरकारी अधिकारी आणि ग्रामीण भागातले लोक यांच्यात एकमेकांबद्दल आपुलकी निर्माण होत नाही का? व्वा! छान कल्पना आहे, पुढचं वाचा."

हरिप्रसाद हसून म्हणाले.

"मागच्या वर्षभरात जोहडचे आणि ग्रामविकासाचे कार्य पाहायला येऊन गेलेल्या व्यक्ती."

अमेरिका, इंग्लंड, कंबोडिया, इंडोनेशिया, फिलिपाईन्स, बांगलादेशवरून...

"ते राहू द्या, इथले कोण कोण येऊन गेले तेवढेच वाचा."

भारतीय लोकप्रशासनाचे प्रतिनिधी, कल्पवृक्ष संस्था, नवी दिल्लीचे आशीष कोठारी, एकता परिषद भोपाळचे गौतम बंदोपाध्याय.

सेंचुरी मॅगेझिन मुंबईतर्फे बिट्टू सहगल, दिल्ली दूरदर्शनचे कृष्णेन्दू घोष, नॅचएल ख्रिस्ती सोसायटीतर्फे असद अख्तर, पर्यावरण विज्ञान नवी दिल्लीचे पूना रूस्तन, बरगी बांध विस्थापित संघाहून राजकुमार सिंह, इंटर कार्पोरेशनतर्फे विष्णूजी, अमरजित कौर, सामुदायिक वनसंरक्षण कार्यकर्ते, उदयपूरहून जागरण समितीचे सभासद, हरियाना वनविभाग सुरक्षा समिती, कपार्ट, यू.एन.डी.पी. चे अनिल अगरवाल, ऑक्सफेमचे अधिकारी, ओरिसा लोकदृष्टीचे कार्यकर्ते पहल या डुंगपूर्ची संस्थेचे कार्यकर्ते नेपाळवरून चितवनचे सभासद. कस्तुरबा ट्रस्ट इंदूरचे प्रतिनिधी, हैदाराबाद, कर्नाटकचे वनअधिकारी, महाराष्ट्रातून पुण्याचे जगदीश गोडबोले आदिवासींना घेऊन आले. महाराष्ट्रातूनच सामाजिक कार्यकर्ते अण्णा हजारे आणि नर्मदा बचाव आंदोलनाच्या नेत्या मेधा पाटकर, पाटनावरून...."

"शर्मा, पाच मिनिट थांबा, हे ऐकताना मला दम लागलाय. आधी चहा मागवा. नंतरच ऐकवा."

हरिप्रसाद मिस्कीलपणे हसून म्हणाले.

चहा बिस्किटे आली. त्यांचा आस्वाद घेता घेता ते आपल्या ज्युनियर ऑफिसर असलेल्या शर्माला सुनावत होते.

"शर्मा, मला वाटते तुमची एक टीम तिकडे भिकमपुऱ्याला ट्रेनिंगसाठी पाठविली पाहिजे."

"चालेल सर, आता पुढचे वाचतो."

"अलवर, जयपूर, दौसा, सवाई माधोपूर, करोली या जिल्ह्यातला बराच भूभाग 'डार्क झोन' म्हणून सरकारी खात्यात नोंदवला होता. कारण तिथं जमिनीखाली आणि वर कुठेही पाणी नव्हते. परंतु आता तोच भाग सरकारी रेकॉर्डला 'व्हाईट झोन' झालाय, असा बदल घडवला. कारण पूर्वी आटून गेलेल्या, पात्रात नुसते वाळवंट राहिलेल्या तिलदेह, जहाजवाली, रूपारेल, भगानी आणि अरवरी या नद्या 'तरुण भारत संघ' आणि गावकऱ्यांच्या प्रचंड परिश्रमामुळे आता बारा महिने वाहताहेत आणि त्यामुळे शेकडो किलोमीटरचा परिसर समृद्ध झालाय."

"हंऽऽ"

"मिडीया मॅन सर्विस फिल्म निर्मात्यांनी 'तरुण भारत संघा'च्या कार्यावर एक फिल्म मालिका बनवलीय. तरुण प्रयास, पानी बोलेगा, बडे बांधे का विकल्प, खननसे टकराते गाव, जलनीती हे या मालिकाचे नाव आहे. झी टीव्हीने 'एक और नजरिया' ही तीस मिनिटांची डाक्युमेंटरी फिल्म बनविली.

स्टार प्लसने 'भारत में जल संकट समाधान' ही फिल्म बनवली तर दूरदर्शन व इतर चॅनेल्सनीदेखील इथल्या कार्यावर, परिवर्तनावर फिल्म निर्माण केलीय."

"पाहा शर्मा, या मिडीयावाल्यांनी केवढी प्रसिद्धी दिलीय यांना."

"हो सर, आता या वर्षात झालेले काही कार्यक्रम आणि कार्य, वाचू ना?"

'वाचा, एकदा समजून घ्यायला हवंच."

"२० ते २२ एप्रिल, तरुण आश्रमामध्ये इंग्लंड, आफ्रिका, नेपाळ, पाकिस्तान, बांगलादेश आणि भारत यांच्या प्रतिनिधींनी पर्यावरण क्षेत्रात कार्यरत असलेल्या एन. जी. ओ. संस्थेबरोबर चर्चासत्रात भाग घेतला.

४ मे वाणी मंदिर जयपूर येथे भरत झुनझुनवालांनी 'राजस्थान की वैकल्पित राजनीति' यावर चर्चासत्र ठेवले. त्यात केंद्र सरकार व राजस्थान सरकारचे अधिकारी, जलसंरक्षण क्षेत्रात काम करणारे विद्वान आणि सरपंच हे सहभागी झाले.

१४ सप्टेंबर - अरवरी संसद स्थापना, अरवरी नदीच्या जलागम क्षेत्रात असणाऱ्या गावासाठी गावातल्या दोन दोन प्रतिनिधींची निवड करून अरवनी संसद बनविली.

१९ डिसेंबर - हमीरपूरमध्ये जलपंचायत.

२० डिसेंबर - टेहलामध्ये खाण पंचायत.

२१ डिसेंबर - रायसरसध्ये जंगल पंचायत.

२२ डिसेंबर - टपूकडामध्ये उद्योग पंचायतीची स्थापना, २८ डिसेंबरला लोकसमिती, ग्रामसभा निर्माण.

वर्षभरातील विशेष कार्यक्रम.

चेतनात्मक कार्यक्रम, शिबिरे, संमेलने, भित्तीपत्रके, जनसंपर्क, शैक्षणिक सहली, कार्यशाळा, पदयात्रा, पुस्तिका प्रकाशन, आरोग्यविषयक कार्यक्रम आयुर्वेदिक पद्धती शिकविण्यासाठी शिबिरे, अन्नसुरक्षा अभियान, देशी बीज संरक्षण, सेंद्रिय खतप्रकल्प, संयुक्त वन प्रबंध, स्वयंरोजगार मार्गदर्शन, संशोधन व अध्ययन कार्य, महिला समूह बचत गट व संघटन, कार्यकर्ता निर्माण प्रशिक्षण कार्यक्रम.

शिशू पाळणाघर संचालन, पशू आरोग्य. सर्वांसाठी शिक्षण कार्यक्रम.

या वर्षीची विशेष भेट - केंद्रीय कृषीमंत्री व पाणीपुरवठा मंत्र्यांची प्रकल्पांना दोन दिवसांची भेट. त्यांचे निरीक्षण व असे कार्य देशाच्या सर्व प्रांतातून करण्यासाठी सहकार्य करण्याचे आश्वासन.''

''शर्मा, आता मात्र कमाल झाली. अहो या राजेंद्रसिंह आणि त्यांच्या 'तरुण भारत संघ' संस्थेनं किती प्रकारचं कार्य करावं याला काही सीमाच नाही. केंद्रीय मंत्र्यांनीही या कार्याचं कौतुक केलंय. ते दोघे मंत्री तिकडे आले तेव्हा आपले अधिकारी तिथे उपस्थित होतेच की. आपणही त्यांना सहकार्य केले पाहिजे.''

''सर, सहकार्य केले पाहिजे नव्हे तर आपल्या योजना पूर्ण करण्यासाठी त्यांचं सहकार्य आपण घेतलं पाहिजे.''

शर्मा म्हणाले,

''वा! वा! शर्मा, आजपर्यंतच्या सर्व्हिसमध्ये आज तुम्ही हे मार्मिक बोल बोललात. त्याबद्दल माझ्या हातात असते तर मी तुम्हाला प्रमोशन दिले असते.

हरिप्रसाद हसत म्हणाले.

''थँक्स सर, पुढचा अहवाल.''

''आता बस्स, पण काय हो शर्मा, आता राजेंद्रसिंहांना पुरस्कार मिळाला ना? तुम्हाला माहिती आहे का?''

''हा, या वर्षीचा रॅमन मॅगसेसे पुरस्कार मिळालाय. नेपाळ गव्हर्नन्मेंटचा पुरस्कारही आहे त्यांना.''

''तो तर आहेच पण बाकीचेही अ‍ॅवॉर्ड मिळालेत, सन्मानही झालेत. इंदिरा गांधी पुरस्कार, संत तुलसी पुरस्कार, दी वीक साप्ताहिकाने मॅन ऑफ दी इयर म्हणून त्यांचा सन्मान केलाय. निसर्गमित्र अ‍ॅवॉर्ड मिळालाय, हाँगकाँगच्या 'एशिया वीक' चा गुड अर्थ पुरस्कार तर राजेंद्रसिंहांना मिळालाच आहे. पण इंटरनॅशनल

टायगर कॉंझर्वेशनने ॲवार्डही त्यांना दिलाय. इंडियन चेंबर्स ऑफ कॉमर्सचा तसेच विवेकानंद पुरस्कार मिळालाय, गोधिया पुरस्कार मिळालाय.

शिवाय फोर्ड फाउंडेशनच्या प्रकाशनात त्यांच्यावर लेख आलाय आणि परवाच हेमिनेट पर्सनल ॲवॉर्ड विजयवाडा फॉर वॉडर कॉंझर्वेशन मिळालाय. ''शर्मा, मीदेखील एक पत्र लिहून त्यांचे अभिनंदन करणार आहे.''

''जरूर लिहा सर, परवाच आपल्या सिंचन खात्याच्या अधिकाऱ्यांची त्यांच्याबरोबर बैठक झालीय. तेव्हा तुम्ही रजेवर होता.''

''हो, मला महिती आहे. पावड्याला 'तरुण भारत संघा' बरोबर आपण काम करणार आहोत. या राजेंद्रसिंहाने लोकांना स्वयंपूर्ण केलय. सरकारी मदतीच्या कुबड्याशिवाय काहीही न करणाऱ्यांसाठी हा नवा मार्ग निर्माण केलाय. ठीक आहे, तुम्ही तुमच्या टेबलावर जाऊ शकता. पण हा अहवाल मात्र सांभाळून ठेवा शर्मा.''

◆

। एकोणीस ।

“उड उड रे, उड उड रे मारा काला रे कागरा
जद मारा पिवजी घर आयो
खीर खांडा कागा, जिमण जिमारे
सोनरी चोच मढाऊ कागा
जद मारा पिवजी घर आयो”

लग्नघरी जमलेल्या बायका गाणं म्हणत होत्या. दारापुढे मांडव घातला होता. उद्या लग्न होतं. कजौडीचा लेक आणि लेकीचंही लग्न एका मांडवातच होणार होतं. आधी लेकीचं लग्न करून तिला घरातून पाठवायचं न् लगेच सून आणायची असा मुहूर्त काढला होता.

पूर्वी झोपडं असलेल्या तिच्या घराच्या जागी आता पक्कं घर झालं होतं. लग्नासाठी घराला रंगरंगोटी केली होती. दारावर तोरण बांधलं होतं. घरात मिठाईचा वास दरवळत होता.

कजौडीच्या वस्तीवरील जवळजवळ सर्वांचीच घरे आता चांगली बांधलेली होती. हे राजेंद्रभैय्याचे न् त्यांच्या 'तरुण भारत संघा'चे उपकार, अशी कृतज्ञतेची भावना तिच्या आणि तिच्यासारख्या कित्येक जणींच्या मनात होती.

कारण कजौडीला गालिचे विणण्याचे प्रशिक्षण संस्थेतर्फे दिलं होतं. त्यासाठी तिच्यासह या भागातल्या आठ-दहा जणींची निवड करण्यात आली होती.

महिन्याभराचे प्रशिक्षण घेऊन कजौडी परतली होती. तेव्हापासून तिच्या मनात एक नवाच आत्मविश्वास जागला होता. इथं किशोरीने गावात गालिचे विणण्याचे केंद्र सुरू केले. रोज पंचवीस बायका त्यात काम करीत होत्या. त्यांनी तयार केलेल्या या गालिच्यांना चांगली मागणी हेती. इतर मालाच्या मानाने टिकाऊ, आकर्षक आणि किंमतीने कमी असे गालिचे कजौडीच्या देखरेखीखाली बनू लावले. त्यांना त्यांच्या कामाचा भरपूर मोबदला मिळू लागला. त्यांच्या बटव्यात पैसे खुळखुळू लागले. त्यांच्या घरातील परिस्थिती बदलू लागली.

गावातल्या ज्या बायका घरात बसून कशिदा काढायच्या, त्यांना आरसे कामाचे बटवे, तोरणे, भित्तीशोभने, घागरा, ओढणी, सलवार-खमीज वगैरे

करण्यासाठी कापड, रेशीम, कातरी, सुया, आरसे आणून दिले जात आणि मार्गदर्शनही केले जाई. त्या मालाची विक्री शहरात होण्याची व्यवस्था केली गेली. या बायकांनी घरात बसून केलेल्या कष्टाला व कलाकौशल्याला भाव येऊ लागला. परिश्रमाचे फळ मिळू लागले.

या गावी लग्न होऊन आल्यापासून नशिबात जे दारिद्र्य आले होते ते टळले होते. त्यांचं घरदार, शेत, शिवार सुखसमृद्धीनं भरून गेलं होतं.

कजौडीला ते दिवस आठवले. घागरभर पाण्यासाठी दोनदोनशे हात लांबीची, एखाद्या मृत जनावरासारखी जड रस्सी दोघी-तिघींना मिळून फरफटत ओढत न्यावी लागायची. घोटभर पाण्यासाठी काळजाचे पाणी पाणी व्हायचे. सारीकडे दिवसा उजेडीही क्रूर असा काळोख पसरल्यासारखं वाटायचं. ते जगणं म्हणजे जणू अपराधाविना शिक्षाच होती. ते दिवस आठवले तरीही कजौडीला भीती वाटे, की या सुखाला कसली दृष्ट तर लागायची नाही ना?

त्यांच्या सर्वांच्या खडतर जीवनात राजेंद्रभय्यांचे आगमन झाले. या रखरखीत उजाड भूमीला त्यांच्या श्रमाचा, सद्भावनेचा, उदात्त हेतूचा, अंतरंगातील कळवळ्याचा स्पर्श झाला, तसं इथलं शापित जीवन बदलू लागलं. त्यांच्या वैराण आयुष्यावर सुखाचा पाऊस रिमझिमू लागला. त्यांनी श्रमदानाने तयार केलेले जोहडच त्यांचे जीवनाधार झाले. जे स्वप्नातही पाहिलं नव्हतं ते प्रत्यक्षात घडू लागलं. तिच्यासारख्या अनेकींचं जीवन जणू नव्याने सुरू झालं. श्रम, एकजुटीच्या पायावर त्यांच्या सुखाची हवेली उभी राहिली.

केवळ दहाबारा वर्षांत त्यांचे सारे जगच बदलून गेले होते. आपल्या कमाईचे पैसे कजौडी पतपेढीत साठवीत होती. तिनं म्हशीही घेतल्या होत्या. डेअरीला दूध जात होतं. घशात धन्याच्या कणग्या भरलेल्या होत्या. खाण्यापिण्याला, दुधदुभत्याला, कपड्यालत्याला कमी नव्हतं. तिचा नवरा शेती करायचा, म्हातारा सासरा तिथं बसल्या बसल्या देखरेख करी. जोहड झाल्यापासून पीक भरघोस यायचं. आता ना उपासमार ना कर्ज.

आपल्या मुलीलाही तिनं तरुण शाळेत घातलं होतं. तिचे लग्न करण्याचा विचार तिने चार-पाच वर्षांपूर्वी केला होता. परंतु भैय्यांनी सर्वच बायकांना निक्षून बजावलं की, मुलगी अठरा वर्षांची जाणती झाल्याशिवाय तिचं लग्न करायचं नाही. तोपर्यंत तिला शिकवा, बालविवाह करणं हा गुन्हा आहेच, पण मुलीच्या भावी जीवनाच्या दृष्टीनं अपायकारक आहे, हे त्यांनी सर्व जणींना समजावून सांगितलं होतं.

किशोरीच्या तरुण शाळेत शिकून कजौडीची मुलगी मुन्नी सातवी पास

झाली. त्यानंतर कजौडीने तिला गालिचे विणायला शिकवले. गेल्या तीन वर्षांत मुन्नीने केलेल्या कामाचे पैसे कजौडीने तसेच साठवून ठेवले होते. त्या पैशातूनच तिनं मुन्नीसाठी तिच्या आवडीची गळ्यातली सोन्याची हासळी आणि हातात घालायचा आवळा घेतला. हे दोन्ही दागिने ती मुन्नीला लग्नात देणार होती. मुन्नीचे न् तिच्या भावाचे लग्न एकाच मांडवात होणार होते. काही वर्षांपूर्वी या गावात आपल्या मुली द्यायला कुणीदेखील तयार नसायचे. अलीकडे मात्र इतर गावातल्या मुली इथे आवर्जुन देऊ लागले होते. इतकं बदललं होतं तिचं गाव!

जंबुरी, जाखडीमाई, रामप्यारी लग्नाच्या तयारीसाठी गेला महिनाभर तिच्या मदतीला येत होत्या.

कजौडीला जावई चांगला मिळाला होता. तो गोपाळपुरात शिक्षक होता आणि 'तरुण भारत संघा'चा कार्यकर्ता होता. सून सुलक्षणी होती. ती कांकवाडीची होती. कजौडी आज खूप खूप आनंदात होती. तिच्या आयुष्यातला हा अत्यंत आनंदाचा दिवस होता.

पंधरा दिवसांपूर्वीच जगदीश आणि ती दोघेही भिकमपुऱ्याच्या आश्रमात जाऊन त्यांच्या भैय्याला आमंत्रण देऊन आले होते.

"भैय्या, शादीला नक्की यायचे."

हात जोडून जगदीश म्हणाला.

"त्या दिवशी सवड आहे का पाहतो. भूरियावासच्या जोहडचं काम सुरू आहे. तिकडे जायचे होते."

राजेंद्र आपली डायरी पाहत म्हणाले. खरं म्हणजे त्यादिवशी काही संस्थांचें सभासद त्यांना भेटण्यासाठी भूरियावासच्या जोहडवर येणार होते.

"नाही भैय्या. तुम्ही यायलाच पाहिजे. तुमच्याबिगर शादी होणार नाही. तुम्ही म्हणाल तर मी दुसरा मुहूर्त बघते, पण तुमच्या आशीर्वादाशिवाय माझ्या घरातलं हे शुभकार्य करणार नाही. देखो भैय्या!"

कजौडीने हात जोडून राजेंद्रांना विनंती केली.

बोलेल तसे करायला ही कजौडी मागेपुढे करणार नाही, हे त्यांना ठाऊक होतं. त्यांना मागचे ते दिवस आठवले.

जेव्हा ते किशोरीला पहिल्यांदाच आले होते. गाववाल्यांची असहाय्यता, हाल आणि उजाड झालेली गावं पाहून जोहड तलावासाठी काम करायचं असं त्यांनी ठरवलं होतं आणि ते काम सुरू देखील केलं होतं. पण दोन-चार दिवसांतच त्यांचे चारही साथीदार त्यांना सोडून निघून गेले, कारण त्यांचे म्हणणे होते की, आपण इथे शिक्षणाचे काम करू. इथे जर कुदळ घेऊन खणत उन्हातान्हात राबत

बसलो तर आपल्या शिक्षणाचा उपयोग तरी काय?

परंतु इथं किशोरीला आल्या दिवसापासून उघड्या डोळ्यांनी पाहिलं होतं की, या लोकांना सर्वात गरज आहे ती पाण्याची. हाच त्यांचा जीवनमरणाच्या प्रश्न आहे. पाण्याचा प्रश्न सुटल्याशिवाय इतर कोणत्याही बाबतीत या भागाचा विकास होणार नाही. बाकीचे कार्य त्यानंतरचे. कारण माणसांना, गुरांना प्यायलादेखील पाणी नसेल, शेतीसाठी पाणी नसेल तर तिथे उरणारच काय? म्हणूनच आधी जोहड तलावाचे काम हाती घ्यायचं राजेंद्रांनी ठरविलं. परंतु हा निर्णय त्यांच्या सहकारी मित्रांना पटला नाही. त्यांचे मतभेद झाले आणि ते त्याच दिवशी परतले.

आपल्यापासून दूर दूर जाणाऱ्या, शरीराने व मनानेही अंतर पडलेल्या त्या चौघांच्या धूसर होत चाललेल्या आकृतीकडे पाहून राजेंद्रांचे हृदय व्यथित झाले होते. तीन-चार दिवसांपूर्वी इथे आपण पाच जण आलो होतो. सर्वांनी मिळून इथे काम करायचं ठरवलं होतं. देशाचे, समाजाचे ऋण फेडायचा निर्धार केला होता. त्यासाठी घराकडेही पाठ फिरविली होती. परंतु केवळ चारच दिवसांत त्यांचे जिवाभावाचे साथी साथ सोडून निघाले होते. खूप निराश, अस्वस्थ झाले होते मन. या क्षणी आपल्या पायाखालचा आधार खचल्यासारखं वाटत होतं. बेचैन होऊन ते विचार करीत होते. आपण एकट्यानेच पुढे काहीतरी केलं पाहिजे.

हनुमानजीच्या मंदिराच्या ओवरीत एकटेपणाच्या आवर्तात असलेला राजेंद्र आपल्या परतून जाणाऱ्या साथीदारांच्याकडे शून्य नजरेने पाहत होता. डोळ्यांत अश्रूंचे डोह भरून आले होते. हा आपल्या जीवनातला अत्यंत दु:खाचा क्षण आहे, असे त्यांना वाटत राहिले.

परंतु ते हतबल करणारे काही क्षण पुढे सरकले आणि त्यानंतर त्यांच्या मनाने त्यांना कौल दिला.

"तुझी वाटचाल तू एकट्यानेच सुरू कर. वाटेत तुला साथ मिळेल की नाही, याची चिंता करू नकोस. ईश्वराने तुला हा जो अनमोल नरजन्म दिलाय त्याचा उपयोग इतरांसाठी कर. तुझे हात समर्थ आहेत, तू तुझे कर्तव्य कर. कसलीही चिंता करू नकोस."

ते गाभाऱ्यातल्या हनुमानजीच्या पुढ्यात झुकले. आता कसलाही संदेह, दु:ख राहिले नव्हते. हनुमानजी पाठीशी उभा राहणार होता.

दुसऱ्या दिवशी पहाटे जेव्हा जाग आली, त्या वेळी त्यांचे मन त्या पहाटकिरणांसारखे प्रसन्न झालेले. आदल्या दिवशीच्या निराशेचा लवलेशही आता उरला नव्हता.

हातात कुदळ घेऊन ते जोहडकडे निघाले. आज एकट्याने कुदळीचा घाव घातला. येतो असे सांगूनही एखादा गावकरीसुद्धा इकडे फिरकला नव्हता.

अपेक्षाभंग झाला, पण निश्चय मात्र अधिकच प्रबल झाला.

कित्येक दिवसांची श्रमतपस्या, आराधना चालू होती. उन्हातान्हात, कधी उपाशीपोटी तर कधी मिळेल ते कदान्न खाऊन, कधी सोबतीला स्वतःची सावलीही नसायची अशा अवस्थेत एकट्या राजेद्रांची ही पूजा चाललेली.

रोजच सूर्य उगवत होता, मावळत होता. आपल्या तापाने त्रस्त करीत होता. सुखासीन, शहरी वातावरणात राहिलेल्या शरीराला त्याची सवय होत गेली. अगतिकता काही काळ घेरून राहिली, पण तिचे रूपांतर दृढनिश्चयी मनाच्या महाप्रचंड, असीम, अविनाशी अशा ऊर्जेत होत राहिले. मनातल्या जिद्दीने शरीरावर विजय मिळविला होता आणि शरीर मनाचे सेवक झाले. कणखर बनले. हाताला घट्टे पडले. हातांची ताकद वाढली.

एकटेपणाची खंत उरलीच नव्हती. जगातल्या अनेक महापुरुषांनी आपल्या कार्याची सुरुवात एकट्यानेच केली होती.

आणि अशाच एका सकाळी जोहडची जागा एकट्याने खणत असताना हीच कजौडी, जंबुरी माईबरोबर हातात टोकरी घेऊन आपल्या मदतीला धावून आली होती.

स्त्री असूनही प्रथम जोहडच्या कामाला हातभार लावून तिनं साऱ्या गावालाच लाजवलं होतं. दिशा दाखवली होती.

निष्क्रिय गावकरी तिच्या त्या तेजस्वी आणि माणुसकीच्या कृतीनं अपराधित, लज्जित झाले. त्यामुळेच त्यांनाही आपलं कर्तव्य आणि हित कळलं होतं, हे राजेंद्र आयुष्यभर विसरू शकत नव्हते.

... आणि आज हीच कजौडी आपल्या मुलाच्या न् मुलीच्या लग्नाचे आमंत्रण द्यायला आली होती. सांगत होती,

"भैय्या, तुम्ही शादीला आला नाहीत तर मी दुसरा मुहूर्त काढेन."

इतकी उत्कट, निर्व्याज माया तिच्या या शब्दातून, भावनेतून प्रकटली होती की, त्यामुळे राजेंद्र भारावले.

त्यादिवशी त्यांना भेटायला येणाऱ्या पाहुण्यांपेक्षा कजौडीकडं लग्नाला जाणे महत्त्वाचे आहे, असं त्यांनी ठरवलं.

"बहेन, तुम्ही सांगाल तेव्हा मी येईल. केव्हा येऊ?"

त्यांनी विचारले.

"हा भैय्या, आदल्या दिवशी संध्याकाळी या. दुसऱ्या दिवशी सकाळची शादी झाल्यावर जेवण करून जा. बुधवारी यायचं, गुरूवारी दुपारी जायचं."

कजौडी आनंदाने म्हणाली. तिची इच्छा पूर्ण झाली होती. ज्या भैय्यांनी त्यांचं जीवन बदलून टाकलं होतं, त्यांचा आशीर्वाद हवाच होता.

"जरूर या भैय्या, येतो आम्ही."

जगदीश पुन्हा एकदा नमस्कार करून म्हटले न् निरोप घेतला.

कजौडी लग्नाच्या विधीची तयारी करण्यात, आलेल्या पाहुण्यांशी, बायकांशी बोलण्याच्या घाईत होती. एक तरुण मुलगी घुमड नृत्य करायला लागली होती. ती आईला म्हणते,

"म्हारी घुमर छे नखतळी रे मा
ओ बाईला, घुमड रमवा मै जासा,
महाने रमतासे काजळ टिकी लिजेरे मा
ओ बाईला, घुमड रमवा मै जासा"

सारे नाचगाण्यात रंगले होते. विवाहाच्या मंगलप्रसंगी सर्वांचा आनंद वाढविण्यासाठी नाचगाणं जरुरीचं असतंच. एरवी दिवसरात्र राबणाऱ्या बायकांच्या मनाचं आकाश अशा वेळी रंगतदार होऊन जाई. संकोचाची बंधने काहीकाळ निखळून पडत. रोजच्या त्याच त्याच चाकोरीचा विसर पडून मनाचा मोर आनंदपिसारा फुलवून नाचे.

कजौडी कौतुकाने सारं पाहात होती. जरीकाम केलेला केशरी घागरा आणि ओढणी तिने नेसली होती. कपाळावरचा सोन्याचा बोर होता. येणाऱ्या सुनेसाठी तिने सोन्याची हासळी बनवली होती. स्वत:चं लग्न लावून आल्यापासूनच तिच्या घरातला हा सोन्याचा पहिलाच दागिना. तेवढ्याने ती हरखून गेली होती.

आता ती वाट पाहत होती ती राजेंद्रभैय्यांची. एक गाणं संपलं होतं. बायका एकमेकीत बोलू लागल्या. गोंधळ वाढला. कजौडीनं गाण म्हणणाऱ्या बायकांना सांगितले,

"अरी आपल्या रघूनं केलेलं ते जोहडवाल्याचं गाणं म्हणा की."

"हा, तेच म्हणतोय आता."

सीतलाने सांगितले आणि हाताने ताल धरून 'संदेसे आते हैं' या चालींवरचे ते गाणं सुरू केले. त्याबरोबर ते ऐकायला लग्नघरातली माणसं, मुलं पुढे येऊन बसली.

वे जोहडवालोने, करामतवालोने
रहअत वालोने, बडे दिलवालोने
नवी दुनिया बनायी है
बहारे रंग लायी है
वे पहिले मुस्कुराया है
कि अबतो बालम,

गाव में लोट के आये है

ये रहमतवालोंने, बडें दिलवालोने
किश्तोमे प्यार बाँटा है
धान भरभर उपजता है
नीर ऐसा समेटा है
सरोवर जगमगाते है।
नदी इठलाती है
कभी बलखाती है
इंद्रके प्यारी ने
उजारे लाये है।
कि हमने पूजा है।
वे तो धन्य, जगमन्य जोहडवालोने

गाणं म्हणणारे न् ऐकणारे जोहडवाल्याच्या कौतुकात विभोर झाले.

काही क्षणापूर्वी येऊन मांडवाबाहेरच्या झाडाखाली उभे राहिलेले राजेंद्र ते गाणे ऐकून तिथेच थबकलेले. या लोकांचे ते अलोट प्रेम पाहून त्यांना संकोच वाटला. परंतु असंही वाटलं की, कित्येक पुरस्कारांपेक्षाही त्यांच्या अकृत्रिम प्रेमाचा हा पुरस्कार आपल्यासाठी अधिक मोलाचा आहे.

"भैय्या, आले, भैय्या आले."

मुले ओरडली. त्यांना पाहून लोक आनंदाने त्यांच्याजवळ गेले आणि आपल्या जणू आपल्या माहेरच्याच माणसाचे-भावाचे स्वागत करण्यासाठी कजौडी पुढे आली.

◆

। वीस ।

भिकमपुऱ्यातल्या तरुण आश्रमाच्या गेटसमोर राजेंद्रसिंह आले, तेव्हा दोन वाजले होते. गेले दोन दिवस आजूबाजूच्या गावांत त्यांचा दौरा सुरू होता. गेटच्या बाहेरच जगदीश दिसला. तो गोपालपुराकडे निघाला होता. त्याला पाहून त्यांनी जीप थांबविली.

"जगदीश, गोपालपुरचे काम झाल्यावर तू थानागाजीला जा. तिथे आज दुपारी इंदूरचे काही लोक प्रकल्प पाहायला येणार आहेत. त्यांना हवी ती माहिती दे. प्रकल्पावर घेऊन जा."

"हा भैय्या."

"किशोरी गावची प्रेरक परवाच्या मिटिंगला नव्हती, आज आली होती का?"

"ती आजही आली नव्हती. तिला ताप आलाय म्हणे. मी आश्रमाचे औषध तिच्याकडं पाठवून दिले आहे." जगदीशने सांगितले.

"ग्रामकोषासाठी धान्य साठविण्यासाठी सरकारने स्टीलची पिंपं पाठवायचं कबूल केलंय. ती आलीत का हे प्रभातीला विचार."

जगदीशला निरोप सांगून त्यांनी जीप आत घेतली. आतल्या रस्त्यावरून जाताना त्यांचं लक्ष दुतर्फा असलेल्या वनराजीकडं वेधलं. आवळा, कडुलिंब, आंबा, खैर, पेरू, बोरे यासारखी शेकडो झाडं आणि काही फुलझाडं, वेलींनी हा परिसर मनोहर दिसत होता. पक्षी चिवचिवत होते. काही पक्षी स्वच्छंदपणे भरारी घेत होते. उजव्या बाजूच्या झाडीत पाच-सहा लांडोरी व मोर भान विसरून फिरत होते. असे दृश्य पाहताना राजेंद्रसिंहांना नेहमीच आनंद वाटायचा. 'तरुण भारत संघ' संस्थेसाठी पंधरा एकराच्या हा परिसर घेतला तेव्हा सारं ओसाड होतं. प्रथम आत एक कामचलाऊ इमारत बांधली. हा तरुण आश्रम अडल्यानडल्याचा आसरा होता. कार्यकर्त्यांचे केंद्रस्थान होतं ते. नंतर गरज पडेल तसा आश्रमाचा विस्तार वेळोवेळी केला गेला आणि भपका नसलेली साधी, भक्कम सूर्यप्रकाश, हवा खेळणारी, दोन चौकी असलेली दुमजली भव्य वास्तू उभी राहिली होती. मुख्य प्रवेशद्वारावर तरुण भारत संघ आणि त्याखाली तरुण आश्रम लिहिलेलं.

आश्रमाच्या इमारतीपुढे शंभर-सव्वाशे लोक बसू शकतील असा प्रशस्त फरसबंद ओटा. मध्यभागी आवळ्याचे झाड, आजूबाजूच्या वृक्षांची शीतल छाया ओट्यावर पडलेली असायची. फांद्यापानांच्या चवऱ्या वाऱ्याच्या मस्तीने डुलायच्या. पक्षी आपल्याच नादात गिरक्या घेत ये-जा करायचे. त्या ओट्यावर काही खुर्च्या मांडल्या होत्या. त्यावर झाडांच्या पानांच्या जाळीतून प्रकाशाच्या कवडशांचा खेळ चालायचा. प्रवेशद्वारातून आत जाण्यासाठी रूंद रस्ता होता. त्यांच्या दोन्ही बाजूच्या भिंतीवर व आतील दोन्ही अंगणाच्या बाजूंनी असलेल्या खांबावर आणि भिंतीवर वेगवेगळ्या बांधांची, जोहडची, शेतातल्या पिकांची, शेतकऱ्यांची आणि शेतातल्या मुलामुलींच्या प्रसन्न चेहऱ्यांची विविध छायाचित्रे लावलेली.

मधल्या त्या बोळीवजा मार्गाने आत गेले की, व्हरांड्याच्या चवीकडे कन्हैयालालजींचे कार्यालय. साधे टेबल-खुर्ची आणि शिस्तीत ठेवलेल्या फाइल्स होत्या तिथे.

उजवीकडच्या महामंत्र्याच्या कार्यालयात एक टेबल-खुर्ची आणि दोन प्रशस्त, शुभ्र चादरीने आच्छादलेल्या बैठका. समोरच्या भिंतीवर मॅगसेसे अॅवार्ड घेतानाचे राजेंद्रसिंहांचे छायाचित्र व डावीकडच्या पूर्ण भिंतीवर जोहडतलावाचे चित्र.

मधल्या चौकाच्या डाव्या बाजूला कार्यकर्त्यांच्या राहण्याच्या खोल्या, मधले मोठे अंगण, उजव्या बाजूला येणाऱ्या पाहुण्यांसाठी खोल्या. शेजारीच लागून असलेल्या चौसोपी इमारतीत भोजनगृह व स्वयंपाकघर, स्नानगृह.

या इमारतीच्या पाठीमागे भव्य पटांगण, बाजूला काटकोनात इमारत, त्यात दोन मोठे हॉल, लहानसे हॉस्पिटल व वनौषधींची रसशाळा, त्यात वनस्पतीपासून औषधे बनविण्यात येतात. रसशाळेसमोरच शतावरी, अडुडळशासारख्या औषधी वनस्पतींची लागवड केलेली. डावीकडे लडिवाळ वळण घेऊन जाणाऱ्या पायवाटेने समोर आले की गोठा, त्यात काही गायी व वासरे. गोठ्याशेजारीच एखाद्या छोट्या तळ्यासारखी असणारी प्रचंड विहीर. पावसाचे पाणी त्या विहिरीत जाण्यासाठी चारीकडे केलेले दगडी उतार, मुख्य इमारतीच्या शेजारी वाहने ठेवण्यासाठी केलेली पत्र्याची शेड. या तरुण आश्रमाच्या भोवती पंधरा एकरात लावलेली झाडं पूर्ण वाढली होती. फांद्यांच्या हिरव्या छत्रांनी खालची भुई झाकली गेलेली. फळाफुलांनी बहरलेली. झाडांचा, त्यांच्या फुलांचा, मोहराचा गंध आसमंतात दरवळत होता. आज हे वृक्षवैभव फुलले होते. परंतु पंधरा वर्षांपूर्वी जेव्हा या झाडांची रोपे लावली, त्यावेळी इथे पाण्याचे दुर्भिक्ष होते. तेव्हा राजेंद्रांनी कार्यकर्त्यांना सांगितले होते की, या रोपांना पाणी घालण्याची जबाबदारी स्वत: घेऊ शकत असू तरच झाडे लावा. ती जबाबदारी कार्यकर्त्यांनी स्वीकारली. आश्रमापासून अर्ध्या किलोमीटर अंतरावर असलेल्या भिकमपुरा गावातल्या विहिरीतून कित्येक

जण घागरीने पाणी आणून त्या रोपांना घालायचे. राजेंद्रांनीही त्यावेळी पाणी घालायचा आपला वाटा उचलला होता. सुरुवातीस दोन वर्षे ही रोपं अशी जगली वाढली, नंतर आश्रमातच पाण्याची व्यवस्था झाली. ही वनराई पाहताना राजेंद्रांना ते सुरुवातीचे दिवस आठवायचे.

शेडमध्ये जीप लावून राजेंद्रसिंह ओट्यावर आले. तेथे मांडलेल्या खुर्च्यांवर महाराष्ट्रातून डहाणू येथून आलेले निलेश निमकर, सुषमा पाध्ये व त्यांचे दोन सहकारी बसले होते. भोपाळवरून आलेली सुप्रीतीही तिथं होती. राजेंद्रसिंहना पाहून ते सामोरे आले. राजेंद्रांनी त्यांचा परिचय करून घेतला.

निलेश निमकर डहाणू येथील अनुताई वाघ यांच्या आदिवासींसाठी कार्यरत असलेल्या संस्थेत काम करीत होते. या शिक्षकांना गावोगावच्या तरुण शाळेत शिकविणाऱ्या इथल्या कार्यकर्त्यांना आठ दिवसांचे प्रशिक्षण देण्यासाठी बोलाविले होते. बालकामगारांना शिकवणाऱ्या शिक्षक-शिक्षिकांसाठी तरुण आश्रमने हे शिबिर आयोजित केले होते. त्यामुळे त्यांचे कार्य अधिक चांगले झाले असते; हा या शिबिरामागचा उद्देश होता.

नमस्कार करीत राजेंद्रांनी त्यांना आपुलकीने विचारले,

"इथे आपल्याला काही तकलीफ तर नाही ना? सर्व व्यवस्था आहे ना? काही हवे असेल तर सांगा."

"आमची व्यवस्था चांगली झालीय. तुमच्या कार्यकर्त्यांत शिस्त आहे. शिवाय ज्यांना आम्ही प्रशिक्षण देतोय त्यांच्यात ग्रहणशक्ती व उत्साह आहे."

निलेश निमकरांनी सांगितले.

आपल्या कार्यालयात जाऊन राजेंद्रसिंह आजची आपली दिवसभराची कामे कोणती आहेत, त्याची नोंद पाहू लागले. आजच आजूबाजूच्या खेड्यातून शिक्षण, आरोग्य, बचत यासाठी काम करणाऱ्या ग्रामीण महिला कार्यकर्त्यांची बैठक होती. यावेळी ती गच्चीवर चालली होती. महिनाभरातल्या कामाची नोंद व पुढच्या महिन्यात करावयाची कामं याची माहिती दिली जात होती. या पन्नास-साठ महिलांपैकी एकेकजणी चार-पाच खेड्यांत काम करायच्या. त्यांना 'प्रेरक' असं म्हटलं जाई. सध्या 'तरुण भारत संघा'चे शेकडो स्वयंसेवी कार्यकर्ते हजारांहून अधिक खेड्यात काम करीत होते.

राजेंद्रसिंह फाइल वाचत होते. तेवढ्यात कन्हैयालाल आले. तरुण आश्रमाचे व्यवस्थापक म्हणून सारं काम ते अत्यंत उत्साहानं आणि मन:पूर्वक करायचे. आलेल्या पाहुण्यांची व्यवस्था, आश्रमाची स्वच्छता, गायीगुरांचे चारापाणी, झाडाझुडपांकडे त्यांचे जातीने लक्ष असे. पायात काहीसे न्यून असूनही काम करण्याची त्यांची शक्ती असीम होती.

"आईए, कन्हैयालालजी, आज आणखी कोणती कामं आहेत?"

"निंबीचे राधू पटेल आज तुम्हाला भेटायला येणार आहेत." तेवढ्यात राधू पटेल आलाच.

"नमस्कार भैय्या."

हात जोडून राधू म्हणाला.

राधूची शेती निंबी गावाजवळ होती. चार दुभती जनावरं होती. अरवरी नदी पुन्हा एकदा बारमाही वाहू लागली. तिची एक धारा निंबी गावाजवळून जात होती. तिलाही कायम पाणी वाहू लावलं आणि राधूसारख्या अनेक शेतकऱ्यांचे नशीब बदलले, परिस्थिती बदलली. सरसोच्या, गव्हाच्या पिकाबरोबरच मुळा, बटाटा, मटार, कोबी, घेवडा या भाज्यांची लागवड होऊ लागली. राधूच्या गावातूनच वरती कपडा झाकलेल्या भाज्यांच्या टोपल्या रोज ट्रक भरभरून दौसा, अलवर, करौलीला विक्रीसाठी जाऊ लागल्या. आजूबाजूच्या गावांतूनही हीच परिस्थिती होती. आज एकट्या राधूकडे पन्नास- साठ दुभत्या म्हशी होत्या. दहा रुपये लिटर दरानं रोज चार-पाचशे लिटर दूध तो डेअरीत घालत होता. पंचवीस एकर शेती होती. ती सारीच लागवडीखाली आली होती. त्याला सात मुले आणि एक मुलगी. स्वत: राधू त्याची बायको दिघी, मोठी सून मांगी व सर्व मुले-सुना म्हशींचे न् शेतीचे काम करायचे. घरात लोण्या तुपाचे रांजण भरलेले असायचे. एवढ्या मोठ्या कुटुंबाचा खर्च भागवून राधूने पैसे शिल्लक टाकले होते.

"काय पटेल? काय चाललंय?"

"ठीक चाललंय भैय्या. पण तुम्ही या दोन महिन्यांत तिकडे आलाच नाहीत. तुमच्यावाचून सगळं बिघडलंय बघा."

राधू पटेल थोडा वैतागून म्हणाला. उंचापुरा, नाकेला, बेरकी वाटणाऱ्या डोळ्यांचा, मूळचा गौरवर्ण उन्हात रापून तांब्यासारखा झालेला असा राधू गावकऱ्यांना भारी होता. पण राजेंद्रभैय्यांचा भक्त होता जणू. रामापुढे हनुमान असावा तसा त्यांच्यापुढे नम्र होई. त्यांना भेटल्याशिवाय त्याला चैन पडत नसे, आताही त्यानं त्यासाठीच तक्रार केली.

त्याचे ते बोलणे ऐकून राजेंद्रसिंह हसले.

"पटेल, आम्ही तर तुमची गाडी सुरू करून दिलीय. यापुढे तुमची तुम्हीच चालवायचीय. दुसरीकडे गरज आहे तिथे जावं लागतं ना."

ते मिश्कीलपणे म्हणाले.

"हा भैय्या. पण इंजिन नसल्यासारखे वाटते."

राधू म्हणाला. त्यावर दोघेही हसले. राधू गेला.

"भैय्या, काल रात्री जोधपूर महाराजांच्या पी.ए.चा फोन होता.

त्यांना तुमच्याशी बोलायचं होतं. आज ते तुम्हाला फोन करतील."

कन्हैयालालनी निरोप सांगितला.

साधारणपणे तीन वर्षांपूर्वी जोधपूर नरेश महाराज गजसिंह यांनी राजेंद्रसिंहांशी संपर्क साधला होता. त्यांच्या कानावर राजेंद्रसिंहांनी पाण्यासाठी केलेल्या अफाट प्रयत्नांची आणि त्याला आलेल्या यशाची कीर्ती गेलेली. तरीही जोधपूर महाराजांनी आपल्याला बोलावले याचे काहीसे आश्चर्यच वाटले होते त्यांना. कारण संस्थाने विलीन होऊन पन्नास वर्षे झालेली तरीदेखील काही माजी राजे, महाराजे अजूनही आपल्या जुन्या राजवटीच्या, गेलेल्या सत्तेच्या, वैभवाच्या कोषातच जगत होते. त्यांच्यापैकी काहींच्या पॅलेसची पंचतारांकित हॉटेल्स झाली होती. काही जण जायदादी, मूल्यवान जडजवाहीर विकून त्या पैशावर ऐश करीत होते. काही संस्थानिक इंग्लंड, अमेरिकेसारख्या देशात कायमच्या वास्तव्यासाठी गेले होते. काही राजे कंगाल झालेले. काहींचा त्यांच्या पूर्वीच्या प्रजाजनांशी काहीच संबंध राहिला नव्हता, तर काही महाराजे राजकारणात उतरले होते, त्यामुळे जनसंपर्कात असायचे. या राजेरजवाड्यांचे विश्वच वेगळे होते. म्हणूनच त्यावेळी जोधपूर महाराजांचा निरोप आल्यावर राजेंद्रसिंहांना त्याचे आश्चर्य वाटल्याशिवाय राहिले नाही.

त्यांच्या आमंत्रणाप्रमाणे ते महाराजा गजसिंहांना भेटायला जोधपूरला गेले होते. महाराजांनी त्यांचे मन:पूर्वक स्वागत केले. तेजस्वी व्यक्तिमत्त्वाचे राजपुरुष होते ते.

त्यांना भेटल्यावर राजेंद्रसिंहांना वाटले की, हा राजा खरोखरच महाराजा म्हणून शोभतोय. महाराजांच्या खास हॉलमध्ये त्यांची चर्चा सुरू झाली. महाराज म्हणाले,

"म्हारा मारवाडमें मन पाणी चैज."

"माझा मारवाड पाणीटंचाईपासून मुक्त झाला पाहिजे. ही भूमी यापुढे पाण्यावाचून वंचित राहू नये. इथल्या माणसांना प्यायला, शेतीसाठी पाणी मिळायला पाहिजे, अशी माझी उत्कट इच्छा आहे. राजेंद्रसिंहजी, आपण याच राजस्थानात हा चमत्कार घडवलाय. म्हणूनच आम्ही आपणास आमंत्रित केले आहे. माझ्या मारवाडातही तुम्ही हे करा, आम्ही सर्व प्रकारची मदत करू."

महाराजा गजसिंहांच्या शब्दाशब्दातून आपल्या या भूमीबद्दलची. इथल्या नागरिकांबद्दलची तळमळ व्यक्त होत होती. हे त्यांचे जोधपूर संस्थान केव्हाच खालसा झाले होते. कायदेशीरपणे त्यांची राजवट संपलेली असली, तरीही अजून या जनतेबद्दलची आत्मीयता त्यांच्या अंत:करणात होती. त्यांचे कल्याण व्हावे अशी इच्छा त्यांच्या मनीमानसी सदैव होती. त्यामुळेच त्यांनी राजेंद्रसिंहांना

भेटायला बोलावले होते. प्रचंड वाळवंटाने व्यापलेल्या त्यांच्या या मारवाडात पाण्याचे दुर्भिक्ष तर नित्याचेच झाले होते. जोधपूर, बिकानेर, बारमेर, जेसलमेर अशी काही मोठी शहरं सोडली, तर खेड्यापाड्यातून राहणाऱ्यांच्या नशिबी पाण्यासाठी हालच होते. त्यासाठी विचारपूर्वक त्यांनी हा निर्णय घेतला होता. राजेंद्रसिंह यांच्या नेतृत्वाने आपल्या या प्रिय प्रांतातही पाण्याची विपुलता व्हावी, जोहड व्हावेत अशी त्यांची इच्छा होती, त्यासाठी आपला खजिना खर्च करण्याची त्यांची तयारी होती. खरे म्हणजे जेव्हा स्वातंत्र्य मिळाले आणि संस्थानांचे विलीनीकरण झाले, त्यावेळी महाराजा गजसिंहांचा जन्म झाला होता. त्यांचे शिक्षण, त्यांच्या मनाची, व्यक्तिमत्त्वाची जडणघडण ही स्वतंत्र भारतात झाली. तरीदेखील या प्रजेला ते आपले मानीत होते. आपल्या कर्तव्याबद्दल त्यांना निष्ठा होती. त्या ओढीनेच ही आजची भेट त्यांनी ठरवली होती.

"महाराजजी, आपल्या इच्छेप्रमाणे हे कार्य जर होईल. परंतु त्यासाठी प्रथम या भागातल्या जनतेला, खेड्यापाड्यात राहणाऱ्या लोकांना जागरूक केलं पाहिजे. आपणच आपला उद्धार करून घेतला पाहिजे, अशी भावना त्यांच्यात निर्माण केली पाहिजे. त्यांच्या सहकार्यातून श्रमदानानेच सारे झाले पाहिजे."

राजेंद्रसिंहांनी सांगितले.

"त्यासाठी काय करायला हवं ते सांगा. पैशाची फिकीर करू नका. आमचे राज्य जरी खालसा झाले असले तरीही ही आमच्या पूर्वजांची भूमी आहे. म्हणूनच ही प्रजा आमचीच आहे, हे आम्ही विसरलो नाही. आपण काहीही सांगावं. आम्ही तयार आहोत. बोला राजेंद्रसिंहजी, आम्ही काय करावं?"

महाराजा गजसिंहजी उत्कटतेने म्हणाले. तो उमदा, उदार हृदयाचा राजपुरुष अंत:करणापासून हे बोलत होता. राजेंद्रसिंहांना विश्वास वाटला की, महाराजा जे बोलताहेत त्यामागे कसलेही राजकारण, प्रसिद्धीची हाव नाही. हे तर एका जबाबदार, सहृदय संस्थानिकाचे अंतरीचे उद्‌गार आहेत.

"महाराजजी, प्रथम जोधपूरमधील काही समाजसेवी व्यक्तींची, संस्थेच्या प्रतिनिधींची एक बैठक घ्यावी. त्यानंतर गावोगावी, खेडोपाडी, वस्त्यावस्त्यांमधून पाण्याच्या प्रश्नावर उद्‌बोधन करण्यासाठी पदयात्रा काढाव्यात. त्या लोकांना प्रत्यक्ष भेटावे आणि त्यांना त्यासाठी प्रवृत्त करावं."

"ठीक है, आपण सांगता त्याप्रमाणे जरूर होईल."

महाराज म्हणाले. त्यानंतर वेगाने चक्रं फिरली. बैठका झाल्या, पदयात्रा निघाल्या.

आश्चर्याची गोष्ट म्हणजे या पदयात्रेत महाराणी जोधपूर, युवराज शिवसिंह आणि राजकन्या शिवरंजनीदेवी सहभागी झाले होते. ज्यांना कधी रखरखीत

उन्हात, रणरणत्या वाळवंटातून चालत जाणं स्वप्नातही माहिती नव्हतं, अशा या राजपरिवारातल्या व्यक्ती पायी चालत आपल्या घरापर्यंत, झोपडीत आलेल्या पाहून लोक अचंबित आणि आनंदित व्हायचे. एखाद्या नाजुक गुलाबपुष्पाप्रमाणं असलेल्या महाराणी व राजकन्या, राजपुत्र हे सर्वसामान्य जनतेत, गोरगरीबांत मिसळत होते. त्यांच्याशी बोलत होते. त्यांनी आदराने, प्रेमाने दिलेले त्यांच्या मडक्यातले ताक पीत होते. हे नवल घडलं होतं आणि राजा व सर्वसामान्य प्रजा यांच्यातील अंतर या क्षणी कमी झालं होतं.

अजूनही लोकांची राजपरिवारावर श्रद्धा होती. राजघराण्यांनी, पूर्वीच्या महाराजांनी प्रजेसाठी केलेल्या काही चांगल्या गोष्टींची आठवण आजही होती. त्याबद्दलची कृतज्ञता होती.

पाहता पाहता जोधपूर जिल्ह्यात जोहडचं काम नेहमीच्या पद्धतीनं सुरू झालं. ते करणं आता बरंच सोपं झालेलं. कारण स्वत: महाराज पाठीशी होते. आणि इतर गावचे पाहून या लोकांनाही माहीत झाले होते की, या जोहडबांधामुळे आपल्याला नक्की पाणी मिळणार, आपलाही परिसर समृद्ध होणार. या तीन वर्षांत कित्येक जोहड पूर्ण झाले. त्याचे फळही मिळाले.

... आणि आज महाराज गजसिंह यांचा फोन आल्याचे कन्हैयालालनी राजेंद्रसिंहांना सांगितले.

संध्याकाळ झाली. तरुण आश्रम दिवेलागणीने उजळला. गायीवासरं गोठ्यात परतली. झाडे ध्यानस्थ मुनीसारखी स्तब्ध उभी राहिली. पाखरं आपल्या घरट्यात चिडीचूप होऊन विसावली. परंतु आश्रमामध्ये काम सुरूच होते.

फोन खणखणला.

"राजेंद्रसिंहजी हैं? महाराजा जोधपूर उनसे बात करना चाहते हैं।"

पलीकडून पी.ए. बोलत होता.

"हा, मैं राजेंद्रसिंह।"

"राजेंद्रसिंहजी, येत्या पंधरा जानेवारीला आपणाला वेळ आहे का? तो दिवस आपण आमच्यासाठी राखून ठेवायचाच."

महाराज गजसिंह आपल्या खर्जातल्या आवाजात बोलत होते. त्यात आदर, आपुलकी होती.

"महाराजजी, आपणासाठी मी सांगाल तेव्हा वेळ काढीन. काय हुकूम आहे बोला?"

"राजेंद्रसिंहजी, पंधरा जानेवारीला आमचा चौपन्नावा वाढदिवस साजरा होणार आहे."

"आपल्याला वाढदिवसाची बधाई द्यायला त्या दिवशी मी नक्कीच जोधपूरला येईल महाराजजी."

"आना ही पडेगा, राजेंद्रसिंहजी, माझ्या वाढदिवसाच्या समारंभाच्या वेळी आमचा खास दरबार भरणार आहे, त्यावेळी आम्ही तुम्हाला सिरपावा देऊन आपला सत्कार करणार आहोत."

"लेकिन महाराजजी, हा सत्कार वगैरे कशासाठी?"

"ते काही नाही, आमचा हा प्रेमाचा हुकूम आहे, तो मानावाच लागेल."

"ठीक आहे."

"आदल्या दिवशी चौदा तारखेला जोधपूरला आमच्या उमेदभवन पॅलेसमध्ये मुक्कामाला यायचंय. सकाळी दरबार असेल, त्यावेळी हा समारंभ होईल."

राजेंद्रसिंहाचा होकार घेऊन महाराजांनी फोन ठेवला. महाराजांच्या आमंत्रणाला ते नकार देऊ शकतच नव्हते. कारण तो एका निर्मळ, आकाशासारखे उदात्त हृदय असणाऱ्या व्यक्तीचा आग्रह होता. तो वरवरचा नव्हता, तर त्यात आत्मीयता होती.

चौदा जानेवारीला जोधपूरला जाण्याचे ठरले. राजेंद्रसिंह आपल्या नेहमीच्या कामात गुंतून गेले. त्यादिवशी संध्याकाळी ते सरिस्कातील मांडलवास, काकवाडी या गावी जाऊन आश्रमात परतले. येताच जगदीशांनी त्यांच्यापुढे पेपर ठेवला.

"भैय्या, कालच आपल्या केसचा निकाल लागला. तुम्हाला तिकडे कळवू शकलो नाही. आजच्या या 'दैनिक भास्कर' मधील सविस्तर बातमी पाहा."

राजेंद्रसिंह बातमी वाचू लागले.

'जलसंरक्षणासाठी कार्यरत असणारे 'तरुण भारत संघा' चे महामंत्री, मॅगसेसे पुरस्कार विजेते राजेंद्रसिंह यांच्याविरुद्ध केलेल्या कारवाईत दौसा जिल्ह्यातील सलेमपूर ठाण्याचे अधिकारी पूरणमल यांना मनमानी कारवाई केल्याबद्दल बडतर्फ केले गेले. त्यांना दोषी मानले केले. या ठाण्यातील पोलिसांनी काही मजुरांच्या रिपोर्टवरून संघाच्या कार्यकर्त्यांना अटक करून खोटी केस केली होती. त्यात म्हटले होते की, तलाव खोदाईची मजुरी 'तरुण भारत संघा' ने नियमापेक्षा कमी दिली होती.'

'अतिरिक्त पोलीस महानिदेशक नमोनारायण मीणांनी सांगितले की, मजुरांना दिली गेलेली मजुरी स्वयंसेवी संस्थांनी आंशिक रूपाने दिली होती. पोलिसांनी संघाच्या कार्यकर्त्यांना नाहक त्रास दिला. म्हणून या प्रकरणाची चौकशी करून पोलीस ठाण्याचे अधिकारी पूरणमल यांच्यावर ही कारवाई केली गेली. पत्रकारांनी फोन करून या मामल्याची चौकशी सलेमपूर ठाण्यावर केल्यावर 'आम्हाला ही

माहिती विचारणारे हे पेपरवाले कोण आहेत? त्यांना माहिती देण्यासाठी आम्ही बांधील नाही.' अशी दुरुत्तरे मिळाली.

ही सविस्तर बातमी वाचून राजेंद्रसिंह काही न बोलता केवळ हसले आणि ते फाईल वाचू लागले. अशा शेकडो केसेस त्यांच्यावर झाल्या होत्या. खोटे आरोप असल्याने ते सिद्धही होऊ शकले नव्हते. त्याचे त्यांना दु:खही नव्हते आणि सुखही नव्हते. त्यांचे जीवन म्हणजे एक महासंग्राम होता. रात्रंदिवस चालणारा संघर्ष आणि अन्यायाशी झुंज देणे यातच आयुष्याची इतिकर्तव्यता होती.

म्हणूनच अनेक पुरस्कार मिळाले किंवा प्राणांतिक हल्ले झाले तरीदेखील त्यांचे मन अचल राहिले होते.

सन्मान असो वा संघर्ष; त्यावेळी ते समचित्तच राहिलेले.

◆

। एकवीस ।

दूरवरून रोषणाईने उजळलेला उंचावर वसलेला जोधपूरचा किल्ला आणि जोधपूर शहर दिसू लागले तेव्हा राकेशने गाडीचा स्पीड कमी केला. पाठीमागच्या सीटवर राजेंद्रसिंहांच्या शेजारी बसलेला अंबुजकिशोर म्हणाला,

"भैय्या, आपण जोधपूरला वेळेवर पोहोचलो."

"हो, आठ वाजले आहेत. सकाळी अचानक इंडोनेशियाचे प्रतिनिधी आले. त्यांचा निरोप मला मिळाला नव्हता. त्यांच्याशी चर्चा झाली, त्यात तास-दीड तास जास्ती गेला. पण राकेशचे ड्रायव्हिंग असे आहे की, त्यामुळे आपण वेळेवर पोहोचू शकलो." राजेंद्रसिंह हसून म्हणाले.

सतराअठरा वर्षांचा असल्यापासून राकेश 'तरुण भारत संघा'चा कार्यकर्ता होता. अलीकडे चार-पाच वर्षांत त्याने राजेंद्राच्या कारचा ताबा घेतला होता. त्याच्याइतका सुरेख, सुरक्षित ड्रायव्हिंग करणारा तरुण ड्रायव्हर या परिसरात दुसरा कोणी शोधून मिळाला नसता. कधी जयपूर, कधी उदयपूर, कधी मेरठ, तर कधी दिल्ली- आग्रा असा राजेंद्रांचा सतत प्रवास कामानिमित्त चालायचा. जिथे रेल्वेची सुविधा नसायची अशा लहानसहान गावातही जीपनेच जावे लागायचे. त्यातून त्यांचे काम जिथे होते तेथील रस्ते तर नावापुरतेच होते. उखडलेले, चढउताराचे, खड्डयाने भरलेले रस्ते. त्यावरून ड्रायव्हिंग करायचे म्हणजे दिव्यच होतं. इकडे आल्यावर सुरुवातीची काही वर्षे तर उंटाच्या गाडीतूनच राजेंद्र गावोगावी जायचे. कारण इकडे उंटाच्या गाड्या मालवाहतुकीसाठी आणि गावकऱ्यांना येण्याजाण्यासाठीच होत्या. अलीकडे संघाचे काम वाढले तेव्हा जीप आली. परंतु राकेश त्या रस्त्यावरून अगदी सुरळीतपणे ड्रायव्हिंग करायचा. आपल्या भैय्यांच्या सहवासात राहून त्यांची अशा प्रकारे सेवा करण्यातच त्याच्या जीवनाची इतिकर्तव्यता होती.

राजेंद्रसिंहांना बऱ्याचदा व्याख्यानासाठी, मार्गदर्शनासाठी देशभरात गावोगावी जावे लागायचे. तारीख, वेळ आधी ठरलेली असायची. तरीदेखील काही अडचणी अपेक्षितपणे यायच्या. कधी गाडीच अपघातामुळे, रेल्वेलाईनवर पावसाचे पाणी साठल्याने रद्द व्हायची. कधी पाच-सहा तास लेट व्हायचा, तेव्हा प्रश्न निर्माण

व्हायचा. वेळेवर कार्यक्रमाला पोहचणे अवघड व्हायचे. एकदा असेच झाले. कार्यक्रमासाठी होकार दिला. दिवस महिनाभर आधी निश्चित केला होता. परंतु रिझर्वेशनच मिळाले नाही. मग दोन ठिकाणी रेल्वे बदलून रात्रभर उभे राहून प्रवास करून राजेंद्र तिथे पोहोचले होते. आपण वेळेवर पोहोचलो नाही तर कार्यक्रम आयोजित करणाऱ्यांची मेहनत वाया जाऊ नये, या हेतूनं त्यांनी असा प्रवास केला. तिथे पोहोचल्यानंतर क्षणभराचीही विश्रांती न घेता त्यांनी तो संपूर्ण दिवस तिथल्या कार्यकर्त्यांना मार्गदर्शन करण्यात घालवला होता. तेही नेहमीच्या प्रसन्नतेने.

त्यांचं जीवन ही एक तपस्या होती. त्यात अशा किरकोळ त्रासाला महत्त्व नव्हतं. राकेश मात्र हळहळत होता. आपल्या भैय्यांना आपण आरामशीरपणे वेळेवर पोहोचविले असते, असे त्याला वाटले. परंतु रेल्वेने जाऊ शकतो तर कार कशाला असे राजेंद्रसिंहांचे म्हणणे असायचे.

जोधपूरनगरीत प्रवेश करून वेशीतून गाडी आत शिरली. प्रत्येक चौकाचौकात, रस्त्याच्या दोन्ही बाजूच्या इमारतींवर रोषणाई केली होती. सजावट केली होती. जोधपूरवासीयांच्या महाराजांचा उद्या वाढदिवस होता. त्यासाठी उत्स्फूर्तपणे नागरिकांनी नगर शृंगारले होते.

जोधपूर हे राजस्थानातील पूर्वीचे एक बलाढ्य संस्थान. १४५० साली राठोड वंशाचा पराक्रमी पुरुष राव जोधा याने हे शहर वसवले. म्हणून या नव्या राजधानीचे नाव जोधपूर असे ठेवले होते. त्याआधी राव जोधाची जुनी राजधानी मंडोर येथे होती. त्यानंतर सोळाव्या शतकात मालदेवाने शत्रूंच्या आक्रमणाला शह देण्यासाठी, सुरक्षिततेसाठी जोधपूरभोवती मजबूत तट बांधला. त्याला सात वेशी आहेत.

मारवाड प्रांताचा सर्व भाग वाळवंटी प्रदेशाने व्यापला आहे. राव जोधानेच जोधपूरजवळच्या एका उत्तुंग खडकावर अत्यंत भव्य व मजबूत असा मेहराणगढ हा किल्ला बांधला. मेहराणगढावर त्याने सुंदर नक्षीकामाने सुशोभित अशा अनेक कलापूर्ण, देखण्या इमारती. राजमहल बांधले. त्यातील एका भव्य इमारतीत अलीकडे संग्रहालय केले आहे. त्याचे सतरा विभाग आहेत. त्यातील चार दालने पूर्वीच्याच ऐतिहासिक स्थितीत जतन करून ठेवली आहेत.

राव जोधानंतर आल्या अजितसिंहने मोगलांवर मिळविलेल्या विजयाचे प्रतीक म्हणून या किल्ल्याला फते पोल दरवाजा उभारला.

या राजघराण्यावर, जोधपूरवर बादशहा अकबर व औरंगजेबाने वारंवार आक्रमण केले. चढाया केल्या. प्रचंड सैन्यासह, सामर्थ्यानिशी हल्ले केले. परंतु त्यांच्याशी पंचवीस वर्षे झुंज देऊनही मारवाड अजिंक्य राहिले. मोगलांप्रमाणेच

मराठे, होळकर, पेंढारी, इंग्रज यांच्याशीही जोधपूरच्या राजांना वेळोवेळी लढावे लागले.

सतराव्या शतकात जोधपूर महाराजा मानसिंह याने उदयपूरची राजकन्या कृष्णाकुमारीच्या प्राप्तीसाठी जयपूर नरेश जगतसिंहाबरोबर युद्ध केले होते. कृष्णाकुमारीच्या प्रेमाच्या प्राप्तीसाठी त्याने आपले प्राण पणाला लावले. मानसिंह हा अत्यंत हळवा, कविहृदयाचा, कलाप्रेमी राजा होता. तलवार आणि कुंचल्यावर त्याला सारखेच प्रेम होते. त्याच्या कारकिर्दीत चित्रकारांनी हजारो चित्रांची निर्मिती केली.

१९४९ साली जेव्हा संस्थानांचे विलीनीकरण झाले तेव्हा जोधपूर राजस्थान संघात विलीन झाले आणि महाराजा उमेदसिंह संघाचे उपराजप्रमुख झाले. सध्याचे महाराज गजसिंह हे त्यांचे सुपुत्र आहेत.

जोधपूर शहर हे अनेक वर्षांपासून प्रमुख असे व्यापारी केंद्र आहे. इमारतीचे दगड, काचसामान, हस्तिदंती कलावस्तू, सुती कपडे, पितळी सामान, सायकली यांच्या निर्मितीमुळे हे शहर समृद्ध झाले होते. शहरात विमानतळ, वायुदलाचे प्रशिक्षण महाविद्यालय, जोधपूर विद्यापीठ व राजस्थानचे मुख्य न्यायालय आहे.

गुलाबसागर तलावाजवळचे मोतीमहाल, फूलमहाल, तलहटीमहाल हे राजवाडे प्रेक्षणीय आहेत. हिरोज हॉलही पाहण्यासारख्या आहे. महाराजा उमेदसिंह यांनी बांधलेला उमेदभवन पॅलेस हा राजवाडा अत्यंत भव्य व सुंदर आहे. महाराजा गजसिंह आणि राजपरिवाराचे वास्तव्य या राजवाड्यातच आहे.

पाण्याच्या कामानिमित्त या तीन वर्षांत बऱ्याच वेळा जोधपूरला आल्यामुळे हा सर्व परिसर राजेंद्रसिंह आणि राकेशला परिचयाचाच होता. आज त्यांना उमेदभवन पॅलेसमध्येच जायचे होते. त्यांची कार राजवाड्यासमोर थांबली. महाराजांचे खाजगी सचिव व काही अधिकारी त्यांच्या प्रतीक्षेतच होते. पाहुण्यांसाठी असलेल्या खास दालनात त्यांच्या निवासाची व्यवस्था केलेली होती.

तीस फूट उंचीच्या प्रवेशद्वाराला सिसमच्या लाकडावर पितळी कलाकुसर केलेली आणि त्यावर पितळेचेच नक्षीदार अनेक खिळे लावलेली प्रचंड दारे होती. आत दोन्ही बाजूला चौघडा, सनई, रामहता वाजविण्यासाठी प्रशस्त ढेलज्या होत्या. वरती छताला सोन्याच्या कड्यांनी व नक्षीदार पट्ट्यांनी अलंकृत केलेले काचेचे भव्य दीपदान अडकविले होते. या प्रवेशद्वारातून आत गेल्यावर असलेल्या प्रचंड चौकाच्या तिन्ही बाजूला सरदार मनसबदार यांच्यासाठी निवासस्थाने होती. मधोमध थोड्या उंचीवर चारी बाजूने खुला असलेला एक कलापूर्ण शाही महाल होता. तिथे खुला दरबार भरायचा. तिथे दोन्ही कोपऱ्यात पाच फूट उंचीचे चांदीचे चकाकते रांजण ठेवले होते. ते गंगाजळ भरून ठेवण्यासाठी वापरीत.

चौकाच्या उजवीकडच्या खुल्या जागेत गेल्या दोन-तीनशे वर्षांपासून वापरलेल्या व सध्या नुसत्याच मांडून ठेवलेल्या घोडागाड्या, पालख्या, डोल्या आणि मोटारगाड्या होत्या. त्यावरची मखमली आसने, मागच्या बैठकी, सजावट, कलापूर्ण दिवे, घोड्यांचे अलंकार सारेच काही दुर्मिळ आणि अपूर्व सुंदर होते. त्याला लागून असलेल्या जोधपूरच्या राजवंशात होऊन गेलेल्या अनेक राजपुरुषांची, राजे, महाराण्या यांची भव्य तैलचित्रे व छायाचित्रे होती. मधल्या भागात बंदुकी, ढाली तलवारी व शस्त्रे मांडून ठेवली होती. त्याच्या मागच्या प्रांगणात राजाचे दोन हत्ती झुलत होते. सारीकडे स्वच्छता, सौंदर्यदृष्टी, भव्यता दिसत होती.

आतील उमेदभवन प्रासादाच्या प्रवेशद्वाराबाहेर दोन्ही बाजूला तोफा होत्या. तिथे राजेंद्रसिंह आले तेव्हा स्वत: महाराजा गजसिंहजी व युवराज शिवराजजी त्यांच्या स्वागतासाठी उभे होते.

महाराजांनी पुढे येऊन त्यांच्या गळ्यात पुष्पहार घालून त्यांचे स्वागत केले.

मिरवणूक उमेदभवन पॅलेससमोरच्या चौकात येऊन थांबली. सर्वात पुढे वाद्यवृंदाचा ताफा, त्यानंतर सजविलेल्या उंटावर बसलेल्या सैनिकांचे पथक, त्याच्या पाठीमागे हातात ध्वज घेऊन घोड्यावर बसलेल्या स्वारांचे, मनसबदारांचे पथक, त्यामागून संथपणे येणाऱ्या पाच सजविलेल्या घोडागाड्या, त्यामागून शिस्तबद्ध चालीने येणाऱ्या खाकी ड्रेस घालून डोक्याला साफे बांधलेल्या शिपायांचे पथक, राजपरिवाराच्या सेवेत असणाऱ्या शिपायांचे दल, त्यानंतर हातात बंदुका, कमरेला तलवारी असलेले पायी चालणारे सरदार.

मधोमध विविध प्रकारच्या अलंकारांनी नटवलेले, कपाळावर शेंदूर व पाचू जडित पान लावलेले, गळ्यात चांदीच्या पदकांच्या माळा घातलेले, पायात चांदीचे तोडे घातलेले, सोन्याचांदीच्या पाठीवर घातलेल्या साजांनी शोभिवंत दिसणारे आणि काळसर मेघासारख्या रंगाच्या प्रचंड शरीरावर अनेक शुभचिन्हे चितारलेले दोन हत्ती होते. हत्तीवर सोन्याचे पाणी दिलेल्या, माणिकमोत्यांची झालर लावलेल्या चांदीच्या नक्षीदार अंबारीत किनखापाच्या भरजरी बैठकीवर महाराजा गजसिंह व युवराज शिवराजसिंह बसले होते. त्यांच्या मागच्या सजवलेल्या हत्तीवरच्या अंबारीत राजेंद्रसिंहांना बसवले होते. हत्तींच्या मागून पाचशे कुमारिका लाल रंगाचा घागरा ओढणी परिधान करून मस्तकावर चांदीचे कुंभ घेऊन चालल्या होत्या. दोन्ही बाजूंच्या इमारतीतील सज्जामधून प्रजाजन महाराजांच्यावर फुलांचा वर्षाव करीत होते. महाराज त्यांना अभिवादन करीत होते.

आज महाराजांचा चौपन्नावा वाढदिवस साऱ्या जोधपुरात साजरा होत होता आणि आज याच समारंभात राजेंद्रसिंह यांना दरबारात सिरपावा देऊन महाराज

त्यांचा सत्कार करणार होते, त्यांना सन्मानित करणार होते. म्हणून आज त्याप्रीत्यर्थ शहरातून हत्तीवरून दोघांची मिरवणूक निघाली होती. ऐश्वर्यशाली थाटाची ही मिरवणूक उमेदभवन समोर येऊन थांबली.

माहुताने हत्तींना खाली बसवले. महाराज, युवराज व राजेंद्रसिंह अंबारीतून खाली उतरले. सकाळच्या सोनेरी उन्हात न्हाऊन सारे दृश्य दैवी वाटत होते.

प्रवेशद्वारात पाच सुवासिनी हातात आरतीचे तबक घेऊन उभ्या होत्या. महाराणीही उभ्या होत्या. त्यांनी महाराजांच्या कपाळावर कुंकुमतिलक लावला. एका सुवासिनीने राजेंद्रसिंह यांना कुंकुमतिलक लावला. पाच सुवासिनींनी त्यांना ओवाळाले. तिथून महाराज गजसिंह, राजेंद्रसिंहांसहित आपल्या लवाजम्यासमवेत दरबार हॉलमध्ये आले.

सोनेरी नक्षीकाम केलेल्या पाच संगमरवरी कमानींमध्ये महाराजांचे सिंहासन होते. वरती मोत्यांच्या झालरी लावलेले सोन्याचे चित्र होते. त्यावर महाराज विराजमान होते. त्यांच्या नावाचा जयजयकार झाला. त्यांच्या दोन्ही बाजूला असलेल्या आसनावर युवराज शिवराजसिंह आणि राजेंद्रसिंह स्थानापन्न झाले. या खास दरबार हॉलचे वैभव आणि भव्यता अनुपमेय होती. छताला उमेदसिंह महाराजांनी खास या हॉलसाठी बेल्जियममधून मागवलेली लखलखती झुंबरे टांगली होती. खाली संपूर्ण जमीन आच्छादणारे पर्शियन गालिचे अंथरले होते. दरबार हॉलच्या भिंतीवर महाराजा उमेदसिंहांचे तैलचित्र लावले होते आणि ढाल तलवारी, शिकार केलेल्या वाघांची मस्तकेही समोरच्या भिंतीवर शोभत होती. सोनेरी वेलबुट्टीने त्या भिंतीवर नक्षीकाम केले होते.

महाराजांच्या सिंहासनामागे एका जाळीदार पार्टिशनमागे महाराणी, राजकन्या व राजपरिवारातील इतर स्त्रिया बसल्या होत्या. महाराजांनी जोधपुरी पोशाख घालून मस्तकावर केशरी पगडी घातली होती. त्यावर रत्नजडित शिरपेच शोभत होता. गळ्यात पाचूचा तीनपदरी कंठा रुळत होता. मनगटात सोन्याच्या पोच्या होत्या. कमरेला हिरेमाणके जडविलेल्या म्यानात तलवार होती.

आज महाराजांनी हा खास दरबार आयोजित केला होता. जरी संस्थानाचे विलीनीकरण झाले असले तरीदेखील आपली ऐतिहासिक व वैभवशाली परंपरा, रीतीरिवाज ते अद्यापही पाळत होते. दसऱ्याच्या दिवशी, महाराजांच्या वाढदिवसाला आणि काही खास समारंभाच्या निमित्ताने हा दरबार भरवला जायचा. जोधपूर संस्थानाचे पूर्वीचे जे सरदार, मनसबदार, मानकरी होते त्यांच्या वंशजांना याप्रसंगी दरबारात आमंत्रित केले जाई. त्यांच्या मानाप्रमाणे त्यांच्या आसनावर ते बसत. आज महाराजांचा चोपन्नावा वाढदिवस. त्यानिमित्ताने राजेंद्रसिंह यांना मानाचे महावस्त्र, सिरपावा व मानपत्र देऊन महाराज त्यांचा दरबारात सत्कार करणार

होते. यासाठी महाराजांनी त्यांना आग्रहाने आमंत्रित केले होते.

बाहेर शिंगतुताऱ्यांचा आवाज आला आणि दरबाराचे कामकाज सुरू झाले. प्रथम सरदार रणजितसिंहांनी राजेंद्रसिंह यांना देण्यात येणाऱ्या मानपत्राचे वाचन सुरू केले. सोनेरी चौकटीत सुवर्णाक्षराने लिहिलेल्या या मानपत्राच्या शिरोभागी दोन गरूडांचे चिन्ह होते. तिथे बाजूला महाराजा गजसिंहांची सही होती. आणि त्याखाली मारवाडी भाषेतला मानपत्राचा मजकूर होता. रणजितसिंह वाचू लागले.

'स्वरूप श्री शुभ ओपमा राजराजेश्वर महाराधिराज महाराजाजी श्री श्री १०८ गजसिंहजीसा, श्री श्री १०५ श्री युवराज शिवराजसिंहजीसा देव वचनायंत पाय तरवत गढ जोधपूर श्री राजेंद्रसिंहजी रे, सामाजिक विकास रे कामे बरसाती. पाणीने पारमपारिक तरीके सू ठाँड ठाँड बांधणे राजसथानरों नाव दुनियामें चावा करिया रे हमे मारवाड इलाकेमे इण काम में श्री जी साहबरे साथे जल भागीरथी ट्रस्टमे जुडणे री सरावण जोग सामाजिक सेवा रे काम सू राजी होय ने संवत २०५८ पोस सुदि दूज मुताबिक तारीख १५ जनवरी २००२ ने अपणी चौपनवी वरस गाठ रे मां के साथे हाथी सिरोपाव से करब दिरायो.'

दरबारातले वातावरण भावपूर्ण झाले होते. महाराजा गजसिंहजी आपल्या सिंहासनावरून उठले. एका सेवकाच्या हातात चांदीच्या तबकात साफा ठेवला होता ते घेऊन त्यांनी राजेंद्रसिंहांच्या मस्तकी स्वहस्ते बांधला, मानपत्र त्यांच्या हातात देऊन त्यानंतर जरीचे नक्षीकाम केलेले सिरपावा हे महावस्त्र महाराजांनी राजेंद्रसिंहाच्या अंगावर पांघरले. हा त्यांच्या दरबारातला सर्वोच्च बहुमान होता.

महाराजांची इच्छा आज पूर्ण झाली होती. त्यांच्या या रखरखीत मारवाडात राजेंद्रसिंह या महापुरुषाने पाण्याचा बहुमोल खजिना आणला होता. म्हणूनच या तरुण कर्मयोग्याने आपल्या दरबारात बोलावून खास कौतुक करायचे होते. ते आपले कर्तव्य आहे, असे त्यांना मनोमन वाटत होते.

सिरपावा दिल्यानंतर महाराजा गजसिंहांनी राजेंद्रसिंहांना आपल्या हृदयाशी लावून घेऊन स्नेहभराने आलिंगन दिले.

आणि राजेंद्रसिंहाना वाटत राहिले की, या महाराजांना आपल्या प्रजाजनांची काळजी आहे, सत्कार्याची कदर आहे आणि खऱ्या अर्थाने हा लोकराजा आहे.

◆

। बावीस ।

काळोखाचा गडदपणा निवळू लागला. पहाटवाऱ्याची झुळझुळ सुरू झाली. फांद्याफांद्यावरचे पक्षी बोलू लागले. प्रभाती आळवू लागले. ब्राह्ममुहूर्तापासून एखाद्या ध्यानस्थ योग्याप्रमाणे जोहडच्या बांधावर बसून राहिलेले राजेंद्र उठून उभे राहिले.

सूर्य क्षितिजगर्भात होता. त्याच्या जन्मोत्सवाचे नित्याचे सोहळे सुरू झालेले. तिथले शांततेचे साम्राज्य पक्ष्यांच्या किलबिलीने भंगू लागले. पहाटवाऱ्याच्या मस्तीने जोहडच्या पाण्यावर तरंग उठू लागले. पलीकडच्या जंगलातून मोरांचे टाहो ऐकू येऊ लागले. पहाटवेळ झाली. पाहता पाहता केशरी सूर्य आभाळात पतंगासारखा वर वर चढू लागला. राजेंद्रांची मात्र जणू समाधीच लागलेली.

अलीकडे-पलीकडे असलेल्या शेतात उभी पिकं सळसळत होती. कुठे कोवळे पोपटी, कुठे गडद हिरवे वस्त्र लेवून गहू, मका, बाजरीची कणसं नटलेली होती. आता या शेतातून माणसांची वर्दळ सुरू झाली. बायकापुरुष शेतात काम करू लागले. हातातल्या काठीला लावलेल्या खुरप्याने उभ्यानेच खुरपणी चाललेली. काम करता करता गाण्याच्या साथीने ते आपले मन रमवीत होते. कष्टाचा विसर पडत होता.

'म्हारा हतळ्याना बीच छाला पडग्या
म्हारा मारुजी, मै पालो कैय्या कादू जी'

"ती आपल्या नवऱ्याला म्हणत होती, शेतात काम करून माझ्या हाताला फोड आलेत, मी आता कापणी कशी करू?"

मनसोक्तपणे गायलेले, मनातून, गळ्यातून सहज उमटलेले ते गाण्याचे सूर राजेंद्रांच्या कानावर पडले. त्या सुरांनी त्यांना जागे केले.

आज त्यांना निःशब्द एकान्त हवा होता. स्वतः स्वतःशीच संवाद करायचा होता. एरवी हव्याहव्याशा असणाऱ्या माणसांच्या गोतावळ्यापासून काही काळ दूर जायचे होते. सहवास हवा होता तो निसर्गाचा. म्हणूनच काल संध्याकाळी या 'लावा का बास' जोहडकडे त्यांची पावलं वळली होती. कुणालाही न सांगता ते इथे आलेले. आजपर्यंतच्या आपल्या आयुष्याकडे पाहण्यासाठी त्यांनी काही

डॉ. राजेंद्रसिंह यांनी राजस्थानच्या ग्रामीण भागात गावकऱ्यांच्या सहकार्याने हजारो जोहड तलाव निर्माण केलेत, त्यामुळे हिरवाईने नटलेले डोंगर

डॉ. राजेंद्रसिंह, 'जोहड' तलावाकाठी विचारमग्न असताना (२००१ साली)

डॉ. राजेंद्रसिंह आणि गावकऱ्यांनी बांधलेला पहिला जोहड तलाव ‘लावा का बास’चे निरीक्षण करताना लेखिका सुरेखा शहा (२००१ साली)

‘जोहड’च्या लेखनासाठी डॉ. राजेंद्रसिंह यांची मुलाखत घेताना लेखिका सुरेखा शहा (२००१ साली)

राजस्थानातील जलयुक्त झालेल्या दुर्गम भागातील खेड्यातील घरांसमोर सुरेखा शहा व तेथील ग्रामीण महिला

'गोपालपुरा' (राजस्थान) येथील डॉ. राजेंद्रसिंह यांचे मानसपिता मांगू पटेल यांच्याबरोबर त्यांच्या भग्न हवेलीच्या पायऱ्यांवर बसून संवाद करताना लेखिका सुरेखा शहा

'अकलूज' येथे डॉ. राजेंद्रसिंह यांच्या समवेत लेखिका सुरेखा शहा

सरिस्काच्या जंगलातील एका प्रचंड जैन मूर्तींच्या जवळच एका जोहडाची निर्मिती. या पाण्याचा उपयोग प्राण्यांसाठी व माणसांसाठीही होतो.

आधी कोरडी असणाऱ्या पण प्रयत्नाने भरून वाहणाऱ्या अरवरी नदीकाठी लेखिका सुरेखा शहा.

आपले गुरू व मार्गदर्शक संपादक, महात्मा गांधीजींचे शिष्य, कार्यकर्ते श्री. सिद्धरामजी दड्ढा (जयपूर) यांच्यासमवेत संवाद साधताना डॉ. राजेंद्रसिंह

राजस्थानातील भीकमपुरा येथील 'तरुण भारत संघ' या संस्थेच्या कार्यालयात कार्यकर्त्यांसह लेखिका सुरेखा शहा.

भीकमपुरा (राजस्थान) येथील आपल्या 'तरुण भारत संघ' संस्थेच्या कार्यालयात, शेतकरी व गावकऱ्यांसमवेत चर्चा करताना डॉ. राजेंद्रसिंह

एका महिला कार्यकर्तीसोबत संवाद साधताना तरुण भारत संस्थेच्या आवारात डॉ. राजेंद्रसिंह, राष्ट्रीय महिला जल संमेलन २००३, भीकमपुरा, राजस्थान

अरवरी नदी वाहती झाल्यावर तिच्या पाण्यात प्रतिबिंब पाहणारी राजस्थानी ग्रामीण महिला

राजस्थानातल्या ओसाड प्रदेशात अनेक बांध घालून अरवरी नदी गावकऱ्यांनी पुन्हा वाहती केली, त्या नदीमाता अरवरीदेवीच्या मंदिरात लेखिका सुरेखा शहा

'जोहड' प्रकाशन समारंभ. २ जून, २००२ सोलापूर, हस्ते अनंत दीक्षित (संपादक दै. सकाळ, पुणे), लेखिका सुरेखा शहा, डॉ. कुमार सप्तर्षी आणि डॉ. निर्मलकुमार फडकुले

भीकमपुरा येथील तरुण भारत संघ संस्थेच्या आवारात संपन्न झालेल्या राष्ट्रीय जल संमेलन प्रसंगी मनोगत व्यक्त करताना लेखिका सुरेखा शहा

राष्ट्रीय महिला जल संमेलन भीकमपुरा (राजस्थान) येथे हिंदी अनुवादित 'जोहड'च्या प्रकाशन प्रसंगी श्री. हॅरीस (अमेरिका), श्री. अजय दीक्षित (नेपाळ), डॉ. राजेंद्रसिंह आणि लेखिका सुरेखा शहा

लेखिकेच्या सोलापूर येथील निवासस्थानी सुरेखा शहा यांच्या परिवारासोबत भारताचे जलनायक डॉ. राजेंद्रसिंह

'जोहड'चे चरित्रनायक डॉ. राजेंद्रसिंह यांचे स्वगृही, सोलापूर येथे स्वागत करताना लेखिका सुरेखा शहा, पती चंद्रगुप्त शहा व सुरेखा शहांचे व्याही (मध्ये) श्री. अरविंद शहा वडूजकर

भीकमपुरा येथे राजेंद्रसिंह यांच्यासमवेत लेखिका सुरेखा शहा, 'जोहड'चे हिंदी अनुवादक बाळ उर्ध्वरेषे, चंद्रमोहन शहा, सुरेखा शहा यांचे नातू तन्मय व वरूण शहा

काळ उसंत हवी होती.

काही महिन्यांपूर्वीही असा काही प्रसंग आला होता, त्याची आज तीव्रतेने आठवण झाली.

हाच बंधारा पाडून टाका, अशी पाटबंधारे खात्याकडून नोटीस आली होती. हा बंधारा धोकादायक आहे, याचे बांधकाम करताना उत्कृष्ट तंत्रज्ञानाचा वापर केला नाही, परवानगीशिवाय बांधकाम केले असे आरोप केले गेले.

राजेंद्रसिंहाच्या मार्गदर्शनाखाली 'तरुण भारत संघ' आणि गावकऱ्यांनी मिळून केलेले हे अफाट काम पाहून काही अधिकारी अस्वस्थ झाले होते. यामुळे आपली मानहानी झाली असं त्यांना वाटू लागले.

अवघ्या चौदापंधरा वर्षांत राजस्थानच्या या वैराण भूमीत राजेंद्रसिंह या अवलियाने जे परिवर्तन घडवून आणले होते ते पाहून ते दिङ्मूड झालेले आणि मत्सरग्रस्तही झालेले. म्हणून ज्या शेतकऱ्यांच्या मालकीच्या शेतात बांध घातले होते त्यांची अनुमती आणि जिल्ह्याच्या सिंचनखात्याची परवानगी घेऊनच जोहड तलाव बांधले होते. तेच 'बेकायदा बांधकाम आहे' म्हणून नोटिसा पाठवल्या होत्या. आणि हजारो गावकऱ्यांचा जीवनाधार असलेला, जणू आपल्या पुण्याईचेच हे फळ आहे असे मानलेल्या 'लावा का बास' चा, या जोहड तलावाचा बांध पाडून टाका. अशी नोटीस आली आणि त्या संदर्भातच राजेंद्रांवरही केसही झाली.

ती नोटीस वाचताक्षणी त्यांचे मन पेटून उठले. हा तर धडधडीत अन्याय होता. रीतसर परवानगी घेऊनच त्यांनी इथे शेकडो जोहडांचे काम केले होते. या शूरवीरांच्या, कलासंपन्नतेच्या, वाळवंटी असूनही निसर्गवैभवाने नटलेल्या, राजस्थानच्या भूमीला असलेला दुष्काळाचा कलंक नाहीसा केला होता. त्यामुळे या जोहडमध्ये उदंड पाणी झाले होते. माणसांची मेलेली मने, मृतप्राय झालेली भूमी आणि मृत झालेल्या नद्यांना संजीवनी देण्याची किमया राजेंद्रांनी केली. इथल्या माणसांना माणसांसारखी जगण्यायोग्य परिस्थिती निर्माण केली. ज्या कार्याचा भारताच्या राष्ट्रपतींनादेखील इथे येऊन गौरव केला होता. सरकारी मदत न घेता हे महान कार्य इथल्या गावकऱ्यांना जागवून त्यांच्या सहकार्याने केले होते, असे काम या जगात कुठेही झाले नसेल. त्यामुळे सरकारचे कोट्यावधी रुपये वाचविले होते. तरीही केवळ सूडबुद्धीने इथल्या गरीब, मेहनती गावकऱ्यांना त्रास देणे चाललेले. जोहड बांध तोडण्याची नोटीस आल्याची आणि राजेंद्रसिंह यांच्यावर केस होणार असल्याची बातमी सारीकडे एखाद्या झंझावाताप्रमाणे पसरली.

भिकमपुऱ्याच्या तरुण आश्रमात गर्दी उसळली आणि शेकडो गावकरी,

बायका जोहडजवळ ठाण मांडून बसले.

अनेक वृत्तपत्राचे वार्ताहर, दूरदर्शनच्या प्रतिनिधींनी तिथे गर्दी केलेली.

"आम्ही आमचे प्राण देऊ; पण हा जोहड बांध तोडू देणार नाही. या जोहडमुळेच आम्ही जगतो आहोत. याला आम्ही हातदेखील लावू दोणार नाही. कुणी त्यासाठी पुढे आले तर आमच्या प्रेतावरूनच त्यांना जावे लागेल."

लोक घोषणा देऊ लागले. लोकांचा हा उठाव पाहून पुढची कारवाई तात्पुरती स्थगित झाली आपल्या या ग्रामीण बंधू भगिनींसमोर राजेंद्रसिंहांनी जाहीर प्रतिज्ञा करून पोलीसखात्याला आव्हान दिले.

या 'लावा का बास' वर, मी जोहडवर एकटाच सात दिवस राहणार आहे. इथून हलणार नाही. इथेच मला अटक करा.

ही प्रतिज्ञा एका कर्मयोग्याची होती, पानाफुलांना, झाडाझुडपांना, पशुपक्ष्यांना, पाण्याच्या थेंबाथेंबाला जपणाऱ्या एका निसर्गप्रेमीची होती. अन्यायाविरुद्ध संघर्ष करणाऱ्या निर्भय तरुण मनस्वी कार्यकर्त्यांची होती.

त्यांना इथे एकटे सोडून परत जाण्यास गावकरी मुळीच तयार नव्हते. त्यांच्या राजेंद्रभैय्यांवर गुंडांनी केलेले जीवघेणे हल्ले त्यांनी पाहिले होते. आणि आता ते सात दिवस एकटेच राहणार! या त्यांच्या घोषणेने कित्येकांचे काळीज थरकापले.

"भैय्या. आम्ही इथे तुमच्याबरोबर राहणार, तुम्हाला एकटे सोडून आम्ही जाणार नाही. पोलिसांना आम्हालाही पकडू दे."

ते परोपरीने विनवू लागले.

"माझी तुम्हाला विनंती आहे, मला इथं एकटं राहू दे. मी तुमचा आहे ना! माझं एवढं ऐका. मी मरणाला भीत नाही. हा संघर्ष मी एकट्यानेच लढणार आहे. तुमचे आशिर्वाद माझ्या पाठीशी असणार आहेत. मला काहीही होणार नाही. तुम्ही जा, मला एकटं राहू दे."

हात जोडून राजेंद्र म्हणाले. लोकांशी बोलताना ते त्यांच्या राजस्थानी भाषेतच कित्येकदा बोलत. हिरमुसल्या मनाने नाइलाजाने सारे निघून गेले. काही वेळ श्रवण रेंगाळला. परंतु राजेंद्रांनी त्यालाही पाठवून दिले.

साऱ्या आसमंतात शांतता पसरली.

एकेक दिवस उगवू लागला, मावळू लागला. त्या नि:स्तब्ध एकांततही मनात वादळ उसळलेले!

खेड्यापाड्यातल्या या साध्याभोळ्या लोकांवर अशी वेळ का यावी? आपल्या जीवनाचे ते स्वत:शिल्पकार झाले, पण त्यावरच घाव घालण्यात आणि त्यांचा

जीवनधार असलेला जोहड उदध्वस्त करण्यात कसला पुरुषार्थ आला आहे?

राजेंद्रांनी या जोहडच्या बांधाशेजारी एक छोटासा तंबू टाकला होता. बाजूला पडलेले तीन दगड उचलून आणून तंबूशेजारी मांडले. इकडे-तिकडे पडलेल्या सुक्या काटक्या आणून त्या तीन दगडांच्या चुलीवर स्वत: खिचडा शिजवायचा नाहीतर भात, बस्स.! त्यानंच पोट भरायचे.

पहाटे उठून जोहडच्या थंडगार पाण्यात आंघोळ करायची, तिथल्या पाण्याने अन्न शिजवायचे, तेच पाणी प्यायचे. लहानपणी माँच्या हातची कढी भात, मसुराची डाळ किती आवडायची? मक्यात खिचडा शिजवताना ती आठवण झाली.

दुपारी तंबूत लेटून पुस्तक वाचायचे, जलनीतीवर टिपणे काढायची, रात्री जोहडच्या रूंद पालावर सतरंजी अंथरून काळ्याशार खुल्या आकाशाखाली नक्षत्रांच्या साक्षीने, भिरभिणाऱ्या वाऱ्यात, रातकिड्यांच्या गुंजनाच्या सोबतीने रात्र जागवायची. विचारांचे कल्लोळ अंतरंगातून उठायचे. त्यामुळे झोप उडालेली असायची. पहाटे पशू पाण्यावर येत. पाण्याचा चुबक चुबक आवाज येई. त्या आवाजाने त्या नीरव एकांतात तरंग उठत. कितीतरी वर्षांत असं स्वत:च स्वत:साठी राहणं झालं नव्हतंच. हा स्वत:शीच होणारा संवाद आगळाच होता.

एकदा आससून वाटले अशावेळी किशोरकुमारचे कधी खोडकर, अल्लड, प्रेमभरे, दर्दभरे सूर संगतीला असावेत. कॉलेजमधल्या त्या नव्हाळीच्या दिवसात ते किशोरच्या गाण्याच्या प्रेमात पडलेले. परंतु त्यानंतरच्या खडतर मार्गात त्यासाठी वेळ कुठे होता? त्यांच्या गाण्याची आठवण या चौदापंधरा वर्षांत झालीच नव्हती असे नव्हते, तरीही त्याक्षणी मनाचे फूल उमलायचे.

आताही किशोरचे गीत मनात रूंजी घालून गेले.

'जिंदगी के सफर में गुजर जाते है जो मकाम
वो फिर नही आते,
वो फिर नही आते।'

तो क्षण ओसरला आणि मन वास्तवात परतले. सातवा दिवस उजाडला. जोहडच्या गार वारं प्यायलेल्या पाण्यात स्नान करून राजेंद्र बांधावर आले. उगवत्या सूर्याकडे तोंड करून पद्मासन घालून त्यांनी प्रार्थना केली. त्यानंतर कुर्ता घालताना त्यांचे लक्ष जोहडच्या दिशेने येणाऱ्या तीन-चार व्यक्तींकडे गेले. एक इन्स्पेक्टर आणि तीन-चार पोलीस होते ते. जवळ येताच राजेंद्रांनी हात पुढे केले.

"हा, घाला बेड्या." ते म्हणाले.

"नाही, तुमच्यावरची केस मागे घेतलीय."

इन्स्पेक्टरांनी सांगितले.

"का?"

"तुमचे सर्व मुद्दे बरोबर आहेत, खरं म्हणजे ही केसच करायला नको होती. पण काय करणार?"

इन्स्पेक्टरांनी खुल्या मनाने कबुली दिली. याच जोहडवर ती घटना घडली होती. आणि आज इथेच येऊन राजेंद्र विसावले होते. स्मृतीच्या जाळ्यात गुंतले होते. महिनाभरापूर्वी वाळवंटी प्रदेशातल्या सिकर जिल्ह्यातल्या चिरावा गावात जोहडच्या कामासाठी ते गेले होते. तिथे असतानाच रॅमन मॅगसेसे हा फिलीफाइन्सचा जागतिक पुरस्कार आपल्याला जाहीर झाल्याचे वृत्तपत्रातल्या बातमीतून कळाले. या पुरस्कारासाठी निवड करण्याआधी गेली तीन-चार वर्षे राजेंद्रांच्या कार्याचे निरीक्षण त्यांच्या नकळत चालले होते. दरवर्षी हजारो लोक, अनेक संस्थांचे सदस्य. परदेशी पत्रकार इथे भेट द्यायला येत होते. त्यातच या पुरस्काराची निवड समिती येऊन जात असणार, त्याची काही कल्पना नव्हती.

ही बातमी प्रसिद्ध झाल्यापासून अभिनंदानाचा वर्षाव सुरू झाला. वृत्तपत्रातून बातम्या, मुलाखती, टीव्हीवर मुलाखती असे सत्र सुरू झाले. हा पुरस्कार जरी आपणाला मिळाला असला तरीही हा सन्मान इथल्या शेकडो गावातील ग्रामीण बंधूभगिनींचा आहे, असे राजेंद्रांना वाटत होते.

आठ दिवसांपूर्वीच हा पुरस्कार स्वीकारण्यासाठी ते फिलिपाइन्सला मनिला येथे उपस्थित राहिले होते. राजेंद्रसिंहांसहित श्रीलंकेचे अर्माडेव्हा, कंबोडियाचे आँग चँगयॉल. चीनचे युआंग लाँगपिंग, इंडोनशियाच्या दिटा इन्डाह, जपानचे इकायुव्ह हिरोयेमा आणि चीनच्याच ओकिंग यांनाही हा पुरस्कार प्रदान करण्यात आला. मनिला येथे झालेल्या या पुरस्कार वितरण समारंभात फिलिपाईन्सच्या अध्यक्षा ग्लोरिया ॲरोरो यांच्या हस्ते हे पुरस्कार देण्यात आले. याप्रसंगी केलेल्या पंचेचाळीस मिनिटांच्या भाषणात अध्यक्षा ग्लोरिया ॲरोरो राजेंद्रसिंह यांच्या कार्याबद्दलच तीस मिनिटे बोलल्या. त्या म्हणाल्या की, राजेंद्रसिंह यांनी विलक्षण, अभूतपूर्व असे परिवर्तनाचे कार्य केले आहे. मृत धरतीला पुनर्जीवित करण्याची असामान्य प्रक्रिया त्यांनी हजारो गावकऱ्यांच्या मनात आत्मविश्वास निर्माण करून केली. पाच मृत नद्यांना पुन्हा पुनर्जन्म दिला. राजेंद्रसिंह यांच्या या प्रचंड कार्याबद्दल, अतुलनीय यशाबद्दल, अथक प्रयत्नांबद्दल आणि राजस्थानच्या ग्रामीण भागातल्या अवर्षणाच्या संकटावर मात करून तेथील जनतेचे, स्त्रियांचे जे काही सामाजिक, शैक्षणिक, आर्थिक असे परिवर्तन केले त्याबद्दल त्या बोलत राहिल्या.

भाषणाच्या शेवटी त्यांनी सांगितले की, आमच्या देशातील पासिंग नदीदेखील फार वर्षांपूर्वी लुप्त झाली आहे. तिचा पुनर्जन्म करण्यासाठी राजेंद्रसिंहांनी सहकार्य करावे.

मनिलावरून जयपूरला आल्यावर आणि नंतरही भिकमपुरा आश्रमात अभिनंदानासाठी जनांचा प्रवाह उसळला होता. तिथल्या गावकऱ्यांच्या डोळ्यात आनंदाचे लखलखीत दिवे उजळले होते. नंतर वाटले की, या गर्दीपासून काही काळ दूर जावे, या जोहडवर एखादी रात्र एकटेच राहावे. त्याप्रमाणे काल संध्याकाळी ते इथे 'लावा का बास'च्या जोहडवर येऊन राहिले होते.

इथे आल्यावर पुन्हा आठवणी झाली त्या घटनेची. हा मोठा बांध शेतकऱ्यांसाठी, शेतीसाठी, गावकऱ्यांसाठी जीवनदायी होता. तोच तोडून टाकून या सर्वांना भिकारी करण्याचा प्रयत्न चाललेला होता. का तर हा जोहड पावसाळ्यात फुटून जाईल. हा तज्ञ इंजिनीअर्सकडून बांधला गेला नाही. परंतु राजेंद्रसिंह आणि गावकऱ्यांच्या तीव्र आंदोलनामुळे जोहडबांधास ते हात लावू शकले नाहीत. परंतु जेव्हा पावसाळा सुरू झाला तेव्हा हा बांध सुरक्षित, व्यवस्थित राहिला आणि सरकारी सिंचन खात्यातर्फे त्यांच्या तज्ज्ञ इंजिनीयर्सनी बांधलेले दोन सरकारी बांध पावसाच्या पाण्याने फुटून वाहून गेले. त्यामुळे अधिकाऱ्यांना कुठेही तोंड दाखवायला आणि लपायलासुद्धा जागा राहिली नाही. त्यानंतर कधीही 'तरुण भारत संघा' ने व गावकऱ्यांनी मिळून बांधलेले जोहडबांध तोडा,' असे म्हणायला ते पुन्हा फिरकले नाहीत.

पाच-सातशे वर्षांपूर्वी ज्या पद्धतीने इथे जोहड बांधले गेले होते. त्याचाच अभ्यास करून राजेंद्रसिंहांनी इथे हजारो जोहड तलाव बांधले होते आणि ते भक्कम होते. त्यावेळच्या अधिकाऱ्यांच्या झालेल्या फजितीची आठवण या बांधावर उभे राहिल्यावर आली आणि राजेंद्रांना नकळतच हसू आले. समोरच या बांधाने अडवलेले अथांग निळसर पाणी होते. तीन किलोमीटरपर्यंत त्याचा विस्तार होता. त्यातून पाइप लाइन घेऊन शेतकऱ्यांनी शेकडो एकर शेती पिकवली होती. आज आपण जयपूरला जाणार असे सांगून अक्षरश: सर्वांना चकवूनच राजेंद्र येथे आले होते. आठवणींची आवर्तने होऊ लागली. इथेच अनेक परिचित-अपरिचितांच्या भेटीगाठी झाल्या. ते खरोखरच सुहृदय बनले. या भेटीमुळे प्रेरणा दिली, घेतली गेली.

कल्पवृक्ष संस्थेचे आशिष कोठारी, महाराष्ट्रातील राळेगणसिद्धी गावचे सामाजिक कार्यकर्ते अण्णा हजारे येऊन गेले. अनेक संस्थांचे कार्यकर्ते, परदेशी संस्थाचे प्रतिनिधी, पत्रकार, देशातील अनेक कार्यकर्ते इथे येऊन गेले. अनुभवांची देवाण-घेवाण या निमित्ताने झाली; परंतु यात संस्मरणीय भेट होती ती नर्मदा बचाव आंदोलनाच्या बंडखोर, तळमळीच्या नेत्या, कार्यकर्त्या मेधा पाटकर यांची. त्या जेव्हा येथे आल्या तेव्हा एका सन्मान हेतूने आपण जोडले गेलो आहोत असे

मनोमन वाटले.

इथल्या कामाची पाहणी करताना मेधा पाटकर म्हणाल्या.

"देखो राजेंद्रजी, तुम्ही सरिस्का वाचविण्यासाठी, अरवली पर्वत वाचविण्यासाठी आंदोलन करता आहात. पर्यावरणाचा या उद्योगीकरणानं व स्वार्थी हेतूनं प्रचंड ऱ्हास चालवलाय. त्याला पायबंद घालणं हे आपलं कर्तव्य आहे. आता हेच पाहा ना. नर्मदा सरोवर धरणामुळे होणारी क्षती, भूकंपासारखे संभाव्य धोके, धरणामुळे त्यामागच्या जलाशयाखाली जाणारी अनेक गावं, त्या पाण्यानं गिळलं जाणारं जंगल आणि त्या धरणामुळे विस्थापित झालेल्या आदिवासींच्या, शेतकऱ्यांच्या नशिबी आलेला वनवास याचा विचार करायचा नाही का? त्यांना न्याय मिळावा यासाठीच माझी लढाई आहे."

"आपल्या पुढचे मूलभूत प्रश्न सारखेच आहेत. जर या गावकऱ्यांना सुखाचे, मानाचे जीवन मिळावयास हवे असेल तर संपूणपणे ग्रामस्वराज्यच ते देऊ शकेल. गावाजवळचे जंगल, नद्या, गायराने यांची मालकी त्या त्या गावची असेल तर ते आपुलकीनं काळजी घेतील." राजेंद्र म्हणाले.

"तुमच्या या कार्याने मी प्रभावित झालेय, असं काम देशात सारीकडेच व्हायला हवंय. तरच आगामी काळात येणाऱ्या भीषण अशा पाण्याच्या संकटावर मात करता येईल."

मेधा पाटकर यांनी सांगितले होते.

राजेंद्रांनी जोहडच्या पाण्यात एक बारीकसा खडा टाकला. त्यामुळे त्या संथ पाण्यात तरंग उठले. एक कधीही न विसरण्याजोगी आठवण त्यांच्या हृदयात वस्तीला होती. ती उफाळून वरती आली. ती म्हणजे त्यांच्या मित्रांच्या त्यावेळी घडलेल्या वियोगाची.

सत्येंद्र, नरेंद्र, हनुमान, केदार हे त्यांचे साथीदार इकडे किशोरीला आल्यावर जेव्हा मदभेदामुळे लागलीच परतले; तो क्षण अत्यंत कसोटीचा, नाऊमेद करणारा होता. त्यातूनही राजेंद्र सावरले होते ते मांगू पटेलामुळे. त्या एकाकी दिवसात एकमेव आधार दिला तो गोपालपुराच्या मांगू पटेलामुळे. एवढा वृद्ध पटेल पण बरोबरीच्या मित्रासारखे वागला. व्यवहारज्ञानाचे धडे त्याने दिले. तसेच शहाणपणाच्या काही गोष्टीदेखील सांगितल्या. वरती पोटच्या पोरासारखी काळजी घेतली होती आणि दररोज रात्री गावातल्या व आसपासच्या खेड्यापाड्यातील लोकांना बोलावून राजेंद्रशी परिचय करून दिला होता.

जोहड बांधण्याबद्दल त्यानेच चर्चा केली. राजेंद्रवर विश्वास व्यक्त केलाच; पण आपल्या व गावातल्या लोकांच्या गावोगावच्या नातेवाईकांना गोपालपुरात सुरू झालेले, पूर्ण झालेले, यशस्वी ठरले असे जोहड पहायला बोलावून त्यांच्या

त्या त्या गावात जोहड तलाव बांधण्यासाठी राजेंद्रांच्या बरोबरीने प्रयत्न मांगूने केले होते. त्याची आठवण ते विसरू शकतच नव्हते. म्हणूनच फिलिपाइन्समध्ये मॅगसेसे पुरस्कार घेताना त्यांना जेवढ्या तीव्रतेने मीनाची आठवण आली तेवढीच मांगू पटेलचीदेखील आली. मीना, मौलिक, रेणू, जेवढे जवळचे आहेत, तेवढाच मांगू पटेलही जवळचा वाटतो.

या वाटचालीत संघर्ष होता. रात्रंदिवस जणू युद्धाचा प्रसंग होता. राजकीय नेतृत्वाशी, कधी कधी सरकारी धरणाशी झुंज होती. त्यांच्या ठामपणाने कोणत्याही राजकीय पक्षाला राजेंद्रांनी राजकारणात ओढण्यात यश आले नाही सुरुवातीला जेव्हा जोहडचे आणि ग्रामविकासाचे काम जोमाने सुरू झाले; त्यावेळी अनेकांना वाटले होते की, राजेंद्रसिंहांची ही एक चाल नव्हे आक्रमणच आहे. परंतु तिकडे लक्ष न देता आपले काम त्यांनी चालू ठेवले होते. म्हणूनच परवा भरटपूर नरेशांनी, राजेंद्रांच्या सत्कारासाठी एक प्रचंड सभा आयोजित केली. त्यावेळी ते म्हणाले,

"आम्हाला आता कोणत्याही पक्षाचे राजकीय नेते नकोत; तर कर्तव्यासाठी प्राण पणाला लावणारे राजेंद्रसिंह यांच्यासारखे समर्पित तरुण कार्यकर्ते हवेत. माझ्या राजस्थानची ग्रामीण भागातली जनता वर्षानुवर्षे दुष्काळाने, अनेक आपत्तीने होरपळत होती, तेव्हा आम्ही फारसे काही करू शकलो नाही याची खंत वाटते. परंतु ती चूक सुधारण्यासाठी राजेंद्रसिंहांना या सभेत, हजारो लोकांच्या साक्षीने आश्वासन देतो की यापुढे आम्ही त्यांच्या कार्यात पूर्ण सहकार्य देऊ." महाराज विश्वेश्वरजींनी-भरतपूर नरेशांनी, त्यांचा गौरव करून स्नेहभराने आलिंगन दिले होते.

वयाच्या पंचविशीत हाती घेतलेल्या कार्यात आजपर्यंतच्या कधी वाऱ्यावादळात, कधी चैत्रवणव्यासारख्या उन्हात अशी सावलीची अनेक ठिकाणे भेटली होती. कित्येक जीवाभावाचे साथी भेटले, मदतीला हजारो हात पुढे आले. कधी विश्वासघातकी हल्ले झाले; तर कधी माणसातील पशुत्वाची गाठ पडली. पण कशाचीही खंत केली नाही की, उत्तेजितही व्हायला झाले नाही. आजपर्यंतच्या आयुष्यात जे ध्येय ठरविले होते, त्यासाठीच इमानाने जगलो, झगडलो, यश मिळाले त्याचे श्रेयही या साध्यासुध्या गावकऱ्यांनाच अधिक आहे. म्हणूनच त्यांच्या गावात त्यांचेच राज्य असो. गोपालपुरात मांगू पटेलचे असेल तर लिलुंड्यात दडकीमाईचे. हरकत काय आहे?

राजेंद्रसिंहांच्या मनात विचार येत होते. मिळालेल्या अनेक पुरस्कारांचा आनंद इतका मोठा नव्हता की, ज्यापुढे आपल्या कार्यसाफल्याचा आनंद कमी वाटावा.

यावेळी गोपाळ हवा होता सुखदु:खात भागीदारी करायला, परंतु तो तर दिशा दाखवून निघून गेलाही, अवेळी, अचानक, जणू काही तेवढ्यासाठीच त्याची भेट झाली होती.

मी कोण? कुठला? मेरठजवळच्या एका खेड्यातला. परंतु राजस्थानच माझी कर्मभूमी झाली आणि मी इथलाच झाले. माझे अस्तित्व इथली माती, पाणी, शेते, पहाड, जंगल, वनपशू, रेतीचा समुद्र, मोरांचे नृत्य, आदिवासी, इथले कष्टाळू स्त्री पुरुष यांच्याशी एकरूप झाले. हे सारं माझ्याशी एकात्म झाले. पाण्यावरून लाटा येतात. काहीकाळ पाण्यात खळबळ माजवितात, पुन्हा ओसरतात तशा आठवणी, विचारतरंग येत होते. एका आठवणीची भरती येते. दुसरी येईपर्यंत तिला ओहोटी लागते. तसाच आता भावनांच्या, आठवणींचा लपंडाव राजेंद्रांच्या अंतर्यामी चाललेला.

उद्या काय होईल हे माहिती नाही; परंतु ते भविष्य आत्मनिष्ठेने, ध्येयप्राप्तीच्या ध्यासाने घडवायचे हे निश्चत ठरले!

सूर्य मावळायच्या मार्गावर होता. पलीकडच्या पहाडांच्या मागे तो निघाला. अस्तंगत होणाऱ्या भास्कराच्या सोनकिरणांची गुलाबी आभा आकाशरेषेवर पसरली. पाखरे घरट्याकडे झेपावू लागली. सरिस्काच्या जंगलावरही संध्याछाया उतरल्या. अवचिपणे आसमंतात दूरवर असलेल्या सरिस्कातील वाघाची डरकाळी घुमली. जणू काही राजेंद्रांना त्याने साद घालून सांगितले. “मी आहे, मी आहे, माझे अस्त्वि तुझ्यामुळेच आहे.” ते आपल्या तंद्रीतून जागे झाले. जोहडच्या बांधावर बसल्या बसल्या राजेंद्रांनी पाण्यात डोकावून पाहिले. त्यांचे प्रतिबिंब दिसले. त्यांच्या त्या प्रतिरूपाने त्यांना सांगितले.

“ऊठ, तुला असे क्षणभरही स्वस्थ बसून चालणार नाही तुझी तपस्या अजून पूर्ण व्हायचीय. अजून केवढा तरी पल्ला गाठायचाय. चल.”

राजेंद्रसिंह बांधावरून उठून उभे राहिले.

त्यांची पावले दूरवर दिसणाऱ्या, येणाऱ्या अंधारपर्वाला आव्हान देण्यासाठी प्रकाशदीपांनी उजळलेल्या गावाकडे चालू लागली.

◆

सुरेखा चंदगुप्त शहा यांची साहित्य संपदा

* कादंबरी *

१) चक्रव्यूह, २) जन्मठेप, ३) स्वप्न गवसले हाती, ४) नायक, ५) यती ६) वळावाच्या धारा, ७) पानगळ, ८) मृगजळापरी जीवन अवघे, ९) अवघे ते गवसले का?, १०) कहत बनारसी, ११) पुत्रवती, १२) पधारो म्हारे देस, १३) पाषाण पालवी, १४) ध्वज उंच उच अंबरी, १५) थेंबभर पाणी, अनंत आकाश (उद्योगपती भवरलालजी जैन याच्या कार्यावरील चरित्रात्मक कादंबरी), १६) बालिका पर्व, १७) जोहड (मँगसेसे पुरस्कार विजेते जागतिक कीर्तीचे कार्यकर्ते डॉ. श्री. राजेंद्रसिंह यांच्या जीवनावरील चरित्रात्मक कादंबरी), १८) जय यमुने जय जय गंगे (यमुना, गंगा नद्या वाचविण्यासाठी डॉ. राजेंद्रसिंह यांनी सुरू केलेल्या अद्वितीय प्रखर आदोलनावरील कादंबरी)

* एकांकिका *

विषय : विनोद, स्त्रीपात्री, मिश्र, सामाजिक, कौटुंबिक, रहस्यमय, ऐतिहासिक, पौराणिक इत्यादी...

१) प्रश्न, २) फॅड फॅड आणि फॅड, ३) पाखर, ४) पाहुणा येता मंडळात, ५) अर्थ जीवनाचा, ६) न्याय, ७) दुभंग, ८) पर्याय, ९) शपथ गीतेची, १०) सुंदरा नाटकात रमली, ११) नवी कहाणी, १२) ज्योती आणि ज्वाला, १३) मुलगा झाला हो, १४) राहिले दूर घर माझे, १५) वारिस, १६) आमचे बजेट, १७) आणि त्यानंतर, १८) फुलला शाप देठाचा, १९) अधिकार, २०) उभा जन्म उन्हात, २१) बेघर, २२) सती, २३) नवे शिक्षणाख्यान, २४) यती, २५) पदर, २६) मौनं सर्वार्थ साधनम् २७) चामुंडराये करवियले, २८) महाराणी सिंहपथा, २९) दानवीरा अतिमब्बे, ३०) घरदार संसार, ३१) साक्षीला होता शनिवारवाडा, ३२) अग्नि, ३३) आय डेअर, ३४) पपा, ३५) नवरत्ने, ३६) महात्म्य णमोकार मंत्राचे,

३७) अष्टकन्या, ३८) शुभ मंगल सावधान, ३९) अंधारातून प्रकाशाकडे, ४०) जोहड

* कथा संग्रह *

१) सुंदर कथा, २) ऐलतीर, पैलतीर, चार कथासंग्रह प्रकाशनाच्या मार्गावर

* कविता संग्रह *

गीत गोमटेश व गाणं मातीचं

* नाटक *

१) अंधाराची सावली, २) संसार असार आहे, ३) वनवास हा सुखाचा, ४) जीवनमृत्यु ५) कथा श्रेणीक चेलनेची, ६) वाट चुकलेली पाखरं, ७) कर्मवीर, ८) वीर गाथा गोमटेशकी, ९) जैनं जयतु शासनम् (महानाट्य)

* ललित संग्रह *

* अक्षरलेणी, * भरतेश वैभव, आचार्य श्री. विदद्यासागरजीची प्रवचने, अमरकथा, कवी नीरज यांच्या लेखनाचा हिंदीतून मराठीत अनुवाद

* बालकुमार साहित्य *

देव भेटला, आपलं घरं, नवी पहाट, आराधना, भगवान महावीर, वाट चुकलेली पाखरं, वालचंद हिराचंद इत्यादी. बालवाडी व किशोर मासिकांतून काही कथा प्रकाशित

* अभ्यासपूर्ण ग्रंथ *

महाराष्ट्राचा पाणी प्रश्‍न सोडविण्यासाठी कार्य करणाऱ्या काही संस्था व व्यक्तींच्या अनमोल, प्रभावी कार्याचा परिचय करून देणाऱ्या 'महाराष्ट्रज्ञाचे जलनायक' या ग्रंथाचे प्रकाशन नाशिक येथील सिंचन परिषदेत महाराष्ट्राचे महसूलमंत्री मा. बाळासाहेब थोरात यांच्या हस्ते झाले.

जोहड, महाराष्ट्राचे जलनायक, पाषाणपालवी, थेंबभर पाणी, अनंत आकाश, जय जमुने जय जय गंगे, पधारो म्हारे देश, राणी अब्बक्कदेवी या अभ्यासपूर्ण व वेगळ्या प्रकारच्या पुस्तकाच्या लेखनासाठी लेखिकेने हजारो किलोमीटर्सचा प्रवास व सखोल अभ्यास केलाय.

भारताचे जलनायक

राजेंद्रसिंह (राजस्थान)

यांच्या जीवनकार्यावर सुरेखा शहा यांनी लिहिलेल्या 'जोहड' या चरित्रात्म कादंबरीबद्दल,

प्रकाशन समारंभ दि. १७ जून, २००२ रोजी दैनिक सकाळ पुणेचे संपादक श्री. अनंत दीक्षित यांच्या हस्ते, अध्यक्ष डॉ. निर्मलकुमार फडकुले, प्रमुख उपस्थिती डॉ. कुमार सप्तर्षि, डॉ. शैलेश गुजर, पुणे. श्री. मुकुंदराव किर्लोस्कर, पुणे.

'लक्षवेधी' पुस्तक म्हणून 'ललित'ने निवड केली.

असंख्य फोन, पत्रे व समक्ष भेटून अनेक वाचकांनी 'जोहड' मनस्वी आवडल्याचे व प्रेरणा मिळाल्याचे कळवले.

कर्नाटक व महाराष्ट्रातील अनेक शहरातून, संस्थातून 'जोहड'वर बोलण्यासाठी लेखिकेस निमंत्रण.

काही संस्थांतून 'जोहड'वर निबंधस्पर्धा, चर्चा व समीक्षण.

'जोहड'वर दोघांची एम फिल व एकाची पी.एचडी. करण्याची इच्छा.

महाराष्ट्र राज्य साहित्य संस्कृती मंडळ व स्त्रीमुक्ती संघटना मुंबई यांच्यातर्फे झालेल्या नवलखिकांच्या कार्यशाळेत ग्रंथालीचे अध्यक्ष श्री. दिनकर गांगल यांनी 'जोहड'वर लेखिकेची मुलाखत घेतली.

'जोहड' वाचून अनेकांनी पाण्यासाठी काम करण्याची इच्छा व्यक्त केली व काहींनी काम सुरू केले.

पाच महिन्यातच 'जोहड'ची दुसरी आवृत्ती व दोन वर्षांत सहावी आवृत्ती निघाली, त्यानंतर आता ही नववी आवृत्ती निघाली.

सोलापूर, पुणे, सांगली आकाशवाणी व वसुंधरा कृषिवाहिनी, बारामतीवरून 'जोहड'चे वाचन प्रसारित.

'जोहड'चा हिंदी अनुवाद २००३ला नेपाळचे जलसाहित्यिक अजय दीक्षित यांच्या हस्ते राजस्थानात 'भीकमपुरा' येथे प्रकाशित.

नाटक, दुरदर्शन मालिका व हिंदी चित्रपटासाठी विचारणा.

सर्व वृत्तपत्रे, साहित्य अकादमी दिल्ली व हिंदी आऊटलूकमधून समीक्षण व प्रशंसा.

'जोहड'चा हिंदी बरोबरच कन्नड अनुवाद झाला असून इंग्रजी अनुवाद होत आहे.

महाराष्ट्रातील नामवंत लेखक व वक्ते श्री. प्रवीण दवणे (ठाणे) यांनी

आपल्या महाविद्यालयातील विद्यार्थ्यांसाठी जोहडवर कार्यशाळा व चर्चासत्र आयोजित केले.

वाचक, समीक्षक, कार्यकर्ते, कलावंत, शेतकरी, विद्यार्थी, महिला इत्यादींचा 'जोहड'ला उत्स्फूर्त प्रतिसाद.

'ललित'च्या अंकातून 'मानाचं पान' या सदरात दीपक घारे यांची प्रदीर्घ समीक्षा.

क्रिएटिव्ह कन्सल्टन्सी सोलापूरतर्फे 'सोलापूर भूषण' पदवीने लेखिका सन्मानित.

बडोदा विद्यापीठ, सोलापूर विद्यापीठ, महाराष्ट्र राज्य शिक्षण मंडळाचा दहावीचा अभ्यासक्रम व नॅशनल डिफेन्स ॲकॅडमी, पुणे. यांच्या अभ्यासक्रमात 'जोहड'चा समावेश.

अंधांसाठी 'जोहड'ची ऑडिओ कॅसेट प्रकाशित.

मराठवाड्यातील एका गावात बँकेतर्फे 'जोहड'चे रोज सार्वजनिक वाचन.

किर्लोस्कर वसुंधरा महोत्सव व महाराष्ट्र साहित्य परिषद पुणे. यांच्या संयुक्त कार्यक्रमात म. सा. प.च्या अध्यक्षा डॉ. माधवी वैद्य यांनी 'जोहड' व पाणीप्रश्नावर लेखिकेची मुलाखत घेतली.

◆